रेत

महादेव मोरे

मेहता पब्लिशिंग हाऊस

Please contact us at **Mehta Publishing House Pvt. Ltd.**
✆ +91 020-24476924 / 24460313 / Mob. No. 9545000513
Email : production@mehtapublishinghouse.com
Website : www.mehtapublishinghouse.com

- *या पुस्तकातील लेखकाची मते, घटना, वर्णने ही त्या लेखकाची असून त्याच्याशी प्रकाशक सहमत असतीलच असे नाही.*

RAIT by MAHADEV MORE

रैत : महादेव मोरे / कादंबरी

author@mehtapublishinghouse.com

संस्थापक : सुनील मेहता

प्रकाशक : मेहता पब्लिशिंग हाऊस प्रा. लि.
१९४१ सदाशिव पेठ, माडीवाले कॉलनी, पुणे – ३०.

मुद्रक : ट्रिनिटी अ‍ॅकॅडमी फॉर कॉर्पोरेट ट्रेनिंग लिमिटेड

मुखपृष्ठ : चंद्रमोहन कुलकर्णी

प्रकाशनकाल : वि. ग. माटे, विश्वकर्मा साहित्यालय, पुणे / जानेवारी, २००७ / मेहता पब्लिशिंग हाऊस प्रा. लि. यांची तृतीय आवृत्ती : डिसेंबर, २०२२

किंमत : ₹ २५०

P Book ISBN 9789395477970
E Book ISBN 9789395477918
E Books available on : amazonkindle Apple Books Google Play Books

---

एक

जेवणाच्या टिपणाला मळ्यास्नं वाड्यावर आलो. संगट आणल्याली दुधाची चरवी जेवानघरच्या उंबऱ्याजवळ ठिवली. मग परड्या आंगाला गेलो. तितं हौद. जवळच तप्यालं. त्येनं पाणी घेटलं. खळाळा हात-पाय-त्वाँड धुतलं. पटक्याच्या शेवानं ते पुसत आत आलो.

उंबऱ्याभाईर बक्कळ लांब सोपा. एका कोपऱ्यात उखळ. रोजची ती माजी जेवणाची जागा. तितं बसल्यावं आतनं ताट यायचं. घरकामाला असल्याली किस्नाबाई– ती आणून ठेवायची ताट.

जेवायला अनमान नसायची आनि वाढायलाबी.

ताट फुड्यात आलं. उसावल्या शेंगांची झणझणीत उसळ, आसकं आसकं दोडकं चिरून मसाला भरून केल्यालं कोरड्यास, तळल्याल्या ढब्बू मिरच्या, मेथीची भाजी, आंबील. पा-सा भाकरी मुरगाळल्या. बचाकभर भात हांदलला नि ढेकर देत उठलो. तंवरका चेंबल्यातनं आच्छेर दूध आणून किस्नाबाईनं भाईर ठेवलंतं. मळ्याकडं जाता जाता जरा वाकडी वाट करून ते दूध पवार मास्तरांच्यात घाटलं म्हंजे काम झालं... खरं तर, असं दूध इकून पैसे मिळवायजोगी नाचारगत इनामदारास्नी याव न्हवती, चांगली वाडीदिडी हुती. गबरगंड कुळ हुतं. खरं आटालाबी ह्यो ऽ जंक्शन. मसरं–गाई, सारं दूध घरात पुरुटी पडनबी उरायचं. कोलापूरची दूध यवजना का काय म्हंत्यात त्येंची ट्रक रोज सकाळच्याला गावात यायची. घरखर्चाला ठिवून घिऊन उरल्यालं सारं दूध तितं घालायचं, मत्तोर राच्चं म्हामुरी दूध उरायचं. त्येची मग किरकोळ इक्री.

चेंबलं घिऊन भाईर चालाय लागलो. बैठकीच्या खोलीत मालक बसल्यालं. संगट आनि गावातली चार-पाच ठळक ठळक माणसं. रोजच्यागत गप्पा चालल्याल्या. साऱ्या गावची मापं. वाळ्ळी खॉट उसाभर झालं... मालकाचं हे असंच. वाळ्ळ्या रानी गप्पा हाणत बसायच्याच, ना शेंडा ना बुडका. तिन्हीत्रिकाळ ह्यो उद्योग. माणूस नशीबवान. काम न्हाई, धाम न्हाई, आसं आरामात जलम जायाला तसंच फळफळल्यालं नशीब घिऊन जलमाला यायला लागतंय्, न्हाईतर त्येच्या आयला आमचं नशीब...

गांडू बेन्याचं. जलमभर तंगत ऱ्हायाचं.

मास्तरचं घर आलं. दररोजीगत मी भाईरनंच हाळी घाटली,

"मास्तर!"

तसा आतल्या खोलीतनं मास्तरचा आवाज आला, "कोण जयसिंग काय? ये, आत ये की!"

"ऱ्हाई जातो, वस्तीवर चाल्लोय..." म्हणत मी आत गेलो.

"ये, बस की. पान तर खाशील की ऱ्हाई?"

आनि मास्तरनं चंची सोडली. मास्तरचं चंचीचं काम फायनाबाजा नटारंगीगत नटल्याली. नक्षीची शिलाई. बांधणीला गोडं, अडकित्त्याला घुंगरू. वा:! अशा चंचीतलं पान न खाऊन मनाचा हिरमोड करून कोण घील? वयनी भाईर आलीती, तिच्याकडं दुधाचं चेंबलं दिलं नि बसलो झालं.

अडकित्त्यानं सुपारी कात्रत मग मास्तर बोलला, "एक काम होतं तुझ्याकडं, करतो म्हणत असलास तर सांगतो!"

"सांग की. आनमान कशाला उगच, हातनं निभत असलं तर करतो की..."

"असं गुळमुळूचं बोलणं करू नकोस. तुझ्या हातून हे होण्यासारखं आहे म्हणून तर शब्द टाकला..."

"पर सांगशील तर...?"

"मला रैत हवा आहे."

"का – गावाकडं काय श्यात-भात हाय व्हय?"

"होय."

"मग रैत हुडकाय हिकडं कशाला त्यंगाडायचं? तुमच्या गावाकडं ढिगानं मिळतील रैत!"

"पण त्यात एक मख्खी हाय!"

"मख्खी हाय? म्हंजे हे काय तरी खेकट्याचं हाय म्हणनासा तर!"

"नाही. तसं काय नाही खरं..."

"तसं ऱ्हाई तर कसं मग? साजिलवार सांगा की सगळं– काय हाय ते!"

"त्यात वेगळं असं काय नाही, चौकडं घडतंर तसंच म्हणेनास. गावाकडं माझा पाच एकराचा डाग आहे. कुणालाही हाव सुटावी अशी काळी करंद जमीन. एक काजळाची वडी असावी तशी! ती जमीन आम्ही घरातच कसत होतो. माझा थोरला भाऊ होता, देखरेख करीत होता. चार सालामागं वारला तो. माझी तर ही अशी नोकरी, बरं ती सोडून शेती करावी, म्हटलं तर ती काय निभती आम्हाला! म्हणून रैत लावावा, कुठला परका कशाला म्हणून चुलत भावालाच रैत केला; पण त्याचे रैतकी सोडून बाकीचेच उद्योग..."

"थोरल्या भावाच्या बायकापोरांनी शेती करायची हुती, यवढी दुसऱ्याला लावायची काय जरूर पडलीती?"

"तसं असतं, तर मग कशाला जयशिंगा. थोरल्याची बायको दहा-बारा सालामागंच मेल्याली. टी.बी.नं. मग पोरंबाळं कुठली आल्यात? त्येनं ठेवून घेटल्याली सोनाबाई नावाची बाई मात्र आहे गावात. तेवढीच. बाकी काही नाही. आमच्या वडलार्जित घरातच ती राहते..."

"बरं तर! आता चुलत भावाला उस्कलून लावावं म्हंता?"

"उस्कलून लावायला कशाला पाहिजे? जमीन सोड म्हटल्यावर त्यानं सोडायलाच पाहिजे..." पाच पंच जमवून तशा ठरावानंच तर जमीन त्याच्या ताब्यात दिलीय!"

"इतकं सारं सांगिटला मास्तर, खरं मला हे कळलं न्हाई की, तुम्ही हिकडला रैत का हुडकाय लागलायसा, तुमच्या भागातला का न्हाई म्हंतो?"

"त्याचं असं आहे जयशिंग, आमच्या गावास्नं तीन-चार मैलांवर निपाणी नावाचं शहर आहे. तिथं तंबाखूचा मोठा व्यापार. काम भरपेट. त्यामुळं होतं काय तर, आजूबाजूच्या पंचक्रोशीत असलेल्या खेड्यांवरील माणसांचा सारा ओढा निपाणीकडं – पैसा मिळवायला. त्यामुळं जातिवंत शेतकरी, कष्ट्या शेतकरी मिळणं मुश्किल. मिळालाच तर त्याची घरचीच शेती भरपेट असती, तो रैत कशाला होईल? बाकीचे रैत आहेत, मिळतीलही; पण ते असे, की शेताकडं एकदा पेरायला जायचं, नि पुन्हा जायचं ते पीक कापणीलाच. बाकीचा त्यांचा सारा वेळ, दिवस असाच निपाणीत व्यर्थ फाफलत हिंडण्यात जात असतो. तसा विचारच केला, तर निपाणीचं शहरी जीवन त्यांच्या इतकं अंगवळणी पडलंय की, रोजी एक तरी चक्कर तिकडं टाकून आल्याशिवाय त्यांना करमतच नाही म्हणेनास... तिथलं हॉटेलातील चहापाणी, चांगलंचुंगलं, चमचमीत खाणं, सिनेमा... ह्याची सवयच जडलेली म्हणेनास त्यांना. अशामुळं आम्हाला काहीच फायदा नाही. त्या शेतीवर रैताचा उदरनिर्वाह होतो, त्याचं कसंही निभलं जातं; पण फाळा मागाय मालकानं जावं तर– यंदा पीक आलं नाही, पावसानं दगा दिला– ही कारणं ऐकायची पाळी!"

"सगळीकडं रैताची हीच बोंबबाराखडी असती मास्तर. पहिला असा, दुसराही तसाच मिळणार न्हाई कशावरून?"

"तरी पण माणसानं प्रयत्न करीत राहावं, होय का नाही? हे असंच राहिलं, चाललं तर सुधारणा कशी व्हायची... का आम्ही जमिनीची आशा सोडून गप्पच बसायचं म्हणतोस?"

"तसं कसं हुईल मास्तर, काय तरी धडपडायला पायजेच की!"

"हं बघ. म्हणून तर तुला सांगितलं... कानांवर घातलं – हे अशानं असं म्हणून... मग बघतोस ना?"

"बघतो की, त्यात आबजूक हाय हो!"

नि मग मास्तरला म्हणालो, "बरं, जाऊ आता?"

मी भाईर पडलो. मळ्याची वाट तुडवू लागलो... मनात इचाराचं भिरभिरं... त्या झपाट्यानं सपाट्यात पावलं पडाय लागली.

वाटलं, असा रैत कोण भेटणार? कुठं भेटणार? हितं सोताचं गाव सोडून परमुलखात, परगावात ऱ्हाणार कोण? बायका-पोरंवाल्यांचं ते काम न्हवं. त्येला सडा गडीच मिळाय पायजे. असा सडे-सोट गडी अवसायचा कसा? माज्या नद्रंसमोर तरी सारं पांढरं धोटच दिसत हुतं. हितं कुनाचंच चित्तार उठत न्हवतं.

मग मनात आलं, आपुनच सोता रैत झालो तर? काय हरकत हाय? खरंच काय हरकत हाय? न्हाईतर हितं इनामदाराच्यात पोटावारी राबायला लागतंयच न्हवं? रातध्याड तंगायचं, वंगायचं नि वर्साला खच्चून दोनशे रुपड्या मिळायच्या? तसा काय खाय-प्याय तोटा न्हवता, दुसऱ्या ठिकाणाला गड्याच्या मागं मालकाची किरकिर असती, तशीबी न्हवती. तरीबी हे असं किती दिस चालायचं? लोकाच्या ताबेदारीतलं हे जिणं सप्पायचं तरी कवा? आता एक उमत हाय तंवरका घसासा राबू– फुडंला हातपाय ठकल्यावर कसं? का आसंच इनामदाराच्याच इमानी कुत्र्यागत पडून ऱ्हायचं? आजला धा सालं गुजरली की!

मग माजं मलाच अजाप, अचाट वाटाय लागलं. सबागती का हुईना, मास्तरानं ह्यो चांगला भुंगा माज्या मागं लावला नि काय! आजवर आसं काय आडवंतिडवं, आंबट इचार डोस्क्यात आलं न्हवतं नि आजच...? आजच आसं काय हे?

अजाप! सगळंच अजाप!

आनि मग मनात आलं– ही इतक्या वर्साची नोकरी सोडायची तरी कशी? पा-सा वर्षांचा असतानाच आई-बाची उलथवारी झाल्याली, एक सासुरवाशीन काय सहन करील, असा आपुन सहन केल्याला जाच... वैनी. तिच्या मुठीतला दादा. कोण बघणार, कोण सांभाळून घेणार? तवा इनामदारांनी जवळ केल्यालं, ढोरं राकाय म्हणून. तवापास्नं ढोरातला एक ढोर हून ढोरागतच राबतोय... नि एकाच जागंला ढॉर रुळतं तसा रुळलोयबी... नि आता...?

आता हे सगळं सोडायचं...? कसं? काय म्हंतील इनामदार? काय समजतील लोक? खाल्ल्या आन्नाला जागला न्हाई म्हंतील? म्हंजे, खाल्ल्या आन्नाला जागायचं तर पुरी जिनगानी मालकाकडं घाणवट ठेवायची का काय?

मला काय सुचंना... सुद्रंना... कोंची वाट धरावी– ही, का ती... ती का ही...?

ती रात अशीच पालटली. दिवस उगावला. सरला. रात झाली. जेवाण उरकलं. नि दूध घिऊन जातानं परत मास्तराची भेट. म्याहून इचारलं,

"मास्तर, याक इचारायचं हुतं. इचारू?"

"विचार की, त्याला परवानगी काढाय कशाला हवी?"

"समजा, तितं एखादा सडागडी गावला, गावला का?"

"बरं गावला."

"मग त्यो तिथं गेला, गेला का?"

"बरं गेला, पुढं?"

"फुडला काय? त्येनं श्यात कसं काय करायचं? त्या मळ्याचा सारा आट्टाला कसा सांभाळायचा?"

"म्हंजेऽ, मी समजलो नाही तुझं बोलणं!"

"अहो, नुस्ता गडी गावून काय उपेग? त्येच्याजवळ गाडी-बैलाची, मोटनाड्याची जोडणी नको का?"

"ती सगळी जोडणी आहे, म्हणून तर मी असा माणूस शोधतोय..."

"म्हंजे? काय म्हणता काय? तुम्ही त्येला हे सारं इकत घिऊन देणार हाय काय?"

"तसं नव्हे; पण थोरला भाऊ वारल्यावर गाडी, बैल, मोटबीट सारं चुलत भावाच्याच स्वाधीन केलं होतं. तेव्हा आता मळा सोडायचा झाल्यावर हे सारं देखील तिथंच सोडून त्याला जावं लागणार. तेव्हा त्या सर्व जोडणीसह त्या नवीन रैताला मळा ताब्यात मिळेल! बरं, आता एक सांग – असा कुणी आढळात आहे तुझ्या?"

"न्हाई. तसा कुणी आढळात न्हाई खरं..."

"मग मला मघापास्नं उगचच्या उगच फटवाय लागलाईस म्हण की!"

"न्हाय बा, शपथ हो! तसं करून मला काय फायदा व्हायचा?" आनि म्हणालो, "रैत म्हणून मी तितं गेलो तर?"

"काय, तू?" मास्तरला अजाप वाटलं, "की चेष्टा तर करीत नाहीस?"

"न्हाय बा– आईच्यान! सुटली म्हणा!"

"सुटली. वास्तविक, मी प्रथम तुलाच विचारणार होतो; पण तू पडलास इनामदारांचा जुना नोकर, तेव्हा ही इतकी जुनी नोकरी तू सोडणार नाहीस, त्यामुळं उगच शब्द टाकून तोंडफोड करून कशाला घ्या, असा विचार करून गप्प होतो यासंबंधाने."

"ते झालं ते बरोबरच हाय म्हणा. पर एक हाय मास्तर..."

"काय...? काय म्हंतोस आणि?"

"मालकाकडं तुम्ही शब्द टाकाय पाहिजे." मग म्हणालो, "मी हून इचारलं असतं खरं..."

"हे मतोर अवघड काम अंगावर टाकलंस गड्या!" आनि मास्तर बोलला,

"बरं, त्यांनी नकार दिला तर?"

“तर मग बघू फुडचं फुडं! काय तरी रस्ता काढूच की त्यातनंबी... सगळं दिवस काय असंच ऱ्हात्यात? आपलाबी एक दिस ईलच की!”

नि मग हे बोलणं तितंच कात्रून पडलं हुतं... फुडलं काय, कसं? मग तसंच अंत्राळी लटकल्यालं.

दोन

इनामदारांच्या नोकरीतून सुटका करून घेतली. मान्साचं एक असतंय एक एक अंगवळणी पडतंय. मग ते त्येला लौकर सुटता सुटत न्हाई. ह्या नोकरीचं हे असंच झालं. मला चाकरीतनं मोकळं करा म्हणून मीहून सांगणं म्हंजे खाल्ल्याघरचं वासं मोजल्यागत तर न्हवं...?

मालक एक देवमाणूस. जरा बायांच्या बाबतीत घसरलेला हाय, पर बायका म्हटल्यावर परत्येक्ष देवबी घसरल्यालं तिथं मालक म्हंजे तर बोलूनचालून माणूस. आनि मला एक वाटतंय. ज्यो राजागत ऱ्हातोय त्येनं राजागतच वागावं. त्येनं भिकणीशी बेन्यागत वागलं, तर त्ये त्याला सोबून दिसणार न्हाई. अशा ह्या माणसानं कधी कुणाला सर म्हटलं न्हाई की कुणाकडनं सर म्हणून घेटलं न्हाई.

कधी कुणी का मागाय गेला, की त्यो सोगा पाडून ऱ्हायला न्हाई, असा मालक... आनि भरल्या घरात लक्षीमी वावरल्यागत असणारी वैनीसाब.

अशा ह्या माणसांस्नी सोडायचं...? छे: छे:, अशा वख्ताला काळजाचा दगोड कराय पायजे!

ईळभर नि रातसरी हेच मनात... ह्या इचाराच्या भिरंबिटीनं डोस्कं पिकून गेलं.

पर एक दिस हेही सरलं, संपलं. मी नोकरी सोडणार, हे ऐकून न्हाई म्हटलं तरी, मालकाच्या काळजाला जरासा खोंबारा लागलाच. तरी त्येनं माझ्या मनापरमानं वागाय मोकळीक दिली.

मग मी माजा गाशा गुंडाळला. मास्तराच्या दारात हजर झालो. रामाधर्माच्या पाऱ्यात मी असा आल्याला बघून मास्तर अंत्राळी चाट पडतोय का काय असं मला वाटलंतं, पर तसं काय झालं न्हाई. तर त्यो म्हणाला,

''आलास. ये, आत ये.''

आत गेलो. भुईला टेकत म्हणालो,

''माजं सारं आवारलंय. आता कवा निघायचं?''

''निघू या की दोपारच्या गाडीनं. जेवून-खाऊनच, कसं म्हंतोस?''

''ते तर झालं खरं. तिकडं गावाकडं कळिवलंय-बिळिवलंय न्हवं? न्हाईतर

व्हायचं काय, तर ऐन वेळी दत्त म्हणून गेलाव तर न्हाई तो गुत्ताप्पा व्हायचा...''

''गुत्ताप्पा आनि कसला हुतोय. मलाबी काळजी हाय की सगळी. मी समक्ष जाऊन भेटलोय. हे अशानं असं म्हणून सांगितलंय. तुझं काय वांदं असलं तर सांग म्हटलंय. मला मळा खाली करून पायजे, असं स्पष्ट बजावलंय!''

''मग त्येची काही आडकाठी...?''

''नाही. मळा खाली करतो म्हणाला तो. असा सुखासुखी तो सोडील असं वाटलं नव्हतं; पण सोडाय तयार झाला. सांगतोय कुणाला? चार लोकांच्या सांगीवरच तर त्येनं मळा केलाता. त्यात काय ढिल्ला कारभार नव्हता. खरं व्हायचं काय तर तो 'सोडतो सोडतो' म्हणून तंगवाय लागायचा वाळ्ळं आम्हाला नि ह्यामध्ये तुझी नोकरी मात्र दाण्याला जायची! म्हणून तिकडलं हे सगळं फिक्स करून आल्यावरच तुझ्या मालकाजवळ तुझ्यासंबंधानं बोलणं केलं होतं...''

''झालं हे बरंच झालं म्हणंनासा!''

''होय तर,'' आनि मास्तर बोलला, ''बरं, आता कामाचं बोलू या– मळा ताब्यात दिला; पण पुढचं कसं काय?''

''म्हंजे काय मास्तर?''

''म्हणजे कष्टाचं, राबणुकीचं, रोजगाराचं, खताबितांचं...?''

''म्हंजे खर्चाचं म्हंता व्हय? माझ्याकडं का पैसा का अडका? त्यो सारा खर्चा तुम्हावरच पडणार म्हणंनासा!''

''मग वाटणीचं कसं कसं धरूया म्हंतोस?''

''चौथाई धरा की, तसा रिवाजच हाय सगळीकडं!''

''बरं, तर तुझ्या मनागत हूं दे!''

नि मग बोलणं हितंच कात्रून पडलं...

दोपारची जेवणं झाली. एकाला गाडी हुती. त्यातनंच दोघं निगालाव... चैतारचं म्हैना. ऊन मी म्हणत्यालं. मोटारट्यांडावर ही ऽ गर्दी. गाडी लागली तशी भसाऽसा सारी आत घुसली. पोत्यात दाणं भरल्यागतीनं गच्चोगच्च भरली. मान्सांचा खालचा खाल, वरचा वर दम झाला. सारी घुसमाटून गेली. गाडी हालली नि रस्त्यावरनं पळाय लागली, तशी जराशी हुशारी आली. वाऱ्याच्या ऊनजाळ झळा खिडकीतनं आत याय लागल्या. ठार वारं नसल्यापरीस हे बरं हुतं. इत्कंच... पयल्या मुसंडीत मी आत घुसल्याला. खिडकीजवळच्या दोन जागा धरून ठेवल्याल्या... लिप्पाणीच्या दिसनं गाडी पळत हुती... रस्त्याबरोबर उजव्या आंगाचा घोडंकरचा डोंगर सोबत करत हुता, भाताची भुंडी खाचरं. तसलीच जुंधळ्याची रानं, करपल्यालं माळ... समदं मागं पडत हुतं... एका निराळ्या दुनियेकडं ही गाडी मला घिऊन चालली हुती... आजवर जिथं ऱ्हायलो, वावरलो, राबलो ती दुनिया मागं पडली हुती.

घटकेघटकेनं हे अंतर वाढतच हुतं...

...अखेर लिप्पाणी आली. भलं जंगी मोटारस्चांड, नि त्येला पुरून उरणारी गर्दी... हितं गाडी बदलायची. कोलापूरकडं जाणारी गाडी पकडायची... गाडी यायला अजून टैम हुता, म्हणून मास्तर बोलला, "चल, कॅन्टीनमध्ये जाऊन चहा घेऊ."

"मी च्या पीत न्हाई, मास्तर."

"मग दूध घे. चल." असा मास्तर बोलला नि मग मीबी गुमान त्येच्या मागोमाग गेलो.

त्या हाटीलातबी हीऽ गर्दी, मान्सांचं हे इतकं बला पेव कुठनं फुटलंतं कुणाला दक्कल! समदी बकाबका कायबाय हांदलत हुती, आम्हीबी आंबुळी-भाजीवर हात हाणला. मास्तरनं च्या नि मी दूध प्यालो. येतानं गल्ल्यावर मास्तरनं रुपयाची नोट टाकली. तितं बसल्याल्या बापयानं फकस्त ईस पैसे त्यातलं परत दिलं. मी अजाप. च्याटच. ऱ्हावलं न्हाई म्हणून भाईर आल्यावर म्हणालोच,

"मास्तर ही ऽ इत्की चोरांची धन करण्यापरास एक डझन केळं घेऊन खाल्ला असताव, तर आत्माराव तरी गार झाला असता का न्हाई. आंबुळीची एक सुरळी नि च्याचा अर्धा कप दिकून न्हवता नि हे इत्कं पैसं!"

"चालायचं. हे शहर गाव, इथं पैसा बोलत असतो, चालतही असतो. माणूस नाही!"

म्हंजे, श्यार गावात मान्साला किंमत नसती तर! खरं-खोटं कुनाल दक्कल, पर म्हागाई, म्हागाई म्हंत्यात ती श्यार गावात आल्यावरच लै जाणवाय लागती तेच खरं!

एक पावसाची वाट बघावी, तशी वाट बघितली. कट्टाळा आला. कावकिच्च इवून गेला नि मग गाडी आली... दाटीवाटीत जागाबी मिळाली, नि हां हां म्हणुस्तवरका ते तीन-चार मैलांचं अंतर तुटून गावचा तिट्ठा आला.

गाडी थांबली. दोघं खाली उतरलाव. आम्हास्नी सोडून गाडी सुरू झाली नि पळाय लागली. त्या आंगाला बघिटलं, तर घसारत हुती, ती घसारत संपल्याल्या जागंला पूल, खालतं नदी, आजूबाजूला काळंकरंद शिवार. नदीकाठच्या मळी मतोर हिरव्याचार दिसत हुत्या...

आता दिस बराच कलला हुता. उनाचा ताव कमी हून शिळोप पडाय लागला हुता. उनउनीत वाऱ्याच्या झळी आत कितीतरी सोमळ झाल्या हुत्या. वाईच थंडावा आणीत हुत्या...

नदीकाठचं गाव. लोक खाऊन-पिऊन सुकी. म्हणून आळशीबी. नदीकाठच्या बहुतेक गावातनी हे असंच. हितंबी...?

तिठ्ठ्यापास्नं गावची शीव दीड एक मैल... जायला गाडी वाट कच्ची, चाकोऱ्याची. उच्चा-सखलाटाची... त्या वाटंवरनं आम्ही चालाय लागलो... चालताना काय तरी का आसंना, बोलनं काढावं, म्हंजे वाट वसरती. म्हणून मास्तरला इचारलं,

"मास्तर, ही कुटली नदी हो?"

"हिला चिकुत्रा म्हंत्यात. इथं ही जवळ दिसते; पण आमच्या गावच्या शिवंपासून आता आम्ही चाल्लोत, एवढंच अंतर तुडवाय पायजे, तेव्हा कुठे हिचं दर्शन होतं."

आनि आसंच बोलत आम्ही चालाय लागलो. मास्तर बोलत हुता. मी फकस्त ऐकत हुतो – हे अमक्याचं शेत, त्यो तमक्याचा मळा, त्यो फलाण्याचा डाग, आनि आसंच... माळरानातनं गेल्याली वाट, कवा काळवाटातनं घुसत हुती, कवा पांदीत शिरत हुती, कवट वड्यात उतरत हुती.

गावची शीव जवळ आल्यावर मास्तर बोलला,

"आता गावात कशाला जायाचं? वाळ्ळी पंचाईत करणारे लोक गावात, तेव्हा येथूनच थोडा मुरा मारून परस्पर मळ्याकडंच जाऊया, कसं?"

"बरं, तुम्ही म्हंता तसं हुंदे..."

गावाच्या शिवंजवळनं एक वडा गेलाता, त्यो तसाच खाल अंगाला जाऊन नदीला मिळाल्याला. इतक्या जवळ नदी आसूनबी वड्यात पाण्याचा सारा ठणठणपाळा हुता. म्हंजे नदीचीबी हालत तशीच झाली असणार. वड्याच्या वरच्या दरडावरनं, रिकाम्या राना-शिवारातनं एक पाऊलवाट मोकळ्या आंगानं मनमुराद घुसत फिरत गेल्याली. त्या वाटंवरनं आम्ही चालाय लागलो. चालता चालता समोर लांब उगवत्या आंगाला ब्वॉट दावत मास्तर म्हणाला,

"ते बघ तिकडं हिरवं गजबार दिसतंय ना, तोच आमचा मळा."

"कोंचा म्हंतासा?"

"तो रे तो– तो, नारळीचं झाड आभाळात उंच घुसलंय तो."

"हां हां, त्यो व्हय!"

एवढ्यात एक गावकरी भेटला. हाताचा पंजा डोळ्यांवर धरून मावळतीकडं कलल्याल्या उन्हाची तिरीप वारीत त्येनं आम्हाकडं नदर टाकली नि इचारलं,

"कोण, मास्तर काय गा?"

"होय."

"संगट कोण हे पावनं जनू?"

"न्हवं, आमचा नवा रैत आहे हा."

"म्हंजे रंग्याला राजीनामा जनू?"

"होय."

"का बरं, गुदस्ता हाती धत्तुरा दिला की काय?"

"तसं काही म्हणायचं कशाला कुणाला, व्हय जानुदा? आपण आपल्या तयारीत ऱ्हायल्यालं बरं... कसं?"

"व्हय बा. तेबी खरंच हाय." आनी जानुदा आपुनच मग म्हणाला, "बरं, निघा आता – उशेर हुतोय."

"व्हय, बोल बोल म्हटल्यागत दिवसबी कलला नि काय!" मी म्हणालो.

नि आम्ही तितनं पाय उचलला. सटक्यानं चालाय लागलो. काळवाट पार केलं नि पुन्यांदा दुसऱ्या एका पांदीत घुसलो. ही पांद गावातनं निघून नदीकडं गेली हुती. पांदीला दोनी बाजूंना घाणीरडं, फडं नि चिक्काचं कुप्पान. ह्यात कुटं कुटं देवफडंबी उठून दिसत हुतं. वावरं उलगल्याली हुती तर कुप्पाला बेळं शाबूत हुतं. ते उचलनूच आम्ही पांदीत शिरलो हुतो. नदीकडं त्वांड करून तसंच वावभर खालल्या आंगाला चालल्यावर मळ्यात शिरायची वाट लागली. एकाच टैमाला चांगल्या दोन गाड्या निर्मळवानी मोकळ्या आंगानं वर जातील अशी कुप्पाला फाट सोडल्याली... नि त्या फाटतनं वर इत्की चढी दरड हुती, की त्यावरनं मळ्यात जातानं खुद्द वाटबी दमगीर झाली आसंल... दोन्हीकडल्या शिवारापक्षी पांद अशी सखलात हुती, म्हणून शिवारातल्या सारणीवगळींचं पानी पावसुळ्यात ह्या पांदीत शिरूनच नदी गाठत असाय पायिजे. म्हंजे पांदीत घोटाघोटाभर चिकोल नि त्यो तुडवतच गावात नि गावातनं मळ्यात याय्-जायची पाळी पावसुळ्यात...

मळ्याची दरड चढून दोघं मळ्यात गेलो. फुडंच उसाच्या घाण्याचं चुलवान, त्येच्या पल्याड हिरीची धाव, खालच्या आंगाला, आंब्याचं गजबार झाड नि त्येच्या सोबतीला नारळीचंबी. नारळीला डावं घालून पा-सा पावलं उगावतीकडं गेलं, की घर. चांगलं चार-पाच आखण, मातीच्या इटानं पक्कं बांधिवल्यालं, हिरीकडं त्वांड करून असल्यालं. आनि काळवाटात खणल्याली ती हीरबी अशी देखणी हुती की, बघणाऱ्याचं हारकून पानी व्हावं... चारी बाजूनं बांदीवल्याली, चुंनगती. राक्षसाकडल्या आंगानं आत उतराय पाऱ्या, त्यात पाण्यात भिजून आत सुळकी मारत हुत्या. तितं साजरीशी कमान... एखांदं सपान पडावं, तसं सगळं कसं देखणं! साजिवंत! नि ह्या सगळ्याला सोबंल अशीच जमीन-काळीकरंद, काजळाच्या वडीगत... असा मळा असल्याला मालक नि त्यात कष्ट करणारा रैत दोगंबी जल्माला आल्यावर कोल्याचं त्वांड बघिटली असतील, त्याशिवाय नशीब कुठलं फळफळायला असं! त्यो कोण रंगराव का कोण त्यो मतोर दळींदर म्हणायचा! असला सोन्यागत मळा, त्यो कसलं काय... आयलाऽ, भिकनिशी कुठला!

मी तर भुलूनच गेलो मळा बघून...

घराजवळ गेल्यावर मास्तरनं हाळी घाटली, "रंगराव! येऽऽ रंगराव!"

आनि आतनं रंगराव भाईर आला. चाळिशीची उमर. मध्यम चण. उंची डोळ्यांत भरण्यासारखी, राघूच्या टोचीगत नाक, गाल खप्पड. व्हटावर भरघोस मिश्यांचा खराटा नसता, तर तो खेडम्यातच जमा व्हायचा. खाली धोतर, वर न्हेरु शर्ट. शेतकऱ्याला सोबा देणार न्हाई असा ह्यो पेराव. इतकी सालं ह्यो मळा कशा कष्ट्यापनानं करीत आसंल, मला कोडं पडलं. आम्हास्नी बघून रंगराव म्हणाला, "या मास्तर, कवा निघालाता?"

"दोपारीच निघालो होतो – जेवूनच."

"आत या की..."

त्यो म्हणाला नि आम्हीही त्येच्या मागूमाग आत गेलो. त्येनं घोंगडं हांतरलं. आम्ही त्यावर बसलो, मंग त्येनं चंची काढून सुपारी कात्रत सांगिटलं,

"मास्तर, मळा खाली केलाय. तुम्ही व्हाव तवा ताबा घ्या, आमची ना न्हाई", आनि माझ्याकडं मुरा वळवून त्यो म्हणाला, "का पावनं, गोष्ट खरी? इनारथी भाऊबंधात वाकडापणा का? जमीन, मळा, धन-दौलत आज हाय, उद्या न्हाई, खरं रक्ताचं नातं जलमसारी टिकणार, गोष्ट खरी?"

मानभावीपणाचं त्येचं हे बोलणं, न समजाय का बोळ्यानं दूध पीत न्हवतो, म्हणून म्हटलं,

"व्हय. खरं हाय....."

यावर त्यो आपल्याच मांडीवर हात मारून म्हणाला,

"ह्ये बघा..... मान्सानं कसं आत-भाईर, सळनळ सारखं असावं, गोष्ट खरी?"

ह्याची ही 'गोष्ट खरी' कवा संपायची कुनाला दक्कल! पोटात एक, व्हटात एक– असं त्येचं बोलनं, आनि गोष्टी सळनळ सारख्याच्या करीत हुता... अशी आपली नि घडीघडी आपलेपना दावून पोटात शिरणारी मान्संच येळ आली, की गळा ह्या कानास्नं त्या कानापतोर कवा कापून टाकतील ह्येचा पत्त्या दिकून लागायचा न्हाई! तवा मनी इचार केला. ह्येच्या कचाट्यातनं सुटायला आता भाईरच पडावं झालं. म्हणून म्हणालो,

"जरा येतो फिरून भाईरनं..." आनि उठलो.

भाईर पडलो नि शिवारातनं फिराय लागलो. एखांदी धाड पडावी तशी साऱ्या शिवारावर रया पसरलेली... ऊस कापल्याला, खरं त्येचा कवळाभर पालासुदून कुटं शिल्लक ठेवाय न्हवता. खपली उगावल्याली, कापाय आल्याली, तीबी तशीच अर्धीमुर्धी शेंडलून नेल्याली... कांद्याच्या पातीस्नी उपडून बाजार दाखिवल्याला. रताळाचं दिकून तसंच केल्यालं. वावराच्या कडंवडंचं बांध तर दोन-दोन, तीन-तीन वाव आत वाढल्यालं... अशी सारी कळा... आता मळा सोडाय लागतोय, म्हणून बैलजोडीबी परत द्यावी लागणार, तवा त्या मुक्या जनावरासातनी लंगडं-लुळं

केल्यालं नसलं मंजे झालं!

वयल्या अंगाच्या बांधावरनं मी परत याय लागलो. हातात हात घालून पोरी हुबारल्यावानी तीनचार बाभळी बांधावर हुत्या. त्येंच्या ढाप्या एकमेकींत गुतल्या हुत्या, म्हणून हातात हात घातल्यावानी वाटत हुतं. खरं, रंगरावानं त्या बाभळी दिकून बेनून त्येंची शिरी घराकडं न्हेली हुती... मळा सोडण्याच्या आधी आसं जेवढं पळीवता यील तेवढं त्येनं घरला पळवून न्हेलं हुतं...

एवढ्यात आतनं मास्तर भाईर आला. त्येनं हाळी घाटली,

"जैसिंगा, ये जैसिंगाऽ चल आता..."

नि मी जवळ गेलो तसा त्यो म्हणाला,

"चल, जाऊया गावात. सोनाबाईच्या घराकडं. रातच्याला वस्तीला ऱ्हावूया तितं. सकाळ उठून मळ्यात ये. उद्यापास्नं तुझा ताबा."

आनि असं बोलत आम्ही पांदीत उतरलो, गावाकडं चालाय लागलो, तसा मी म्हणालो,

"आनि काय म्हणत हुता रंगराव?"

"काय म्हणतोय– उद्या आम्ही ताबा घेणार म्हणून सांगितलं."

"आनि..."

"आनि काय?"

"हत्यारफित्यारांचं काय बोलला का न्हाई– नांगोर, कोळपं, म्वाट, शिवाळ, दोर, कासरं? न्हायतर शिवाराची झालीया तशी ह्येंचीबी दशा व्हायची, काय म्हंतो?"

"त्येबी खोटं नाही; पण आता काय होईल ते होईल, मी ह्याबद्दल बोललो नाही खरा! काय न्हेतोय ते त्याचं, राहिल्यालं आपलं...!"

"मास्तर, तुम्ही अगदी साधूमहाराज दिसता की... जगात इत्कंबी चांगलं वागून चालत न्हाई!"

"चालायचंच, घे. आता इत्कं पीक खापलून नेलं. त्याचं काय विचारलं नाही आनि आता ह्या चिल्लर गोष्टीबद्दल कशाला तंडायचं? जाऊ दे – काय जाईल ते!"

"दर खेपंला अशी पड खाऊन कसं निभायचं मास्तर? कुणी एक ठोसा मारला तर दोन मारायची आपली तयारी पायजे. असा बोटचेपेपना काय कामाचा?"

"ते खरं; पण असं प्रत्येक वेळी वागूनही चालत नाही, वारा पाहून पाठ नि वेळ पाहून टोपी फिरवावी लागते..."

नि असं बोलत असतानाच गावाची शीव आली. इसीत दोन वडाची झाडं अशी जंक्शन हुती की, लांबनं नदर टाकणाऱ्याला सात-आठ झाडं हैत काय, असं वाटावं. त्येंच्या कित्ती ऽ बला पारंब्या जामिनीत घुसल्या हुत्या. खाल्ती एक देऊळ

सावलीत एक माणूसच बसल्यावानी. चुन्यानं पांढरंधोट केल्यालं. गिड्डं. समोर ऐसपैस बांधल्याला कट्टा. ह्या आड येळंला दोन-तीन रिकामटेकडी म्हातार्डी तिथं बसल्याली.

पाया पडून गावात जावावं, म्हणून मास्तरबरोबर मीबी देवळाकडं गेलो नि मग अशा येळेला हुणारं बोलणं –

"'मास्तर, कवा आलासा?" त्या म्हाताड्र्यातला एकजण.

"मघाशी आलो बाळुदा."

"मळ्याकडं गेलता जनु?" दुसरा म्हातार्डा.

"व्हय."

"संगट कोण, पाव्हणं काय हे?"

"पाव्हणा न्हवं, रैत आहे माझा!"

"म्हंजे, रंगाकडनं मळा काढून घेतला म्हनंनासा..."

"होय. तसंच समजेनास."

"अवं, समजायचं काय त्यात आनि, त्याबिगर ह्यो नवा रैत यील काय, काय गा वास्कर?"

"व्हय तर!" नि मग वास्कर म्हणाला, "त्यो रंग्याबी कष्ट्याबोड्याचा तसलाच हुता घ्या! तिच्या आयलाऽ सोन्यासारखा मळा नि त्येची काय आवस्था करून टाकली रांडच्यानं."

"मळ्यात पीक पिकायच्या वाटणीचं दारू पिकाय लागल्यावर हे आसंच व्हायचं, दुसरं काय!" नि मग बोलणारा बोलला, "केलं हे झ्याक काम झालं बघा, अगदी शंभर लंबरी म्हननासा!"

यावर समाधान झाल्यावानी मास्तर हासला नि गाभाऱ्यात शिरला. पाठोपाठ मीबी. देऊळ म्हादेवाचं... आत सुबकशी पिंडी. वरच्या भांड्यातनं पिंडीवर धार पडल्याली. बाजूच्या दिवटीत पणती पेटल्याली. पिंडीवर बेलपत्तारीची पानं, झालं तर फुलं नि गाभाऱ्यातला त्यो एक ठरावीक वास. ज्येला नाव न्हाई, गाव न्हाई, तरीबी ज्यो येतोच, मनातलं वाईट वंगाळ घालवून काय तरी चांगलं चांगलं पाक आसं निर्माण करतोय.

पाया पडताना मी मनात मागून घेटलं, देवा, परमिसुरा – पोटाच्या पाटी लागून कुण्यातरी गावचं, कुठलं तरी हे पाखरू तुज्या राज्यात आलंय. तुज्या ह्या गावात हे ऱ्हाणार हाय, शिवारात राबणार हाय. तवा त्येच्यावर तुझी नजर आसू दे...

देवळातनं भाईर पडलो. समोरच रस्ता. गावात गेल्याला. त्यो धरला. चालाय लागलो.

आता किनिट पडल्याला. ह्या वख्ताला खेडेगावात असती तसलीच वर्दळ

रस्त्यावर– माणसांची. ढोरांची. एखादी बैलगाडीबी रस्त्याच्या वर यिऊन गुंडगुल्या झाल्याल्या दगडावर धाव वाजवत जात्याली... मास्तरच्या वळकीची मान्सं भेटल्याली. मग पैलंवानीच चौकशी... नि तिला तसलनीच उत्तरं... असं करत दीड-दोन कासरं चालून गेलाव... मग एका गल्लीत शिरून पार शेवट गाठला, तवा कुटं मास्तर थांबला नि एका घराफुडं उभा ऱ्हावून हाक घाटली त्येनं,

"सोना वैनी, अहो सोना वैनी!"

म्हंजे, हे सोनाबाईचं घर तर...

"कोण, मास्तर काय–" म्हणत चाळीस एक उमतीची बाई भाईर आली. लै हाडासल्याली न्हवं. लै सुटल्यालीबी न्हवं– असा बांधा. गव्हाण रंग, पांढरं कप्पाळ, गोंदावल्यालं, तसंच हातबी... शेवाळी वाणाचं लुगडं हुतं तिच्या अंगावर. उजव्या हातानं पदोर जरासा फुडं वडून त्योच हात चौकटीला टेकवत मग ती म्हणाली,

"या की. आत या." नि मग आत आपूनच जाऊन पाण्याचं दोन तांबे भरून तिनं आणलं.

एव्हाना आम्ही आत जाऊन पायतानं-बियतानं काढली. मी डुईचा पटका, नि मास्तरनं कोट... नि आत जेवान् घराकडे जायाच्या उंबऱ्यावर ठेवल्यालं तांबे घिऊन दाराभाईर आलो. चूळ भरली. आत गेलो तर बाईनं घोंगडं हातारल्यालं... त्यावर बसलो. तसं बाईनं तांबे न्हिवून आत ठेवलं. मग आतल्या दाराच्या चौकटीला आली, नि त्याच आडोश्यानं बसत तिनं चौकशी केली,

"लै सांज करून येणं केलंसा?"

"आलो होतो, परवा सांगितलं होतं त्या कामासाठीच. मळा ताब्यात घ्यायला..."

"रंग्या भेटला?"

"भेटला. आलोया उश्शेर. मळ्याकडंच होतो..."

"मग रंग्या काय म्हटला?"

"म्हनायचा काय, मळा सोडतो म्हंतोय की."

"आता सोडतो म्हणंल की भाड्या. हांट पाजला त्येलाऽ, मळ्याची सारी उलगवारी करून टाकलीया भाड्यानं!" आनि ती आणिक शिव्या घालीत म्हणाली, "जमलं असतं तर हिरीचं पानी दिकून न्हिवून घरात साठा केला असता सुडक्यानं!"

"ते ऱ्हावू दे घ्या," आनि मास्तर बोलला. "आज आम्ही दोघं वस्तीला ऱ्हाणार, तेव्हा जेवणाचा काय बेत?"

"अंड्याचं कोरड्यास करतो की." बाई म्हणाली, "का कोंबडी कापायची?"

"दोघंजण तर आहोत, तेव्हा कोंबडी कशाला, वाळ्ळी ख्वॉट उसाभर नसती!" आनि मास्तर बोलला, "बरं, ते ऱ्हावू दे– उद्यापास्नं तुमचीही ऱ्हावटी मळ्यात..."

"तिकडं कशाला आनि? मी बेस हाय की हिकडं, मळ्यात आनि काय काम!"

“तसं न्हवं, जयसिंग – तुम्ही ऱ्हावा मळ्यातल्या घरात... तुम्ही तिथं असला म्हंजे ह्येची जेवणाफिवणाची आबदा हुणार नाही म्हणून म्हंतो मी.”

“तेबी खोटं न्हाई, खरं माजं तंबाखूचं काम... मी रोज हितनं लिप्पाणीला तंबाखूच्या खळ्यात कामाला जायची... मला हितंच ऱ्हावून कसं भागंल? काल तंबाखूची चाकी झाली, म्हणून आज सुट्टी– नवी चाकी उद्या-परवा वततील, मग परत कामावर जायाचं. आज काम न्हाई म्हणून भेट तरी झाली तुमची. न्हाईतर कुटली आलीया व्हायला? गेल्या डाव घर बंद बघून तसंच परतून गेला न्हाई काय...”

“खरं मी म्हंतो – तुम्हास्नी आता काम करायला कशाला पाहिजे? मळा तर आता आपल्या स्वत:च्या ताब्यात आला. तेव्हा तिकडं खळ्यात राबायचं, तेच आता हिकडं मळ्यात राबायचं...”

“ते काय खरं न्हवं! ‘त्येनी’ हुतं तवाची गोष्ट न्यारी, आताची न्यारी.” आनि मास्तरच्या मेल्याल्या भावाचा असा आठव करून मग ती म्हणाली, “आपलं हातपाय हलत्यात तवरका आपुन राबून खायाचं, उगच दुसऱ्याच्या अन्नाला कशाला पडायचं?”

“आमच्यासारख्यांना दुसरं, परकं समजता होय तुम्ही?”

“तसं न्हवं, तरीबी मला हे पटत न्हाई...”

“मग हे आडंमढेंगं कसलं आलंय? तुमच्या रैताला जेवानपानी करून द्याचं माझ्याकडं लागलं की...”

“आता तुमच्या विचारांप्रमाणंच होऊ दे – तुमच्या पोटाचा भाकरी-तुकडा तुम्ही राबून मिळवायचा नि तुम्ही करून दिल्यालं जेवान आम्ही मात्र ऐतगब्बूगत खायाचं – हे आम्हास्नी तरी कसं पटावं?”

“न पटाय काय झालं? मी काय बारा म्हैने, तेरा काळ कामावरच ढासळतो? फकस्त उन्हाळ्याचं तेवढं तीन-चार म्हैने काम असतंय. बाकीची दिवस हायच की ऱ्हायची हितंच!”

“बघा बा. तुम्ही वडीलधारी मान्सं, तुम्हास्नी कसं उमजंल– पटंल तसं करा, ह्याबद्दल आमच्या मनी काय हाय ते कानांवर घाटलं तुमच्या.”

आतापतोर तोंड मिटून मी नुस्तंच ऐकत हुतो. खरं आता तोंड उघडलं.

“आता मी म्हंतो – उगच वाडाचार का? आक्का, तुम्ही वस्तीला मळ्याकडं चला. ऱ्हावटी तितल्याच घरात ऱ्हावू दे तुमची, मला कोरतुकडा करून घालत चला. व्हाव तर मळ्यात काम करा, व्हाव तर तंबाखूच्या कामाला जावा– मनी गमल तसं करा, आनि काय सांगायचं?”

यावर बाईनंबी जास्त ताणून धरलं न्हाई. म्हणाली, “बरं, तसं हुंदे – खरं मी

कामाला मतोर जाणार. त्या बाबतीत मतोर कुणाचं ऐकणार न्हाई!''

''जावा म्हनं की... त्यात आनि आम्ही कशाला आडामोडा घालाव?''

आनि मग बाई उठली. ''जेवनाच्या उसाभरीला लागतो,'' म्हणाली नि आत गेली.

बैठक तितच संपली.

दुसरा दिवस. डोळ्याला डोळा दिसायवख्ती जाग आली... कुठं तरी कुणाचा तरी कोंबडा बांग देत हुता... जवळच्या कुठल्यातरी झाडावर कावळं नि चिमण्या कालवा उसळत हुत्या. येरवाळी शिवारात जाणारी कुणाची तरी बैलगाडी कडाण्यांचा नि धावांचा आवाज करीत मधीच जात हुती. पाणवट्यानं पाणी आणणाऱ्या बापयगड्यांच्या खांद्यावरच्या कावडीची कुरकुर हितं ऐकू येत हुती. कुणी घरधनीन आपल्या दाराफुडं खराटा मारत हुती. त्योबी आवाज ह्यात मिसळत हुता... ह्या गावातली पयली प्हाट. पयला दिवस. सगळं कसं नवं नवं वाटतंय. उठलो. हातरुणावर उठून बसलो. मास्तर माज्या आदीच कवा उठून बसला हुता. मिश्री लावत हुता. मी उठल्यालं बघून त्येनं मलाबी मिश्री आणून दिली. मग त्योच म्हणाला,

''झटाटा तुझं सगळं आवरून घे बघू... मळ्यात जावून गाडी जुंपून आणाय पाहिजे इकडं. इथलं वहिनीचं सगळं सामानसुमान त्या गाडीतनं हालवायचं हाय मळ्यातल्या घरात.''

''त्येंच्या कानावर घाटलायासा न्हवं हे?''

''घातलंय तर गा. मी माझ्या आंगुपती कशाला करू कारभार?''

आनि मग सगळं आवरून दोघं मळ्याकडं जायला निघालाव. वावभर चालून गेल्यावर मास्तर म्हणाला,

''जाता जाता रंग्याच्या घराकडं जाऊन चौकशी करून जाऊया. त्यो आनि नसला गेला मळ्यात आजून तर आम्ही जाऊन काय उपयोग आधी – कसं?''

''बरं, तसं करूया.''

मग तसंच फुडं दोन-तीन कासरं चालून गेल्यावर एक बारकासा चौक लागला. चौकातनं तीन गल्ल्या फुटल्याल्या. समोर देऊळ. त्योचा उंचच उंच कळस. समोर दोन दीपमाळा. त्यातली एक निगरानी नसल्यानं ढासळाय लागल्याली. त्येच्या खाल अंगाला पिंपळाचं जंक्शन झाड. खाली बांधल्याला निर्मळवानी पारकट्टा.

तिथं मास्तर उभा ऱ्हायला. म्हणाला,

''मी आनि येत नाही तिकडं, तूच जाऊन चौकशी करून ये, मेसकाठीला नारळांच्या भकलांची माळ आडकून उन्हात टांगलीया न्हवं, तेच घर.'' आनि त्येनं वयल्या गल्लीत ब्वाट दावलं.

त्या वळकनीनं मी निघालो. घराजवळ आलो. दाराफुडं उभं ऱ्हावून इचारलं,
"कोण हाय हो घरात?"
"कोण पायजे तुम्हास्नी?" पिठानं लादा झाल्यालं हात घिऊन आतनं एक बाई आली.
"रंगराव पायजे हुतं हो. काम हुतं त्येंच्याकडंच. हैत का घरात?"
"न्हाईत हो. भगाटायलाच उठल्या उठल्या मळ्याकडं गेल्यात. आज मळा मालकाच्या ताब्यात द्याचा म्हणत हुतं... त्या कामगिरीवरच गेल्यात..."
"बरं, तिथंच भेटतील आता म्हणनासा?"
"व्हय..."
"मग जातो तिकडंच तर." आनि मी मागं वळलो...
मास्तरकडं आलो. त्येनं इचारलं,
"काय झालं? हाय घरात?"
"न्हाई, मळ्याकडं गेलाय, चला तिकडंच जाऊया!"
मळ्यात आलो. रंगराव हिरीत आंगुळ करत हुता. आम्ही काठावर आलावू तवा तेनं आम्हाला बघिटलं, नि मग खालनंच म्हटलं,
"आलो हं मास्तर," आनि गडी पवतच पायरीवर आला. मग आपल्या छातीच्या खोक्याच्या फासळ्या दावीत तसाच पायऱ्यांवर धोतराचं पानी निथळत वर आला, धोतराचा एक शेव पिळून त्येनं आंग कोरडवत म्हणाला,
"आज मळा सोडायचा, तुम्ही लोकबी आजून कुठं आला नाहीसा म्हंटलं निर्मळवानी आंगुळ करून मोकळं व्हावं!"
त्येचं हे द्वार्णी बोलणं, मतलब, – 'आज मळा सोडायचा हाय, तवा तुमच्या नावानं आंगुळ करून मोकळा झालो.' असाच हुता. आनि त्यो न समजाय आम्ही काय दुधखुळं न्हवताव. खरं, उगच कशाला येडाला खोड लावत बसायचं, म्हणून गप्प बसणं भाग हुतं. त्येचा शेवटचा दीस. तवा त्येची लाग हुती, म्हणून मन उगच दुकवा कशाला? म्हणून आम्ही गप्पच...
रंगराव आता धोतार नेसत हुता... मास्तर बोलला, "गाडी-बैलं पाहिजे होती..."
"मग न्ह्या जावा की... तुमचीच तर हैत..." रंगराव म्हणाला, "का जुपून दिवू?"
"दिला तर बरंच हुईल," मी म्हणालो, "मी नवाच त्येनला. भुजिवतील, कुटला मारकाबिरका न्हाई न्हवं?"
"तसं काय न्हाई, खरं याक जरा नवा माणूस बघिटला म्हंजे शिंगं हालवून भ्या दावतोय एवढंच..."
मग आम्ही गोठ्यात आलाव... बळीबंकागतीनं पांढरीधोट बैलं हुती, कोच्चारी

शिंगाची. एकाला दोन्ही शिंगांखाली गुंडुगळा काळा ठिपका हुता– नामटिक्का लावल्यावानी, त्येच्याच पाठीवर थोपटत रंगराव म्हणाला,

"ह्येचं नाव सायब्या नि ह्येचं फौजदाऱ्या. एक बायकूची काय निगा राकंल माणूस, तशी मी ह्येची निगा राकलीया पाव्हणं! सकाळला पेंड, सांजंला कुळतीचा भरडा नि दुपारला बाटुकासारखं कायबी हिरवाट टाकलं म्हंजे गडी तालात असत्यात. मग बारा बैलांचं काम करून घ्या की, आनमान केलं तर इचारा!" आनि रंगराव बोलला, "माणूस म्हटला की येवार आला. म्हणून त्येला येव्हारानं चालावं लागतंय... त्यामुळं मास्तर तुमचा मळा-दळा सोडतानं मला काय वाटलं न्हाई, खरं ह्या अस्राप जिवास्नी मतोर सोडून जातान काळीज तुटतंय..."

रंगरावचं हे बोलणं खरंच हुतं का ढोंगी हुतं, एक देव जाणे! बैलांची दावी सोडता सोडता रंगराव बोलाय लागला– "तुमचं ते सामान सगळं!" नि गोठ्याच्या दुसऱ्या कोपऱ्यात त्येनं ब्वॉट दावलं, "त्यो लोखंडी नांगोर, त्या इसक्या, ती कुरी, त्या दातऱ्या, ते मोगणं, त्यो औत, ती मोट, ते वालं, शिवाय मुसक्या, कासरं, जाळी, कोळपं नि असलंच कायबाय आत माळ्यावा हाय, व्हवृतर बघून या, न्हायतर मीच न्हेलं म्हणून बिलामत यील... काय पाव्हणं, खरं का न्हाई?" नि त्येनं माझ्याकडं बघिटलं.

"खरी गोष्ट!"

मग दोघांनी मिळून बैलास्नी येसन लावली. कासरं बांधलं. भाईर आणलं. मारक्या फौजदाऱ्याकडं रंगराव हुता, सायब्याकडं मी. मग दोघांनी मिळूनच जू त्येंच्या खांद्यावर ठिवून सापत्या बांदल्या. मग कासरं गाडीत फेकलं. चाकाच्या आऱ्यावर पाय ठिवून मी गाडीत चढलो. कासरं हातात घेऊन बूड बावकाडावर टेकवीत मास्तरला म्हणालो,

"हं, चला की मास्तर– तुम्हीबी!"

"मी आनि कशाला यिऊ तिकडं? मी थांबतो हितंच. तू ये जाऊन."

"बरं, तसं करू या." म्हणालो आनि बैलं दबिवली. घराफुडल्या काळवाटातल्या मातीत चाकं उठवीत गाडी पांदीकडं जाऊ लागली. तशी आपसुक माज्या तोंडातनं लकीर फुटली –

'माज्या सायब्या रं ऽ माज्या फौजदाऱ्या रं ऽ
अरं माझ्या वाघा रं ऽ, माज्या सोन्या रं ऽ व्हले ऽ व्हले!'

दोपारपतोर बाईचं सगळं सामान मळ्यात यिऊन पडलं. त्यासाटनं दोन खेपा घालाव्या लागल्या. दोपारचं जेवान बाईनं मळ्यातल्या घरातच केलं. एक तलंग मास्तरनं आणलीती गावातनं. तिचं कोरड्यास... रंगरावबी 'न्हाई-व्हय' करीत घुटमळत हुताच... जेवतानंबी त्येनं कसला अनमान केला न्हाई... हात आखडून

जरा जेवलो मीच. बाकी दोघाबी भावांनी तलंगवर चांगला हू ऽ म्हणून आडवा हात मारला!

जेवल्यावर रंगरावानं मास्तरकडलं पान दाढंत धरलं नि 'बरं, चलतो आता!' म्हणून सांगून गावाकडं लकार्णी मारली...

– मास्तरबी लगट जायाच्या तयारीला लागला. 'आजच्या दिवस ऱ्हायाचं'बद्दल बाईचा आग्रेव हुता. खरं मास्तर म्हणाला, 'उद्या शाळा आहे, हजर व्हायला पाहिजे.' नि बाईचा निरोप घेऊन निघाला. संगं संगं मीबी हुतोच.

घसारत पार केली. पांद वलांडली. मास्तर थांबला. माझ्या खांद्यावर हात ठेवत म्हणाला,

"तू चल आता, मी निघतो."

"चला की येतो, तिठ्ठ्यापतोर पोचवतो!"

"त्याची काय जरुरी आहे? वाळ्ळी येडताकपट्टी कशाला?"

आनि मास्तरनं खिशात हात घालून नोटा भाईर काढल्या. माझ्या हातात त्या देत मग म्हणाला,

"हे दोनशे आहेत. राहू दे तुझ्याकडं. रोजगारावर माणसं लावून तुझ्या मनाप्रमाणं मळ्याची मशागत करून घे, काय म्हणतो?"

"बरं!" मी म्हटलं नि नोटा मुंड्याच्या खिशात सारल्या.

"तुझ्या ताब्यात सगळं दिलंयच आता, मळा आपला स्वत:चा समजून कर. कसं, काय लागलं सवरलं, व्हय, न्हवं, कळवीत जा पत्रातून, काय?"

"बरं..."

"बरं येतो तर!" मास्तर माझा खांदा दाबत म्हणाला,

"आनि जास्त काय सांगायचं तुला? सर्व काही जाणतोसच तू!"

आनि मास्तर मग वळला. भराभरा चालाय लागला. नेहमीसारखं चालतानं त्येच्या पाठीला डुग्ग आलं, खिनभर तसाच बघत मी थांबलो नि पाठ फिरवून माझ्या मळ्याकडं यिऊ लागलो... व्हय माझ्या मळ्याकडं... माझ्या!

तीन

दुसरा दिवस, फाटंच जाग आली. माझ्या आधीच बाई उठली हुती, कामाला लागली हुती. मिश्री भाजून ती लावत मी दाराभाईरल्या दगडावर बसलो हुतो. हिरीतनं पाण्याची घागर भरून घिऊन बाई घराकडं येत हुती. माझ्याजवळ येताच ती थांबली, म्हणाली, "कालच्या उसाभरीनं कामाला खाडा पडला, बरोबरच्या बायका काल कामाला गेल्यात्या, सांगत्या खळ्यातली मुकादमीण लै बोंबलत हुती म्हणं माज्या नावानं... तवा आज जावं म्हणतो कामाला..."

"जावा की... कवा न्हाई कवा तर जायालाच पायजे..."

"तेच म्हंतो मी," नि बाई बोलली. "तुजं जेवान करून ठेवतो. दुपारला घिऊन खा-जेव, आनी रातीचं मी आल्यावर जेवान करीन म्हणं..."

"बरं..." मी बोललो.

मग बाईनं भराभरा सारं आटपलं नि दिवसाचा गोंडा फुटायच्या आत ती निघून गेली.

मग मीबी हिरीत आंघूळफिंगूळ केली. धोतार पिळून घरातल्या दांडीवर टाकलं. दुसरी कापडं घाटली. डुईला फटका गुंडाळला नि घराला कुलूप ठोकून भाईर पडलो. आज नांगरटीची जोडणी करावी असं यवजलतं. मळ्यातल्या एका बैलजोडीनं नि नांगरानं काय हुतंय? चांगलं दोन-तीन नांगोर जुंपून सारं रान खिसून काढावं, असं ठरविलं हुतं. तवा आनि एक दुसऱ्या नांगराची जोडणी झाली असती तर ते एक बरंच हुतं...

हे परकं गाव. कुटं हिंडावं, फिरावं– एक कोडंच हुतं. एक आटंग्या वनात न्हिवून सोडावं तसं हून गेलं.

कुनाकडं जायाचं, कुठं जायाचं नक्की आसं कायबी मनात ठरवाय नव्हतं. तरीबी मी गावात चाललो हुतो. नांगरीटीची जोडणी कराय चाललो हुतो. पांदीतनं सटक्यानं पाय उचलत हुतो. एवढ्यात डाव्या बगलसनं हाळी आली,

"रैत, अहो नवं रैत!"

हाळीच्या दिसला मी बघिटलं, तर त्यो जानुदा हुता. गावच्या शिवंजवळ

आम्हास्नी भेटून चौकशी केल्याला जानुदा. मनात आलं, एक देव भेटावा तसा भेटला ह्यो. अशा परक्या मुलकात, परक्या गावात कामाची धडपड कराय, वळखी वाढवाय ह्यो एकच धागा मला दिसला.

मी डावी दरड चढून वर गेलो. जानुदा हातातल्या कुदळीनं बांध तासून काश्या काढीत हुता. इचारलं,

"हेच श्यात व्हय तुजं?"

"माजं कुठलं आलंय? बामणाचं केलंय झालं फाळ्यानं," आनि त्येनं चौकशी केली, "काय गडबड?"

"उद्या नांगोर धरावा म्हंतो, तवा काय तरी जोडणी करावी म्हणून गावात चाल्लोय," नि येळ झाल्यागत उगच करीत म्हणालो,

"बरं, चलतो आता..."

"जा म्हणत मर्दाऽ ये चिलीम तर वड, ये!"

आनि जानुदानं मुंड्याच्या खिशातली चिलीम काढली. हातावर तंबाखू मळून तिच्यात भरली, खाली छापी गुंडाळली नि काड्यापेटी माझ्याकडं देत म्हणाला,

"हं ऽ पेटीव काडी..."

मी काडी वडली नि चिलमीवर धरीत इचारलं,

"व्हय जानुदा, गावात नांगराची जोडणी कुनाकुनाकडं?"

चिलमीचा एक खोल झुरका मारून भास्दिशी धुरांचा ढग सोडीत जानुदा म्हणाला,

"तशी म्वापजणं हैत, खरं त्येचं असं हाय..."

"काय– मी न्हाई समजलो?"

"रंग्यानं आतापतोर बऱ्याचजणास्नी मतवून ठेवलं आसंल..."

"म्हणजे गा...?"

"म्हंजे आसं की मास्तरनं आपल्या गावातलाच रैत नेमायचा सोडून भाईर-गावचा का नेमला? हितं का दुकाळ हुता रैताचा? आपल्या गावातलं कोणबी प्वॉट भरून खाल्लं नसतं? ह्यो पाईंट त्येचा. नि ह्यावर त्यो वाळलं रान उठवाय लागलाय..." आनि आनिक एक दम लगावून ढग सोडीत जानूदा बोलला, "मळा काढून घेटला म्हणून त्येच्या पोटात लै दुकाय लागलंय... इतक्या सुकासुकी त्येनं मळा तरी कसा सोडला, ह्येच मला कळंना झालंतं, खरं आता जरा कळाय लागलंय म्हणनास! असा वाळ्ळा तरास देऊन रैताला दे माय धरणी ठाय करायचं नि पळवून लावायचं! सारं गाव आसं उरफाटं फिरून ठेवल्यावर कुठला रैत टिकाव धरंल नि किती काळ? मग रैत पळाल्यावर मळा तर आपलाच हाय... मास्तरजवळ परत झ्याडीपुडी करायची नि मळा आपल्या ताब्यात घ्यायचा, असा ह्यो आतघुसमी डाव

हाय बघ!''

काल रंगरावाचं ते सरळ वागणं नि आज... सरड्यावानी त्यो हाय का? हिकडं एक रंग, तिकडं एक? सरळ वागणारी मान्संच लै घातकी असत्यात, त्यातलाच रंगरावबी एक...?

मनोमन मी जरासा हादरलोच... तरी म्हणालो,

''च्या आयला ऽ अस्सं हाय काय?'' आनि आपसुक माजा हात दावणकाठी मिश्यांच्या कंगलाकडं गेला...

''मग कसं करतोस?'' जानुदानं इचारलं.

''काय करावं म्हंता? तुमचं ह्या गावातच उन्हाळं-पावसाळं गेल्यालं... तुमचं काय मत हाय?''

तसा चिलमीचा आनिक एक झुरका मारून ती माझ्याकडं देत जानुदा म्हणाला,

''ह्या पांदीनं आसंच खालती नदीकडं जायचं. पल्याड गजबरवाडी हाय. तिथं एक चक्कर लगावून ये. तुजं काम होईल...''

''तरीही वाटतंय गावानं वाकडापणा धरला, तर आपनबी तसा कशाला धरावा? गावात जाऊन एक डाव इचारून तरी बघावं म्हंतो.. परस्पर गजबरवाडीला गेलं तर रंगराव आणिक हूल उठवून द्याचा– बघा, गावाबरोबर ह्या नव्या रैतानं इनारथी वैर धरलं, नांगोर हितलं सांगायचं सोडून तितलं सांगिटलं. म्हणजे, असं वागलं तरी हे तरी टळंल. कसं?''

''ह्यो पाईंट मतोर बरोबर हा! मग, कुठं इचारून येतोस?''

''आता मला कुणाची वळख का पाळख? तुम्ही सांगशिला तितं थडकून याचं झालं!''

यावर मग जानुदानं पासा नावं नि पत्ते सांगिटलं. ''बरं हाय, जाऊन येतो, '' मी म्हणालो. चिलमीचा शेवटचा झुरका मारला, जवळच्याच एका दगडाच्या चिप्पवर ती डब मारली नि जानुदाकडं दिली. छापी तिच्या तोंडात कोंबून जानुदानं ती खिशात घाटली. हातावर थुकल्यागत करून हात चोळत वल्लावा दिला. कुदळ घेटली नि नव्या दमानं उकराय लागला.

आनि मी गावच्या दिसंनं पाय उचलला. गावात गेलो, घरं हुडाकली. इचारलं-सावरलं. आनि जानुदानं सांगिटलं तसंच झालं– जवळ जवळ... तोंडावर पस्ट 'न्हाई' म्हणून कुनीबी म्हणालं न्हाईत, खरं दोघांनी आपुन लिप्पाणीला तंबाखूचं बोद घिऊन जाणार हाव. टिप्पी काढलीया. उद्याला गेलं पायजे. शेटजीचं पैसे आगावू काढल्यात, हयगय करून भागत न्हाई– असलंच कायबाय रामायण लावलं. एकटा म्हणाला, 'गड्या, माजा नांगोर न्हाई. बैलं हैत, त्यो अमका नांगोर दीत असला तर मी येतो.' त्या अमक्याकडं गेल्यावर त्यो म्हणाला, 'तू नवा रैत. आम्हास्नी

पाव्हण्यासारखा. मी काय नांगराला न्हाई म्हणत न्हाई. खरं त्येचा फाळ मोडलाय. तवा...', एकटा म्हणाला, 'मी आलो असतो गा, खरं उद्या भनीला बघाय आंबालजरीची मान्सं येणार है, म्हणून...'

मान्साचं एक असतंय. वाईट अनुभव यील असं आदी उमजून आलं, तरी त्यो आला म्हंजे न्हाई म्हटलं तरी काळजाला खोंबारा लागतोयच. माजंबी आता तसंच झालं. त्वाँड एवढंसं करून मी परत फिरलो.

आपलं भाकीत खरं ठरल्याचं ऐकून जानुदाला तसं बरं वाटलं. तरी वाईटबी वाटलंच, त्यो म्हणाला,

"गड्या, ही जिनगानी म्हंजे आसलं भलंबुरं अनुभव हे यायचंच. अशा वख्ताला कच्चं दिलं बाळगून नि ढळ फोडून घिऊन उपेगाचं न्हाई... ते दगडासारखं घट्ट ठेवायला पायजे, तरच असलं घाव सोसवत्यात मान्साला. मी आदीच म्हणत हुतो, तरीबी तू काळ्या गाईचं लोणी पिऊन गेलासच त्या भडव्यास्नी लावाय!"

"ते ऱ्हावू दे जानुदा. त्या झाल्याल्या गोष्टी उगंच रवंत करून काय उपेग? आता गजबरवाडीची तीन-चार नावं सांगा... जाऊन येतो तिकडंबी. बघू तरी नशिबात काय हाय ते!"

जानुदानं खाणाखुणा, नावं, सारं साजिलवार सांगिटलं नि मी निघालो...

आता वाडीस्नं यायला दुपार उलटंल म्हटलं, तवा न्ह्यारी करूनच जावावं म्हणून मळ्यात जावून आलो. हिरीजवळनं घराकडं जायाय लागलो, तर हिरीत चुबूक चुबूक आवाज येत्याला!

कोण आसंल म्हणून जवळ जावून बघिटलं तर एक धुणारीन्! सोळासतराची, ऐन बहाराची, कैफ कहराची उमर, केवड्याची एक पात असावी, तसा रंग, बांधा असा घणसर-पेर नि पेर असं ऊसागतीनं भरल्यालं, रसरसल्यालं की, छातीवर घड नसतं, डुईवर लांब क्यास नसतं तर बापयगड्यातच तिची जमा व्हायची. बाईपनापरास बापयपनाचं व्हारं अंगात शिरल्यागतीनं काई थोड्या पोरी वागत्यात, सवरत्यात, त्यातलीच ही वाटत हुती... भिजूने म्हणून गुडग्यापतोर तिनं कासुटा आखडला हुता. धुतानं पदराचा वाळ्ळा कार नको म्हणून बामणीनीवानी तिनं पदोर खांद्यावरून खाली सोडून त्यो उजव्या बगलंला कमरंच्या केळाजवळ खवला हुता. त्येनं छातीचा उभार नको तसा नि तेवढा दिसत हुता. भासदिशी रुतत, खुपत हुता. एखाद्या खुळ्या सवालावानी एक कुरळी बट कपाळावरनं तिच्या डोळ्यावर इवून सतावत हुती... हातातलं धुणं न थांबिवता डाव्या रट्ट्यानं तशीच बट वर सारीत-वारीत तिचं धुणं चाललं हुतं... आजूबाजूचं तिला भान नव्हतंच. न्हाईतर हिरीच्या काठावर एक तिवढी रवल्यावानी कवावास्नं मी उभा हाय हे तिला कळून आलं नसतं का?

एक भूलच पडल्यावानी मी जागंला रवल्यागत उभा हुतो– खिनभर असं घडलं,

मग वाटलं, ही अशी एकटी पोरगी. आजूबाजूला ना माणूस, ना काणूस. हिला काय भ्याब्या वाटतंय का न्हाई? का वाघिनीचं काळीज घिऊन ही जल्माला आलीया?

नि मग मनात आलं, ह्यो असला उन्हाळा. हिरीचं पाणी ख्वॉल गेल्यालं. जिवाळं बंद झाल्यालं. असं हे साठ्याचं पानी नि त्यात ही भोरडी धुणं धुती म्हंजे काय? पाखराब व्हायचं– नी ही अशीच संय पडली की! म्हणून वरनंच म्हणालो,

"अगं ये ऽ धुणं धुणारनीन! आत धुणं ध्वॉयचं न्हाई, कळत न्हाई व्हय तुला? आँ-म्वाप हुडावानी वाढलीयास की, नि इत्कं समजंना तुला!"

"अरंऽ ये कोण तू– मळा खंडून घेतल्यावानी बोलाय लागलाईस की! रंग्याचा गडी व्हय तू? खरं त्येचं राज संपलं की आता!" आनि त्या गुलछडीनं तोऱ्यात इचारलं, "तू कोण इचारणारा? चल जा ऽ! गप्प राकुळीच्या कुत्र्यावानी खा जा नि पड जा की तिकडं! सत्ता संपली की तुजी आता!"

"अग येऽ भोरडी,

"जीभ लै सैल सोडलीयास! सत्ता दावू काय माजी तुला," म्हणत पायऱ्या उतरून तिच्याजवळ गेलो. बाटुकाचा एक बिंडा उचलावा तसं कवळा घालून तिला उचलली. खांद्यावर आडवी घेटली. तशी ती आपलं पाय झिंझ्याडू लागली. माज्या पाठीत बकाऽका बुक्या घालाय लागली नि तोंडानं 'भाड्या-बिड्या' असलं सुरूच हुतं. ह्या कशालाच न जुमानता तशीच मी तिला वर आणली, भाईरल्या वावरातल्या मातीत दाणदिशी आदळली, नि म्हटलं, "बघिटलीस माजी सत्ता! मीच तो नवा रैत, समजलं!"

हे ऐकून तिला आजापूच वाटलं. पडल्याची ती सावरली. बसली, नि तशीच हनुवटीच्या गोंदणाजवळ उजव्या हाताचं ब्वॉट टेकवत म्हणाली,

"आता नि शिवनं ऽ! मघाशीच तर हे सांगायचं न्हाई!" असं मलाच इचारून ती इवळली, "आगं आयी ऽ आयी! खुब्यावरच आदळलासा, कनुटा दुकाय लागला!" नि उठून उभा ऱ्हायची खटपत करीत ती म्हणाली, "आयी ऽ आयी! अरं देवा, देवा!" आनि मग माज्यावर नजर फेकून बोलली, "असं बघत काय ऱ्हाईलाईसा – सुंब्यागत! उठायसाटनं हात तर देशीला की न्हाई!"

तशी मी तिच्या हाताला धरून एका हिसड्यात वर उठविली. मग ती लंगडत हिरीच्या पारीकडं जात म्हणाली,

"पायबी मुरगाळला जनू! अरं देवा देवा! आता धुणं कसं आणू– खाल जावून?"

"मी दिवू का आणून?" आनि भोळ्यापनी इचारलं, "का परत खाली न्हिवून ठेवू तुला?"

यावर ती लाजून चूर होत, त्वाँड लपवीत म्हणाली,

“जावा तिकडं! लैच हैसा की!”

“लै कुटं हाय! एक तर हाय!” म्हणालो नि पायऱ्या उतरून खाली गेलो... धुणं तिच्या घमेल्यात भरून आणलं नि ते तिच्या फुडं आदळत म्हणालो,

“हं घे हे, नि नीघ बघू हितनं! पुन्ह्यान डाव आत धुतल्याली दिसलीस, तर बघ...!

जनू माजं बोलणं आर्धंच ऐकल्यावानी ती मग म्हणाली,

“आता हे घिऊन कुठं जावू हो! नदीपतोर चालवंल का मला?”

आनि असा मलाच सवाल करून तिनं इचारलं, “याक बारडी असली तर देशीला– घरात?”

आता तर तिचा आवाज नि ताठा पार चुरडून-मोडून गेला हुता. खरोखर तिचा आवाज ईनवनीचा हुता. त्यामुळं आसंल, मी वरमलो. आतापतोर आपसुक माझा आवाज चढला हुता, त्यो आता खालच्या पट्टीत आणीत म्हणालो,

“हे बघ, मीबी हितं नवा हाय. बघतो हुडकून घरात! आसली तर देतो. न्हाईतर मग...”

“मग घागर आसली तर द्या एखांदी...”

“बरं, बघतो,” म्हणत आत गेलो. तीही पाठनं लंगडत आली. दाराभाईर उभा ऱ्हायली. आतनं मी भरल्याली घागर आणून तिला दित म्हटलं, “हंऽ, हे घे!”

ती घिऊन आपल्या कमरंवर ठेवीत ती म्हणाली,

“रिकामी न्हवती, जनू?”

“न्हवती, म्हणून तर भरल्याली दिली! तुझं धुणं झाल्यावर भरून आणून दे म्हणत...”

“बरं,” म्हणून ती वळली. धावंवरचा पोगर... पाटात पानी पडल्याला जागंला ध्वायचा दगड. म्वॉट चालू असली म्हंजे तितं धुणं धूत असतील– असल्याच पोरीबाळी..., घागर घिऊन त्या दगडाकडंच ती गेली.

मी आत आलो. न्ह्यारी केली. वांग्याचं भरीत, शेवग्याची भाजी, आळवाचं गरगाटं – असा बेत. एक तितं दोन भाकरी मुरगाळल्या नि पानी पिऊन भाईर आलो. दाराला कुलूप लावलं नि तिच्या जवळ जात म्हटलं,

“हे बघ, वाडीला चाल्लोय मी...”

“कुटल्या? नरसोबाच्या का?”

“आसं आदीमदी जायाय काय नवस मागून घ्याय न्हाई मी...”

“नसाय घ्याय तर घ्यावा आता!” ती चावट पोरगी बोलली नि पयल्यांदाच हासली! तिच्या कानातल्या फुलात मोती हुतं. त्या मोत्यावानीच तिचं पांढरंफेक दात दिसलं. झळकलं! झळाळलं!

“ए मन्नोळी, आसं उगच येडाला खोट लावत बसू नकोस. मी चाल्लोय गजबरवाडीला! घटकाभरात ईन परत, तवर हैस न्हवं तू?”

“हाय की... का कुठं पळून जातो?”

“तेचाबी काय नेम न्हाई खरं,” आनि हसून म्हटलं, “पर एक कर. जायाच्या आदी तेवढी घागर ठिवून जा... ती माजी न्हवं, तर सोनाक्काची हाय...”

यावर तीबी हासून म्हणाली,

“बरं, जावा जावा. काळजी करू नकोसा! या जावा सटक्यानं, हायच मी तंवरका!”

“मग, हैस तर घरा-मळ्याकडं जरा राकुळी ऱ्हावुंदे.”

“म्हंजे राकनवाली करून चाल्लासा म्हणा की मला!”

“व्हय, तसंच म्हणंनास का!”

आनि मी निघालो. झपापा पाय उचलले. नदी वलांडली. वाडी जवळ केली. ज़ानुदानं दिल्यालं पत्तं काडलं. एक-दोघं घरात न्हवतंय. बाकीचं मतोर हुतं. दोघास्नी सांगिटलं– उद्या नांगरायच्या जोडणीनं यायला, नि मागं फिरलो.

मळ्यात आलो, तर राकनवाली आंब्याखाली बसल्याली. एक मालकीन असावी तशी, तोऱ्यात! उन्हात बांधावर कापडं वाळत घाटल्याली नि ही आपली बसल्याली, तशीच – बुडक्याला टेकून...

मीबी आंब्याखाली आलो नि हुश ऽऽ करीत सावलीत बसलो– तिच्यासमोरच. ऐन भराच्या उन्हात वाडीस्नं हितवर तंगून आल्यानं मी फेसलटून गेलो हुतो.

समोर राखनवाली हुती, वर आंब्याची सावली. आंब्याला बहर आला हुता. समोरची राखनवालीबी तशीच म्होअरात आल्याली. वरच्या म्होअरचा घमघमाट सुटला हुता. वाटत हुतं, त्यो घमघमाट त्या म्होअरचा न्हवं, तर या राखनवालीच्या ज्वानीचा...

“का वं रैत-लै दमलासा जनू.” गालावर बोट नि तोंडात हे बोलणं. थट्टंगतीचं. जशी वाऱ्याची लहर तसं बोलणं किती सहज!

तिचा आवाज असा गोड नि लाडिक हुता. वाटत हुतं, पा-सा वर्सांची पोरच बोलतीया जनू, सोळा वर्साफुडं आवाज फुटतोय म्हणं, तसा हिचा फुटाय न्हवता... तर पोर वयात असती तीच नि तसलीच गोड लाडिक सुरावट तिच्या गळ्यात कायम हुती. ती झिजाय न्हवती, का बदलाय न्हवती... तिच्या दणकट पुरुषी बावडीला ह्यो आवाज सोबा देत न्हवता, तरीबी जीव घाणवट टाकावा, अशी ताकद त्या आवाजात हुती. ववाळून पडावं, असा जोर त्या आवाजात हुता... मघाशी मी घाईत, गडब़डीत, वाडीला जायाच्या तापद्रात हुतो, म्हणून तिच्या ह्या न्याऱ्या आवाजाकडं माझं तेवढं काय ध्यान गेलं न्हाई. पर आता गेलं नि वाटलं, देवानं ही

कला काय न्याऱ्याच धुंदीत केलीया. घडिवलीया.

एक वैलवारं सुटावं तसं खिनभर असं सारं मनात भरारून गेलं. मग सोताला सावरून घेत म्हणालो,

"वरनं असा उन्हाचा इंगोळ पडल्याला, खाली अशी धरती तापल्याली, मग भट्टीत ल्हाया घाटल्यावानी मान्साची आवस्था हुईल का न्हाई! एक झेंडू फुटावा तसं झालं नि काय...!"

यावर पान पालटून तिनं बोलणं लावलं, "व्हय व्हो रैत, आसं कसं ढिल्लं वागणं तुमचं?"

"म्हंजे, मी न्हाई समजलो!" ही गुलछडी म्हंजे एक कोडंच व्हाय लागलं हुतं नि काय!

"माझं ना गाव ठावं. ना नाव ठावं..."

"नाव नसंना, पर गाव ठाऊक हाय की!"

"म्हंजे, मी ह्या गावची समजलासा व्हय! मी परगावची असलो तर? हितं चार दिसांची पाव्हनी म्हणून आलो असलो तर..."

"चार दिवसांच्या पावनीला कुणी असं एकटंच ध्वायला लावून देत न्हाई नि शिवाय ह्यो मळा त्या रंगरावकडं हाय, हुता, हेबी म्हाईत आसत न्हाई – अशा पावनीला!"

"म्हंजे गाव वळीकलासा म्हना!"

"व्हय, त्यात काय आपजुक हाय!"

"तरीबी काय झालं? ना पत्त्या, ना नाव ठावं, चेराबी वळखनीचा न्हाई, नि अशा पोरीला तुमी घागर दिवून जातासा म्हंजे? कुटल्या इस्वासावर ह्यो चांगला साठ-सत्तरचा जिन्नस सोद्यान करून गेलाता?"

"मी मान्सं वळकाय काय आज शिकलो न्हाई, माझं डोळे दगा दीत न्हाईत मला!"

"डोळं दगा दीत नसतील. खरं मान्सं दगा द्याय सोकावल्याली असत्यात त्येचं काय?"

"देणारी दिली तरी जशास तसं वागणार मी म्वाप गबरगंड हाय, खरं तू तशी न्हाई!"

"कसं वळिकलंस वं हे?"

"ताईतानीनं!"

"म्हंजे ताईत बाळगून हैस म्हणा की!"

"व्हय तर, त्याशिवाय मनकवडा कसं हुता यील?"

"मग सांगा बघू – माज्या मनात काय हाय आता?"

मनात आलं, म्हणावं – 'तुझ्या मनात आनि काय असायचं? मीच हाय नि काय. माझ्यावर भाळल्याचं तर दिसतंयाच की!'

खरं मग वाटलं, हे असं बोललं, तर लै आगवापना केल्यागत हुईल, म्हणून जिभेचा कासरा वडला नि म्हटलं,

"घोड्याचा, पान्याचा नि बाईचा आदमास लागलाय व्हय कुणाला? तवा तुझ्या मनातलं कसं कळणार मला?" नि म्हटलं,

"तवा तूच सांग आता –

लखलख लखीत, लाकड्याच्या कुपीत

काय तुझ्या मनात, सांग माज्या कानांत!"

तशी ती खळखळून हसत म्हणाली,

"कानांत सांगताना कान चावलो तर तुजा." आनि अशी कळत-नकळत असंल, पयल्यांदाच मला एकेरी बोलवत ती म्हणाली, "आनि काय असायचं मनात, हेच वाटत हुतं की, वाडीस्नं तू कवा परत येणार नि माजी सुटका कवा करणार!" मग तिनं जवळच पडल्याली काटकी उचलली नि ती खेळवत बोलली, "ऊन तर आसं पडलंय, रेडा कापला तर सुदूख वाळंल, तितं कापडं तर कवाच वाळूनखड झाल्यात!"

अशी ती बोलली नि "जातो बा" म्हणत उठली, कापडं गोळा कराय लागली...

कासुटा तिनं चापूनचोपून घाटल्याला. नि वाकून कापडं गोळा करत असल्याली ती राखनवाली मन ढवळून काढत हुती... बसल्या जागंवरनंच मी इचारलं,

"जेवून आलीयस का जेवायची हैस अजून?"

"जेवून कुठली येतीया? जेवायची हाय आजून नि काय. आता जावून जेवायचं झालं!" हातातलं काम न थांबिवताच ती बोलली.

"मग जेव चल की... मीबी जेवायचा हाय आजून! संगं संगं खावूया तुकडा. मलाबी कोर तुकडा चड गिळंल. न्हायतर त्या मोठ्या घरात एकटं गिळायचं म्हंजे आटंग्यावनातल्यावानी वाटतंय!"

"मग आता सवं करून घ्याय पायजे ह्येची!" आनि माज्यावर नदर रोखत ती बोलली, "एकटं ऱ्हायचं म्हटलं की हे सारं आलंच की! न्हाय करमलं तर दुकटं माणूस आणावं! लगीनसराई सपल्याली न्हाई, म्होतरबी सरल्यालं न्हाईत!"

"म्होतोरबी सराय न्हाईत आजून नि माझं वयबी सराय न्हाई आजून! ह्या न्हाई त्या, त्या न्हाई फुडल्या सालात का आसंना दुकटं माणूस यीलच की... काय गडबड हाय त्येची!"

"गडबड न्हाई म्हंतासा?"

“आनि तर काय, हे एकल्यापनी निर्मल हाय की, कशाला उगंच सुकाच्या जिवाला दुकाचा बिब्बा घालायचा?”

“सगळी आसंच म्हणाय लागल्यावर मग द्यायच्याच आल्याल्या पोरींनी काय जोगतिणी व्हायचं?”

“जोगतिणी कशा हुतील? दाल्ल्यास्नी काय तोटा हाय? माप म्हामुरी पीक हाय सगळीकडं त्येचं,” आसं बोललो नि पान पालटून म्हणालो,

“बरं, चल – खाऊया घासभर!”

“बलीवणं तुमची रीत झाली, खरं येणं आमची रीत न्हवं!”

“म्हंजे...?”

“ना वळख, ना पाळख – जेवणाऱ्यानं जेवायचं तरी कसं?”

“वळखपाळख नसली तरी आता झालीया न्हवं?” आसं तिलाच इचारलं नि मग बोललो, “चल, ऱ्हाऊदे तुजं आडंयेडं!”

नि मी घराकडं निघालो, कापडंबिपडं गोळा करून तीबी मागनं आत आली. तसा मी म्हणालो,

“सोनाक्कानं काय काय केलंय बग आत. वाड मला एका घंगाळात, तूबी घे वाडून, तवरका हात-पाय धुवून आलोच हिरीतनं...”

“ध्वा म्हणं की हितंच. घागरीतलं पाणी घिऊन!” ती बोलली,“हिरीकडं कशाला जायाय पायजे यवड्यासाटनं!”

“हिरीत जाऊन निर्मळवानी धुऊन येतो की, समोर इत्की हीर असतानं असा आळसापना कशाला करायचा!”

मी हिरीत उतरलो, खळाला हातपाय धुतलं, तसं सगळं आंग गारेगार झालं... नि मनाला टवटवी आली.

आत आलो. तिनं फकस्त माजंच तेवडं ताट वाढून ठेवलं हुतं, म्हणालो,

“आनि तू जेवणार न्हाईस व्हय, का मला वाढून घ्याय हात न्हवतं म्हणून तुला इतक्या आगतीनं बलीवलीती, व्हय बा ते तरी सांग!”

“मी माग्नं जेवीन म्हणं, तू तर जेव पैला!”

“आगं जेव गं, म्हाईत हाय मला! इतकं लाज वाटाय नवरा-बायकू न्हाई आपुन!”

तसं मग तिनं सोतालाबी ताट केलं. एवढं एवढं वाढून घेटलं. म्या म्हटलं,

“हे चिमणीचं जेवान झालं. जरा बावडीच्या मानानं तरी खावं मान्सानं!” आनि माज्या ताटातली चतकोराची चवड मी तिच्या ताटात टाकली.

“नको... नको... इतक्याबला...?” ती म्हणत हुती.

“आगं खा गंऽ! उगंच माजा तालामाला बघतीस व्हय? आनि तेवढ्या भाकरी

कुडीपशील की!''

आनि मी तुकडा मोडला, कोरड्याशात बुडवून तोंडात कोंबला. तिनंबी मग जास्त वाडाचार लावला न्हाई. मुकाट्यानं जेवाय लागली...

थोडा वखुत असाच मुकाटवानी गेला. मग तीहून बोलली,

''आता घरात इचारलं तर काय सांगायचं?''

''ते दिकून मी सांगाय पायजे व्हय्!तसं कुनी इचारलं की तुम्हा पोरीस्नी सुचतंयाच की– काय सांगायचं ते! अगदी आपसुक! कुणी शिकवाय सवरायची ह्या बाबतीत तरी गरज नसती, व्हय का न्हाई!''

''चल, जा तिकडं! काय तरीच आबंड बोलणं तुजं!''

''आगं, असं काय तरी खरं बोललं की त्येला तुम्ही आबंड बोलणंच म्हणतासा, ठाव हाय मला!''

''म्हंजे, आनभव दिसतोय की ह्या बाबतीत चांगला!'' तिनं टोमणा मारला.

''हे काय इचारनं झालं! मी हुतो त्या गावात पोरीस्नी काय दुकाळ पडाय न्हवता!''

''म्हंजे झेंगट हुतं म्हनंनास!!'' ती बापय गड्याच्या धीटपणं म्हणाली.

''झेंगट म्हणाय याक का दोन? आगं लै केलं. खरं ह्या कानाचं त्या कानाला कळू दिलं न्हाई! कानफाट्या नाव पडू दिलं न्हाई! अगदी बगळ्यागतीन सावसाजुक काम म्हणंनास का!'' असा मी माज्यावरच खुश झालो नि रंगात यिऊन बोलाय लागलो, ''येवढं केलं, खरं, येकीतबी मन गुंतून पडलं न्हाई. गुतलं न्हाई, ह्येनं झालं काय– तर गाव सोडतानं मला जरा दिकून वंगाळ वाटलं न्हाई... तितच ऱ्हावं, आसं दिकून वाटलं न्हाई! का म्हणशील तर आपलं हे आसं! कुटं गुतून घ्याचं न्हाई, गुतायचं न्हाई!''

''तशी खमकी अजून भेटली न्हाई म्हणंनास!''

''न्हाई – अजून तरी न्हाई...''

''भेटंल... भेटंल.'' आनि डोळं मिचकावल्यागत करीत ती थट्टंगतीच्या आवाजात म्हणाली, ''आजून काय उमतवारी सराय् न्हाई तुजी... कुणीबी यील, तुला कळासवरायच्या आत म्हवनजाळं पसरून ठेवील, नि मग त्यात कधी नि कसा गावलो– कळणारबी न्हाई तुला!''

आसं मज्यानं बोलत जेवान चालल्यालं... भरीतातल्या कांद्याची चव चाखतमाखत मग मी इचारलं,

''ते ऱ्हावू दे, तुजं नाव कळलं न्हाई आजून?''

''आता रैत म्हणून हितंच ऱ्हाणार न्हवं?''

''भले! हे काय इचारनं! आनि जातोय कुटं?''

“तर मग माजं नाव कळंल की हळूहळू. त्यात सांगायचं आनि काय? नि नाव कळावं आसं काय हाय!”

आसं ती बोलली नि मग मी इचारलं,

“हितं कुनाचं म्हंत्यात तुम्हास्नी?”

“तेबी कळंल की हळूहळू!”

“म्हंजे, काय आदमास लागू देत न्हाईस म्हणं!”

“त्यो कसा दीन! मघाशी तूच म्हणंतास न्हवं –‘घोड्याचा, पान्याचा नि बाईचा आदमास कुणाला लागलाय व्हय’ म्हणून! मग...?”

ह्यावर मी मनाला लावून हसलो. मग म्हणालो, “दिसतीस त्यापरास लै पक्की हैस की!”

“कच्चं ऱ्हावून निभवत न्हाई जगात. मग काय करायचं तर!”

आसंच मोकळ्या मनानं बोलत जेवान संपलं. हात धुऊन मी उठलो. धोतराच्या सोग्यानं त्वाँड पुसत गोठ्यात गेलो, सायब्यानं नि फौजदाऱ्यानं, सकाळी टाकल्याला कडबा चट्टामट्टा केल्याला... कोपऱ्यातल्या वैरणीच्या ढिगातल्या दोन पेंढ्या कडब्याच्या वडल्या, तोडल्या नि त्येंच्याम्होरं दावणीत टाकल्या. त्येंच्या पाठीवरनी हात फिरिवला. हात फिरिवतानं मनाला जरा लागलंच. आपुन आल्या आल्या आरगायला बसलो. ह्या मुक्या जिवांचा इसोर पडला... आल्याझुट ह्येनला वैरणकाडी बघाय पायजे हुती... पानीफिणी... सकाळठावनं पानीबी दावाय न्हाई... सकाळचं उठल्यावर पाजिवलंत तेवढंच... त्याधरनं आजून न्हाई... आता दावाय पायजे. लै तान्यावून गेली असतील. असा आपुनलाच बोल लावीत आत आलो. पान्याची घागर, बारडी घिऊन गोठ्यात गेलो. उनाच्या रक्कातनं तहानून– तरपासून आल्यागत दोघं पानी प्याली. इचार आला – आपुनला इत्की कसली भूल पडलीती – हे सारं इसराय? त्या... त्या पोरीची? का आपुनला हे सारं नवं नवं, आंगवळणी पडायचं हाय, म्हणून? एक गुतापा बसावा नि आडकून पडावं, तसं झालं. वंगाळ त्वांड करूनच आत आलो. तंवर तिनं ताटं धुवून खळबळून आत आणून ठिवली हुती. मला बघूनच ती म्हणाली, “चलतो आता!” यावर मी दिकून म्हणालो, “बरं जा तर!”

आनि ती गावच्या वाटंला लागली, रिकामी घागर नि बारडी घिऊन मी हिरीच्या पायऱ्या उतराय लागलो. बैलास्नी पानी पाजवून हंडा रिकामा झाल्याला. तो भराय पायजे हुता... सापटा कराय... पायजे हुता...

चार

दुसरा दिवस. दीस कासराभर वर यायच्या आत वाडीच्या दोन बैलगाड्या आल्या; मग हयगय केली न्हाईच. जुप्पी केली. त्येचं दोन, माजा एक – असा नांगोर, काळ्या वावरात नांगराचं फाळ घुसाय लागलं. जमीन पासली पडाय लागली. पाटीवर एक रेघ मारावी, तसं 'तास' दिसाय लागलं. कुटं वाकडं न्हाई का तिकडं न्हाई.

दीस बुडाख घटकाभर अवकास हाय तंवरका, जेवढं नांगरायचं यवजलंतं तेवढं नांगरून झालं, नांगरल्यालं सारं वावर काळ्या मातीच्या हेंट्यांनी उमलून आल्यावानी दिसाय लागलं... वावरात वाव वावूभर शिरल्यालं सारं बांध तासलून घेटलं... काश्या गोळा कराय उद्या दोन-तीन माणसं लावाय पायजेत. शिवाय हेन्टं फोडाय, दिंड माराय पायजे... मग कुळव जुपाय पायजे... कामाचा एकच घायटा उद्यापास्नं उसळणार...

वाडीच्या गाड्या जायाय निघाल्या – त्येनलाच सांगिटलं,

"वळकीतली, चांगली कामसुसी तीन-चार बाया मानसं आसली, तर लावून द्या उद्या– काश्या काढायसाटनं!"

तसा बावकाडावर चाबूक व्हलपटून आदगोंडा म्हणाला, "ह्या दिसांत रोजगारी माणूस गावायचं जरा मुष्किलच, खरं. बघताव खटपट करून. काय काळजी करू नकोस तू!" आनि मग बैल दबिवता दबिवता त्ये म्हणाला, "आनि लागलं-सवरलं, नडलं-फिडलं तर हाळी घाल आमास्नी... काय?"

"बरं." म्हणालो.

गाड्या निघून गेल्या. त्येंच्या कडाण्याचा नि पांदीतल्या दगडावर हुणारा धावांचा आवाज हळूहळू कमी होत गेला...

दुसऱ्या दिवशी वाडीस्नं दोन बाया आल्या. एक म्हातारी हुती. दुसरी जरा तरणी हुती, तिची ही लेक आसंल, न्हाय तर नसंलबी, मी इचारलं,

"दोघीच आलासा? आनि माणसं गावली न्हाईत?"

"न्हाई लेकरा!" म्हातारी म्हणाली, "आम्ही दोघीच रिकाम्या हुताव, आलाव झालं."

"बरं, आसंना का दोगीच. लागा कामाला. काश्या गोळा करायचा हाय, दोघीस्नी जेवढं आटपंल तेवढं आटपंल."

तशा दोघी बांधाकडं गेल्या. आनि हिकडं दिंड जुपला मी. आर्धं शिवार दिंड मारून हुतंय तंवरका कानावर हाक आली,

"रैत, अहो रैत..."

आवाजाच्या दिसंला बघिटलं तर वावराच्या कडंला चौदा-पंधराच्या उमतीची तरणीताठी उभी. गव्हाळा रंग, आंगावर एक आखूड जुन्यार, गोलसर चेरा, पव्याच्या धारंगत नाक-लांबसडक, तिच्या अंगावर, कापडावर सारी गरिबीची अवकळा, गरीब आईबाच्या पोटाला जल्माला आल्याली आसंल... असं घर कसं तरी नाचारगतीनं चालल्यालं. वाढीला लागल्याली येल वाळुसरा पडून सुकमारून कोळमाटून जावी, तशा ह्या पोरी. हीबी तशीच आसंल बिचारी... त्याबिगार आसं काम हुडकत ईल का? काम हुडकत? व्हय. कामच याय पायजे. का कुणाला ठावं. खरं तर, तिच्या येबावाला बगून माज्या मनात हे आसलंच आलं.

म्हणून बैलांचं कासरं वडून दिंड थांबवत इचारलं,

"का कामाला येणार जनु?"

"व्हय."

"वाडीची का? आदगोंडानं लावून दिलं?"

"न्हाई. मी हितलीच हाय हो..."

"हे गाव तर मला वाळीत टाकल्यावानी वागीवतंय! आल्याठावनं बघतोय मी..., नांगराला कोण ईल म्हटलं, तर सगळी सोगा पाडून न्हायली! म्हटलं, आता रोजगारासाठी माणसं सांगाया गेलं तर असलंच हात दाखवून आवलक्षण पदरी यायचं, म्हणून वाडीचीच माणसं सांगिटली. ह्येच्या आधी त्यो रंगराव हुता न्हवं रैत, त्येनं माणसास्नी चिचवून ठेवलंय नव्हं, म्हणूनशान वाटलं, कोण यायचं न्हाई हितलं..."

"न याय काय झालं? त्यो भाड्या दिवूनघिवून काय चालीवणार हाय आमचं? कुटंबी म्हटलं तरी राबाय पायजे आमच्यासारख्यास्नी, तवा कुटं हातातोंडाची गाठ पडून चार घास पोटात पडायचं, न्हायतर मिळी मिळी करत तोंडातलं पानी गिळत बसायची पाळी ईल का न्हाई!"

"गोष्ट खरी की, खरं ती लोकास्नी कळाय तर पायजे का नको." आनि म्हणालो, "बरं तर, लाग जा कामाला. त्या बघ तिकडं दोघीजणी काशा गोळा कराय लागल्यात. तूबी गोळा कर जा..."

ती निघून गेली नि मी इकडं बैलं दबविली. कासरं ढिल्लं सोडलं, तसं सायब्यानं शेपटीचा एक तडाखा पाठीवर बशीवला नि फौजदाऱ्यानं वशिंड हलविलं नि दोघं चालाय लागली.

सकाळ अशीच उलटली नि दुपार चढाय लागली, आनि परवा दिसीची राखनवाली आली. पाणी प्यायसाटनं, त्या येळंला मी घरात गेलो हुतो. मला बघून

ती म्हणाली,

"दिंड रानात नि मारणारा हितं व्हय? अशान् काम चांगलं वसरल म्हणायचं."

"तू एक मालकिणीच्या तोऱ्यात इचाराय लागलीयास. खरं हे ऊन कसल्या तऱ्हंचं, माणूस तान्ह्यावत न्हाई व्हय?"

"म्हंजे, पानी प्यायसाटनं आलाता जनू?" असं ती म्हणाली नि मग इचारली, "काश्या गोळा करायसाटनं मान्सं लावलाईसा व्हय?"

"व्हय. दोन वाडीची मान्सं आली, नि मग एक हितली पोरगी आली." आनि म्हणालो, "हितल्या माणसातलं कोण ईल वाटलं न्हवतं. खरं ही बिचारी मतोर न बलिवता आली. मलादिकून गरज हुतीच माणसांची."

"एक देवानंच बघिटलं म्हणा की! माणूस मान्साला काय बघतंय!"

"ह्ये बघ, हेच मी बी म्हंतो." आनि समाधानी सुरात म्हणालो, "एक धाडून द्यावं, तशी ही आली... कुणा गरिबाची हाय कुनाला दक्कल, खरं येळंला उपेगाला पडली म्हनायची!!"

"म्हंजे हिची वळख न्हाई म्हणायची!"

"न्हाई बा. आजच तर बघतोय हिला."

"अवो, ही खामकराची अंजी न्हवं का! आमच्या शेजारला तर ऱ्हाती... घरात सारी आबदा हाय. बा एक दारुड्या– कपभर घोटून घागरीभर बोलत बसल्याला असतोय आनि आई गतकाळी ती तसली– सवतर. ती जाती तंबाखूच्या कामाला नि ही अशी रोजगाराला, नि खाणारी तर धा तोंडं. मग हातातोंडाची गाठ पडाय व्हारूव्हार! मग अशा घरात कावाकावी, आदळाआपट व्हायचीच... ल्हाया फुटल्यागत ती आई बोलती नि ही बिचारी मुकाट ऐकून घेती... त्यो खुळ्यान् काडल्याला द्येव तरी एकेकास्नी नशीब कसलं देतोय बघा की! लगीन झाल्यावर जाचणूक सुटलं, बिचारीला सुखानं चार घास खाता, ऱ्हाता ईल म्हटलं, तर दाल्ला त्या परकारचा भेटला. त्येनं एक मुसलमानाची आवा ठेवलीया. तिच्याच नादात त्यो... एक म्हैनाभर नांदीवल्यागत केली ते परत न्हेलीच न्हाई नांदवाय. अंबाबाईच्या जत्रंला म्हनूनश्यान आणलीती ती हिकडंच ऱ्हायली... इचाराय गेलं, तर आमी आमच्या पोराला पिवळं करायसाठी लगीन केलतं असा त्यो बा म्हंतोय! ईनारथी पोरीच्या जलमाचं वाटुळं का न्हाई, सांगा की!" असं ती बोलली नि मुकाट ऱ्हायली.

तसा मी म्हणालो, "इत्कं सारं सांगाय लागलीयास, तवा लै घस्टनीतली दिसती तुझ्या!"

"तशी घस्टनीतली नसली, तरी एकाच गल्लीतली का न्हाई सांगा की! मग वाईट वाटल्याशिवाय ऱ्हाईल व्हय?" आनि ती बोलली, "सहजान्सज बोलणं निघालं म्हणून बोललो झालं, न्हाय तर उगच कोण कशाला बोलील?" नि असं

मलाच इचारून ती फुडं म्हणाली, "आता चाल्लासा व्हय दिंडाकडं! जरा घागर न्याय तर बारडी द्या की, कापडं धुतो..."

"घे जा की आत जाऊन, तुला कोण आडीवलंय व्हय?"

"तुमी जाणार दिंडाकडं नि मागीर मी हिकडं आत शिरू व्हय?"

नि मग म्हणाली, "तुम्ही द्या, यवढं काम कराय अवघड जातंय व्हय? तुमचं काम मी केलं न्हाई का– मळ्याची राकुळी?"

हे तिनं अशा खेळीमेळीच्या आवाजात इचारलं की, तसं नसतं तर मला रागच आला असता! म्हणून आत जाता जाता मी यवढंच म्हणालो,

"माझ्याकडनं काम करून घ्यायला हे एक चांगलंच कोलीत तुज्या हातात गावलं म्हणंनास!" नि मग आतली बारडी आणून तिच्या हातात देत म्हणालो, "हं, हे धर!" नि इचारलं,

"काल कुठं आली न्हाईस गं?"

"काल गावाला गेलतो!"

"कुटल्या?"

"नाव न्हाई त्या गावाला!"

"नावाशिवाय गाव नि शिडाशिवाय नाव असत न्हाई!!"

आनि मग तिनं हसून सांगितलं,

"लिपाणीला गेलतो..."

"कशाला?"

"माज्या दाल्ल्याला बघाय!" जीभ चावून मान आत वडल्यागत करीत तिनं मुरका मारला नि हिरीकडं निघून गेली...आनि दार फुडं करून घिऊन मी दिंडाकडं चालाय लागलो... दीस डोसक्यावर आला. ऊन चन्नाना बडवाय लागलं. सकाळपास्नं तंगून बैलंबी पेकाळून गेली. म्हनलं, झालं इत्कं रेट झालं. आता सुट्टी करूया, म्हणून बैलं सोडली. बायकास्नीबी हाळी घालून सुट्टी कराय लावली... हिरीजवळ आणून बैलास्नी पानी पाजिवलं, मग गोठ्यात आणून बांदली, फुड्यात कडबा तोडून टाकला... तवंरका भाइरल्या पडवीत बायका ईवून बसल्या हुत्या. आपापली भाकरीची धडुती सोडून बसल्या हुत्या. त्येंच्याफुडं पान्याची बिंदगी नि पानी प्यायसाटनं एक बेलटं ठेवलं. आत आलो... बाईनं आज परतवणीची भाजी, घट्ट झुणका नि आसकं आसकं वांगलं केलतं... भाजी जराशीच हुती म्हणून माज्यासाठी राखून ठिवली. झुणका नि वांगं घिऊन भाईर आलो. वाडीच्या दोघीस्नी एकेक वांगं नि जरासा झुणका घातला आनि खामकराच्या अंजीफुडं आलो. तिच्या फुड्यात फकस्त एक-दीड भाकरी, आंबाड्याची झिपरी भाजी नि कांद्याची एक पात, एवढंच बघून चरकलोयच. हे का जेवाण म्हनायचं? नि एवढ्या जेवणावर दीसभर ही न्हायची,

काम करायची? रोजचं हे असंच...? एवढ्यात म्हातारी बोलली, "तुम्ही आपल्या फुड्यातला घातलासा, आम्हा गरीबांचंबी घ्या की, हे धरा..."

आनि त्या तिघीनंबी आपल्या पुढ्यातलं मला घातलं. म्हातारीनं सुक्की डाळ, त्या तरणीनं डांगार नि अंजीनं भाजी...

आत ईवून जेवाय बसलो. जेवलो, नि उनाचा रण जरा खाली हुंदे म्हणून माळीत घोंगडं टाकून लवंडलो, तसा लगेच डुलका लागला...

कवा जाग आली कुणाला दक्कल, खरं एक बक्कळ झोप निघाली. उठलो. चूळ भरावी म्हणून भाईर आलो, तर पडवीत त्या तिघीबी पासलल्याल्या! म्हातारी तशीच आ करून झोपल्याली, तर त्या दोघी तोंडावर पदर घिवून झोपल्याला. हाक मारली,

"म्हातारी, ये म्हातारेऽ!"

आनि दुसऱ्या हाकंला उठली ती म्हातारी न्हवं, तर खामकराची अंजी... वयात आल्याली, तरणी पोरगी, झोपून उठली म्हंजे दिसती तशी. डोळ्यांतली झोप गेलीय न्हाई गेलीय, आंग आळसावल्यालं. चेराबी तसा... सकाळी लांब बांधाला उभा ऱ्हावून 'कामा ईवू का म्हणून तिनं इचारल्यालं, म्हणून आता पयल्यांदाच तिला अशी जवळनं नि अशी नजर खिळवून बघत हुतो... पोरगीचं रुपडं खरंच देखणं हुतं. पव्याची एक धार असावी, तसं लांबसडक नाक, डोळ्याच्या बाहुल्या धारव्यातच जमा. त्यात एक उदासपण, झाडाच्या सावलीवानी नि तसलीच सावली साऱ्या चेऱ्यावर पसरल्याली... ह्ये चेरा, हे डोळं कधी आनंदानं हासलं... नाचलं नसतील? ह्या झळाळीनं ती उदासवानी सावली पुसून टाकली नसंल? थोड्या येळंला का आसंना, असं घडलं नसंल...?

तिचा चेरा गोंदिवल्याला हुता. उठल्याउठल्या तिनं घाम पुसल्यानं कपाळाचं कुक्कू पुसून गेल्यागत झालं हुतं नि त्याखाली गोंदिवल्याला चिमणीचा पाय दिसत हुता, तसंच दोन्ही डोळ्यांच्या कोपऱ्याला कानसुलाजवळ दोन चांदकोरी नि हनुवटीवर तिळाएवढा एक ठिपका गोंदिवल्याला. तिच्या त्या उदास, गव्हाळ चेहऱ्यावर ते गोंदवणच काय ते उठून दिसत हुतं – आपल्या हिरव्यापणानं!

आनि एक जाणीवलं – गव्हाळ रंगाच्या पोरी दिकून कशा लिंबावानी रसरशीत असल्यात, खरं हिच्या गव्हाळपणाला लिंबाऱ्यावरच्या लिंबुन्यावानी फिक्कटपणा आला हुता... अन्नापाण्याच्या आबाळीनं? घरातल्या जाचणुकीनं...? का आपल्या जलमाचं आसं हे तिरपाकडं झालं म्हणून मनाला लावून घेटल्यालं? हिचं हे फुलायचं, खुलायचं दिवस, नि अशा उमतीत अशी ही मिटून, सुकमारून जाती म्हंजे काय!

का कुणाला दक्कल, खरं ह्या पोरीबद्दल मला कणव वाटाय लागली... हे निराळं हुतं... अजबबी हुतं... ह्येच्या आधी असं कधी व्हायला न्हवतं. कुणा पोरीच्या गरिबीनं असा मनाला टवका उडाय न्हवता... नि आजच? का खरं...?

मनात आसं भिरंबाटून गेल्यानं आसंल, मऊ आवाजात म्हणालो,

"अंजी, उठीव त्या दोघीस्नीबी. दीस कलला, उनाचा तावबी कमी झालाय. लागा जावा बघू कामाला!"

मी चूळ भरून आत आलो... मघाच्या त्या राखनवालीनं बारडी भरून आत आणून ठेवली हुती नि ती निगून गेली हुती.... ती बारडी तशीच न्हिवून बैलाफुडं ठेवली... फौजदाऱ्यानं जरासं पानी पिवून मान राखल्यागत केलं नि सायब्याफुडं बारडी ठेवली, तवा त्या इदमानी बेन्यानं पान्याचा जरा वास गेतल्यागत केलं नि बारडीच वलटून टाकली!

हे जरा मस्तीलाच आलं हुतं, औताला-नांगराला फुडं फुडं करायचं, कवा उजवीकडं वडायचं, तर कवा डावीकडं दड्या दिल्यागत रेटायचं. गाडीला जुंपलं तरीबी तसंच. सरळ असं वागणंच न्हाई मिळायचं. कवा तरी हेचा आंड बडवाय पायजे हुता, म्हंजे नरम आलं असतं...

काश्या गोळा करून सप्पायला तीन दिवस लागलं. तंवर माजंबी दिंड मारून, कुळवून झालं हुतं.

बायकांचा तीन दिवसांचा पगार भागीवला... पगार घेटल्यावर वाडीच्या बायका रस्त्याला लागल्या. खामकराची अंजी मतोर घुटमाळत ऱ्हायली. इचारलं,

"का गं, जात न्हाईस घरला? किनिट पडाय आला. डोळं उजेडी घर गाठावं पोरीच्या जातीनं!"

"जातो की..." म्हणत अंजी घुटमळली, मग तिनं खाल आवाजात इचारलं, "जरासा काश्या न्हीवू, तेवढंच जळणाला हुईल..."

"हा ऽ त्येच्या! ह्येच इचारायसाटनं मघापास्नं घुटमाळत हुतीस व्हय?" थोडा वेळ तिची गमजाच वाटून मी हसत ऱ्हायलो, मग म्हणालो, "आता उद्या काय करणारी?"

मघांपास्नं ती खालीच बघत हुती... मी आसं इचारताच तिनं मान वर उचलली. मिंटभर नद्रंला तिडा पडल्यावानी झाला, मग नदर सोडवून घेत तिनं परत मान खाली घाटली. माजं बोलणं जिव्हारी लागल्यागत तिचा चेरा काळवटून गेला... तसा मीहून म्हणालो,

"हसून इचारलं म्हणून थट्टा करतोय, समजू नकोस... तसा माजा सोबावबी न्हाई... हसतगिसत मज्जात असतोय. सदाचंच रडतकुढत बसल्यालं मला न्हाई आवडत. म्हणून सहजवारी जरी मी काय बोललो, तरी ते थट्टंगतीवर बोलणं जातंय... तवा तू तसं काय समजू नकोस हं! मी खरंच इचारतोय..."

यावर ती म्हणाली, "बघायचं कुठं तरी लागतंय का...? लागलं आपलं नशीब. न्हाई लागलं आपलं नशीब..."

"हे बघ, कुठं काम न्हाई मिळालं तर ये हिकडंच! उगंच फुका दिवस खाडा करू नकोस, काय म्हंतो?"

"बरं," आनि ती मघासारखीच खाली मान घालून म्हणाली, "तेवढ्या घिऊ काश्या...?"

"आता कानी काय म्हनायचं तुला? जा, घे जा की मर्दिनी, इचारायचं आनि काय त्यात!"

असा मी म्हणालो, आनि मग ती एकदम आपला इचारच बदलल्यावानी म्हणाली, "न्हाई बा, तुम्हीच आपल्या हातानं द्या, चला..."

"घे म्हटलं तर हूं ऽ म्हणून घिऊन गेली, असं काय म्हंत्यात ते शास्त्र व्हायचं?"

"मला आजून वळिकली न्हाईस म्हण तू!" आनि हात व्हलपाटून, कावल्यागत दावीत मी म्हणालो, "जा की घिऊन खुळे ऽ व्हाव तेवडं, उगच कशाला येडाचा खोड लावत ऱ्हातीयास!"

तशी ती हलली, मघा त्या तिघींनीच दारात आणून टाकल्याल्या काश्याच्या ढिगाजवळ गेली नि दुडीभर हुईल इत्का काश्याचा कवळा तिनं बाजूला काढला नि फड्याच्या पानाच्या सापतीनं त्यो गुंडाळाय लागली... तसा मी त्या ढिगाजवळ गेलो नि आणिक तेवढा काश्या तिच्या म्होरं टाकला... तशी ती संकोचल्यागत म्हणाली,

"कशाला... कशाला... एवढा फुरं की... रेट झाला."

"घिऊन जा गप्प! हितं आरूनफिरून आम्ही दोघंजणच मळ्यात– मी नि सोनाक्का. तवा दोघांच्या जेवणाला असं कितीसं जळाण लागणार हाय? न्हे जा तिकडं– तुज्या तर उपेगाला ईल..."

हिकडं-तिकडं पडून मातरं व्हायपरास कुणाच्या तरी उपेगाला आलं म्हंजे झालं..."

उपकाराच्या वज्यानं कुणी माणूस दबून जावं नि त्या तसल्याच नजरनं देणाऱ्याकडं बघावं, तसं तिनं माज्याकडं बघिटलं, आनि त्योबी काश्या बांधून घिऊन पांदीच्या वाटंला लागली...

आनि मी आत आलो. पयल्याझूट गोठ्यात जावून बैलास्नी कुळतीचा भरडा नि पेंडंचं खडं घाटलं, एक-एक कडब्याची पेंडी तोडून दावणीत टाकली, आत यिऊन हात-पाय धुतलं, उरल्यालं शिळंपाकं आरगून टाकलं, रोजच्यावानी उशाला फरशी घेटली नि ताणून दिली...

बाईची तंबाखूची सुट्टी झाल्यावर ती परत यील... जेवाण करील, मला उठवंल, तवा भरपेट जेवायचं नि तलंगा लावायचा... तंवर बाई यीपर्यंत एक डुलका निघतोयच.

पाच

भटजीकडं जावून आलो. म्हुरत बघिटलाय. सोमारचा दीस चांगला हाय, त्या दिवशी उसाची लागण करायचं यवजलंय. एकरभर हुईल इत्कं रान तयार करून ठिवलंय 'ब्या'साठनं वाडीला जावून आलो. आदगोंडानं ऊस कबूल केलंय– 'ब्या'ला... मग म्वॉट तपासून बघितली. दोन जागंला ती फाटल्याली– ब्वॉट, ब्वॉटभर धार लागंल अशी... गावातल्या चांभाराकडं जावून तिला ठिगळं लावून घेतली.

आईतवारीच सगळी सामगिरी करून ठिवली, लावण कराय वाडीची चार माणसंबी सांगिटली..., मग सोमारचा फाटंचंच उठलो– चान्नी उगवायच्या वख्ताला. दीस म्हवराचा आत गोठ्यातलं शानबीन काढलं, हिरीवर बैलास्नी न्हिवून दगडाच्या चिप्पनं चांऽगलं खसाऽसा चोळून पांढरं धोट केलं, धुतलं, गोठ्यात व्हावं तसं लोळून उकिरड्यावरच्या गाढवागतीनं त्येंचा अवतार झालाता. धुतली तसी बळीबंकावानी पांढरीधोट दिसाय लागली... मग गोठ्यात न्हिवून त्येनला बांदली... काल रावसाब खोताच्या मळीतनं मक्याच्या बाटुकाचा एक भारा इकत आणलाता. खोताचा गडी लक्ष्या. त्योच मळ्यातलं कायबाय असं इकून आपल्या चंचीची बेजमी करायचा... त्योच रातीचा आलाता. म्हणाला, "मला रुपयभरची जरूरात हाय, रुपया द्या मला नि ह्यो भारा घ्या." तसा घिऊन टाकला... तर कवळाभर रातचं त्यातलं बाटुक टाकलंतं, आता कवळाभर टाकलं. मग आत यिऊन बाईला म्हणालो,

"आक्का, आज न्हाणार न्हवं तूबी? लावण करावी म्हंतो आजच्याला."

"बाबा माज्या, काल तरी कानावर घालायचं न्हाईस तूनं? आज अवस्थी असं न्हायलं तर मुकादमीण बोंबलाय लागंल की खळ्यातली!"

अशी बाई बोलली नि यावर मग मी गप्पच बसलो. वाटलं बाईनं आजच्या रोजी तर न्हाऊने हुतं! आज म्हुरतानं लावण करायची, बाईचं हे असं! काम गेलं बोंबलत म्हणून बाईनं न्हायाय पायजे हुतं, खरं तिला आम्हापेक्षा, मळ्यापेक्षा आपल्या कामाचीच लै आप्रुबाई हुती, आगत हुती, का खरोखरीच मुकादमिणीला सांगाय पायजे हुतं?

बाईच्या ह्या वागण्यानं न्हाई म्हटलं तरी माजं मन दुकावलंच... आजचा दिवस

असा का राजीसवानी उगावला...? समजंना! मग अशाच रंजीस मनानं आंघुळ-फिंगुळ आवरली. मोटंच्या धावंवर शिवाळ, नाडा, सोंदुर, मोट– असं सारं आणून टाकलं... मग मोटवान तपासली. तिची चौकट जाम हुती, खरं गिग्या जरासा डगडगत हुता. तवा मग कांबाट तासून त्येचं एक पाचार केलं नि खाचीत मारलं, तसा गिग्या टाईट झाला. मग मोटंच्या कड्याकडं नाडा बांधला नि तोंडाकडं सोंदुर. नाडा नि सोंदुर शिवाळाला जोडलं, मोट हिरीत सोडली...

आजून वाडीच्या गड्यांचा पत्त्या न्हवता. म्हनलं, तंवरका न्ह्यारी तरी करून घ्यावी, म्हणून घरात आलो. मघाच कवातरी बाई निघून गेली हुती. जररोजीगत तिनं जेवान तयार करून ठिवलं हुतं. जेवलो, तोंडात पान घोळवीत भाईर आलो. गडी आजून कसं आलं न्हाईत? नजर पांदीतनं पळत नदीकडं गेली. आनि ते सुक्काळीचं दिसलं... मी सांगिटल्यालंच ते गडी हुतं का आनि कोण हुतं कुनाला दक्कल, खरं मनाला तेवढाच दिलासा मिळाला...

आकणं पाडून आदीच उसाचं वावार तयार करून ठेवलं हुतं. कालच उसाच्या कांड्या करून घरात ढीक घातला हुता, पा-सा फेऱ्या घालून ती सारी कांडकं वावराच्या बांधावर आणून रचली... तेवढ्यात गडी आलंच... त्येनला मी म्हणालो,

"कित्ता उशेर गाऽ ह्यो?"

तसा त्यातला एकजण बोलला, "कुटला उशेर होऽ, अजून नौसुदून वाजाय न्हाईत न्हवं का!"

हे ऐकून मनी आलं– म्हंजे हे बेटं अगदी घड्याळ लावून काम करणार जनू! मनात आल्यालं मनातच जिरवत म्हणालो,

"हंऽ, आता हयगय नको, जुप्पी करूयाच लगट!"

"आमची कायबी हयगय न्हाई बघा– कामाच्या बाबतीत, आणा की निवद-नारोळ, निवद दावूया ते सुरूच."

मी घरात गेलो. दही-भाताचा निवद घेटला. काल आणल्याला नारळ घेटला. बाईनं शिजविल्याल्या घुगऱ्याबी एका ताटात घेटल्या. भाईर आलो. तंवरका गड्यांनी उसाचा वाघ तयार करून ठिवला हुता– बांधाजवळ. मग एकानं दही-भाताचा निवद व घुगऱ्या एका ताटात घेटल्या. दुसऱ्यानं वाडं असल्याला उसाचा शेंडा हातात घेटला. मग हातात ताट घेटल्याला उसाच्या बांधाकडनं पळाय लागला– 'वाघ आला, वाघ आला!' असं तोंडानं म्हणत नि रानात घुगऱ्या शिपडत... त्येच्या पाठनं हातात उसाचा शेंडा घेटल्याला त्यो दुसरा पळाय लागला... फुडला थांबला की त्येच्या पाठीत चाप्पदिशी उसाचा शेंडा अशी वावराच्या भोत्या-भोर एक फेरी झाली... हे असं केल्यानं कोल्हं उसाला लागत न्हाई, अशी समजूत. फेरा पुरा झाल्यावर दही-भाताचा निवद-नारळ वाघाजवळ पुरला... मग बुट्ट्यात उसाची कंडकी भरून

आकणाच्या कडनं हातरायसाठी न्यायचं काम सुरू झालं. तसा मी म्हणालो,

"आता म्वॉट जुपतो, जातो, काय?"

"व्हय तर. जुपा जावा. एकेक एकेक आकाण भरू दे की पाण्यानं!"

आनि मी म्वॉट जुपली. 'काँय, कुंई काँय् कुंई' करत भरल्याली मोट बोलाय लागली. हिरीतनं वर याय लागली. भास्‌दिशी पोगरात रिती व्हाय लागली, पोगरातलं पानी पाटात नि पाटातनं वावरातल्या आकणात जायाय् लागलं... एकेक आकाण भरू लागलं... नि मग गडी आकणाच्या कडच्या बोदावरनं एकमेकाला लागून उसाची कंडकी ठेवाय लागलं– पेरावयचं डोळं वर करून. त्या डोळ्यानंच तर उसाचा कोंब फुटायचा असतोय, गुपुकदिशी मातीवर येऊन दुनिया बघायचा असतोय्. अशी लावण चालली...

नि मग कवातरी राखनवाली आली. जररोजीगत धुणं घिऊन ती आली नि पाटाकरच्या दगडाजवळ तिनं धुणं ठिवलं– ध्यायसाटनं... तसा तिला मी म्हणालो,

"अगं येऽ, खेड्यागावातच ऱ्हातीस न्हवं, काय श्यारगावात...?"

"श्यारगावची दिसलो व्हय तुला? का डोळ्याच्या भावल्या उरफाट्या झाल्या तुज्या?"

"भावल्या धड हैत की, खरं तुजी अक्कलच उरफाटी झालीय जनू! अग खुळेऽ लावणीचं पाणी हाय न्हवं हे, मग त्येला बायकांचं धुणं चालत न्हाई, म्हाईत न्हाई व्हय...?"

"का चालत न्हाई?" न कळून इचारल्यागत ती बोलली.

"अगं ते कशाबशाचं असतंय्." नि तिच्यावर नजर खिळवून म्हणालो,

"आपलं म्हंजे... म्हंजे इटाळफिटाळाचं आनि कशाकशाचं!"

यावर फुडं बोलायची काय टाप लागून गेलीया तिची! मुकाटवानी घरात गेली नि आतली बारडी आणून बाजूला धुणं ध्वाय लागली...

"तू आनि म्हंशील तोंडानं फटकळ हाय ह्यो. व्हाव तर इचारून बग कुणालाबी तू... आनि आनि असं एक हाय, खरं ते बोललं की फटकळ तोंडाचा असा शिक्का पडलाच! नि भिडस्तपणानं गप्प बसलं, तर मतोर माणूस सोबावानं चांगला म्हंटलं जातंय, व्हय का न्हाई..."

यावर ती खुदकन् हसली. म्हणाली,

"समजूत काडायचं फुर बा आता तुमचं! मला काय राग आला न्हाई बोलण्याचा तुमच्या!" असं माज्या मनातलंच वळीकल्यागत ती बोलली नि मी तिच्याकडं बघतच ऱ्हायलो.

आज तिनं डाळिंब्या वाणाचं लुगडं नेसलंतं, नि ते तिला, तिच्या रंगाला किती खुलून दिसत हुतं! आपल्या घणसर बावडीसंगं तिनं ते लुगडं कसं चापूनचोपून

नेसलं हुतं! समोरच्या दगडावर ओणवीहून चबा ऽ बा धुणं चुबकून धूत हुती ती. तिच्या पाठीच्या पन्हाळीत डोरल्याचा गोंडा खेळत हुता. घाटदार पुठ्याच्या वाकड्या रेघा मनात तसल्याच वाकड्या लाटा तयार करीत हुत्या नि वाकडं वळण घ्यायसाटनं ढुशा मारीत हुत्या... का कुणाला ठावं, खरं आज तिला असं बघून मी पयल्यांदाच चळत हुतो... पयल्यांदा तिला जवा बघिटलीती तवा असं काय वाटाय् न्हवतं, तर हिरीतनं तिला उचलून वर आणून आदळलीती तवाबी असं काय मनात आलं न्हवतं, त्याधरनंच्या तिच्या धीट नि बऱ्याचदा चावटबी बोलण्यानं दिकून असलं काय मनातनं सरपटत जायाय न्हवतं... नि आजचं...? का...? असं एकाएकी चळ भरल्यावानी मन चळावं का?

लैन्दी झालं... कितीदी? दोन-तीन म्हैने तरी झालं असतील, कोरडाच हुतो. बाईचं सुक कसलं ते मिळाय न्हवतं... आडपूझडप् एखांदी गटवावी नि झोपावं म्हटलं तर कामाच्या घायट्यात तशी फुरसतबी मिळाय न्हवती... आनि म्हणूनच आसंल, हिला असं वाकल्यालं बघून मनात असं नि असलं जिवाणू वळवळाय लागलं? उपास घडला की भुका लै लागत्यात, तसलंच घडलं का हे...?

हिरीत गेल्याली मोट भरली तसा वडून धरल्याला सोंदूर सैल सोडला नि बैल दबवून तिला म्हणालो,

"अगदी मनकवडी हैस म्हणंनास! माज्या मनातलंच वळीकलीस नि काय!"

"म्हंजे, मदी एक डाव म्हणाला व्हता– 'मी मनकवडा हाय' म्हणून, आनि आता मी दिकून मनकवडी झालो काय?"

"व्हय तर, त्याबिगर मनातलं हे सारं कसं वळीकता यील?"

"म्हंजे ह्यो संगतीचा वाण न्हाई खरं गुण लागला म्हणंनासा!"

"संगतच ह्या असल्यांची केली, तर मग हे असंच व्हायचं, राइट बरोबर?"

"चल्लाऽ जावा तिकडं! बोलण्याला आटपशिला व्हय तुम्ही? धा गावचं पानी प्याल्याला माणूस, तवा बधंल व्हय असा-तसा बोलण्याला!"

"धा गावं आजून व्हायची हैत खरं, तू मतोर आज सुरुमनीनं बोलाय लागलीयास हं!"

"सुरुमनीनं न्हाय बा मी, आनि तसं बोलू कशाला? तुम्ही मतोर सुरुमनी झालायला हितं यिऊन! लोक म्हेत्यात रैत चांगला हाय. कुठं हिकडं-तिकडं बघणं-देखणं न्हाई... कुठं जाणं-येणं न्हाई का लावालावी न्हाई कुणाबरोबर... आपुन आपला कसा तालात पोलसीनं ऱ्हातोय! खरं, ह्या खालमान्या रैताचं गुण एक मलाच ठावं!"

"गुण ठावं असाय आजून गुण उधळाय न्हाई मी, हितं यिऊन!"

"उधळाय न्हाई खरं हितनं फुडं उधळशिला की! मान्साचा काय नेम सांगाय येतोय व्हय...?" हसून डोळं मिचकावीत ती सुरुमनी म्हणाली. आनि पाटातल्या

पाण्यात कुणी तरी ढकलून दिल्यावानी मी गारीगार झालो...!

ते कबुतर निराळ्याच भाषेत 'गुटुर्रऽगूं' कराय लागलंय न्हवं का! का ती सबागतीनं बोलतीया, तिचा सोबावच तसा हाय नि सारं माज्या मनाचं खेळ हैत...? ती तर मला आता एखाद्या चावट हुमानावानी वाटाय लागली... हुमान आठवताच ते कसं मनात घोळत ऱ्हातं, गुदगुल्या करीत ऱ्हातंय, तरीबी त्येचा आपुनला आरथ समजत न्हाई, मतलब कळत न्हाई, तसं!

धुणं धुऊन संपताच ती निघून गेली... हे तर रोजचंच हुतं... तरीबी आज असं घडलं, की ती जाताच मला गमंना झालं. करमंना झालं... कुठंतरी आतल्याआत वाटाय लागलं– धुणं धुऊन संपताच तिनं ते हितंच वाळवूने हुतं, आनि जरा थांबूने हुतं!

दुपारची जेवणं झाली. जरा जरा इस्वाटा घेतल्यावानी करून परत लावणीला जुप्पी केली...

दुपार वसरली, ऊनजाळ झळा थंडावल्या, नि संगट गारवा घिऊन वाऱ्याच्या झुळका लकाण्र्या मारू लागल्या...

असा शिळोप् पडाय लागला, आनि खामकराची अंजी अवस्थी मळ्यात उगावली. संगट शेळी, तिची दोन पालवी असं लटांबळ... अंजीच्या खांद्यावर आकडी होती. अंगावर शेवाळी रंगाचं विटकं आपुरं जुन्यार. ते कसं तरी गुडघ्यापतोर आल्यालं. खाली उघड्याच पोटऱ्या, चप्पल्याविना भुंडं पाय, जोडवी नि मासुळ्याविना मोकळी मोकळी रिकामी बोटं. सोबागाला अडकावीत तशी हातात फकस्त दोन-तीनच काकणं... अशी अंजी हातातल्या आकडीनं कुटं चिच्चेचा पाला हिसक, तर कुठं बाभळीचा ढापा खिसून काढ अशी शेरडं चारवीत धावंजवळ आली, आनि मला इचाराय लागली,

"शिवरीचं चार ढापं वरबडू शेरड्यासाटनं?"

रंग्यानं उसाचं रान जरी पाल्यासकट धुऊन न्हेलं तरी उसाकडनं उगावल्याल्या सपाट शिवऱ्यामतोर जित्यापनी हुब्याच हुत्या. त्येनला बुडक्यास्नं तासलून जळाण-काटकाची बेजमी करायसाटनं त्येला तशी सवड गावली नसंल, न्हायतर मास्तरवर उपकार करायसाटनं ऱ्हायतर तसं फकस्त दाखवायसाटनं त्येनं ही झाडं तशीच राखली असतील... ते काय का असंना, त्या शिवऱ्या अंजीच्या डोळ्यांत कशा भरल्या हुत्या! अशा गरीब पोरी कामासाटनं कुठं आल्या-गेल्या की अशी त्येंची घारीगत नजर असती, चौकडं, आनि मागिटल्यावर मिळतंय आसं झालं. वाटलं म्हणजे, काय काय मागावं काय काय मागिटलं तर वावं दिसणार न्हाई, काय काय मागिटलं तर मिळंल, ह्येचा आदीच त्येंच्या मनाशी ताळा असतोय. मग असा तालामाला बघून एक एक मागाय लागत्यात त्या. मग तर चटावत्यातच...

अशीच अंजीबी हुती का? परवा जळाणासाटनं काश्या मागिटली, काश्या

दिला, आनि आता शिवरी मागाय आली व्हय ही! शिवरी तर शेरडाचं लै आप्रुबाईचं, लै आवडीचं खाणं... नि त्या शिवरीवरच डोळा ठिवून ही आलीया व्हय!

मी तिला म्हणालो,

"अंजी, एक गोष्ट बोलू का? राग मानशील न्हाय तर?"

"न्हाय बा. राग कसला त्यात! व्हाव तर 'न्हाई' म्हंशीला एवढंच न्हवं...?"

"तसं न्हवं गंऽ शिवरी म्हंजे काय सोनं न्हवं, तिची एवढी आप्रुबाई कराय! व्हाव तेवढी घे जा तुला, त्याबद्दल काय म्हन्नं न्हाय! खरं मान्सानं असं ज्येच्या-त्येच्यासाटनं हात पसरूने दुसऱ्याफुडं. चांगलं न्हवं ते. माजा सोबाव तर साळढाळ हाय. पोटात एक व्हटात एक– असलं जमत न्हाई मला, म्हणून सांगिटलं तुला..."

"दुसऱ्याफुडं असं हात पसरूनच जगाय लागतंय गरिबास्नी..."

ती असं बोलली नि मनात आलं, म्हणावं– असल्या जगण्यापरास मरावं गरिबानी, दुनियातली तेवढीच दाटन कमी हुईल की! मग वाटलं, असं बोलून उगच दुकवा कशाला तिला, काय हक्क हाय असं बोलून तिचा पानउतारा करायला आपुनला? म्हणून गप्प बसलो, झालं. मग फुडं तीच म्हणाली,

"आनि मी दुसऱ्या कुनापुढं कशाला हात पसरू? तुम्ही कोन परकं हाय व्हय आम्हास्नी? आपलं म्हणून मागिटलं. ह्यापुढं न्हाय मागायची..." शेरडं पाटाकडची हिरवाट दातलत हुती. असं बोलून ती शेरडाजवळ गेली नि त्येनला उस्कलून घिऊन जायाय लागली. तसा मी म्हणालो,

"अगं, असा नाकाच्या शेंड्यावर राग आसू ने, घे जा खुळे, घे जा शिवरी!"

यावर तिनं मान मुरडून माज्याकडं बघिटलं नि खुदकन हसत म्हटलं,

"जावा तिकडं, लै पक्कं हायसा की!"

"पक्का हाय, खरं आजून पकक फुटाय न्हाईत हं मला!"

यावर ती आनि एकदा खुदकन् हसली. हसली तशी तिच्या गालाला खळी पडली. हे मी पयल्यानं डावच बघत हुतो. मोत्यावानी पांढरंखडं दात, तोंदलीत लालभडक व्हट... ती देखनी हुतीच; खरं हसताना आनिक देखणी दिसत हुती!

मी म्हणालो,

"अरेच्या बायली, तुला हासाय येतंय तर!"

"का हसूने जनू मान्सानं?"

"मान्सानं हासावं की, खरं काई थोडी मान्सं सदाच रडव्या, सुतक्या तोंडानं वागत्यात न्हवं का!"

"टोमणं चांगलं माराय येत्यात म्हणंनासा!"

"ह्या गावच्या पाण्याचा त्यो गुण. पानी लागलं म्हणंनास मला ह्या गावचं!"

"ह्या गावचं तेवढं कुठलं? ह्येच्या आधीची आनि धरा की गावं त्यात!" आनि

असं माज्यावरच एक ठिवून ती शिवरीकडं गेली. हातातल्या आकडीनं शिवरीचं ढापं हिसकाय लागली. ढापं खाली पडाया लागलं, आनि दुकाळातनं आल्यावानी शेरडं त्या पाल्यावर तुटून पडाय लागली...

... सांज करून अंजी घराकडं परतली, तवा तिच्या काखंत कवळाभर शिवरी हुतीच. दीस बुडाय घटकाभर अवकास हुता. आजून लावण संपली न्हवती. मोटबी चालूच हुती.

धावंजवळनं जाताना तिनं मला सांगिटलं, "जराशी शिवरी घेटलीया हं– घराकडं!"

"हे मतोर बरं हाय म्हणंनास– आदी घ्यायचं नि मग सांगायचं! रोजच्यागत परवानगी बरं काढली न्हाईस बये?"

"हे खरंच बोलतायसा का आपलं उगंच थट्टंगतीनं बोलाय लागलायसा? माणूस हे असं द्वाणीं बोलाय लागल्यावर काय समजायचं तरी काय बाई ऐकणाऱ्यानं?"

"बरं ते ऱ्हावू दे, तुला मी सांगिटलतं?"

"काय? कशाबद्दल...?"

"कामाबद्दलच की! कुठं काम न्हाई लागलं, रिकामी असलीस, तर ये म्हटलं न्हवतं?"

"व्हय म्हटलतं की!"

"मग का बरं आली न्हाईस?"

"कट्टाळा आला, ऱ्हायलो झालं!"

"खोटं!" नीट थेट तिच्या डोळ्यांत बघत मी म्हणालो, "कामाचा कट्टाळा करणारी पोरगी न्हवंस तू! माणसाची जीभ खोटं बोलंल, डोळं न्हाई बोलायचं!"

"बरं, उद्या येतो घ्या!"

"ये व्हाव् तर ऱ्हा खरं, माजं काय बिघडणार हाय? मी काय ह्यो मळा असा कुणा दुसऱ्याच्या जिवावर कराय न्हाई, तर सोताच्या हिमतीवर केलाय! मतोर मला एक वाटतंय, सरळ वागावं मान्सानं!"

"माज्या मनात तसा काय किंतु असता, तर मी शेरडं घिऊन आलो असतो का मळ्यात?"

यावर मी काय बोललो न्हाई. माज्या उत्तराच्या आशेनं ती जराशी थांबली. घुटमळली. मग आपणहूनच म्हणाली,

"जातो बाईऽ शेरडं लांब गेली!" आनि सटक्यानं पाय उचलता उचलता म्हणाली, "उद्या येतो हं!"

सहा

उसाची लावण केली. तशीच कामास्नीबी मी हयगय केली न्हाई. मळा म्हटल्यावर माळवं तर लावाय पायजेच. वांगी, बावच्या, भेंडी, मुळा, कोबी, टम्याटु, शिवाय शेपू, पोकळा, मेथी असल्या भाज्या. काय चांगलं दिसलं, वाटलं ते लावलं. ब्याची जोडणी केली कशी तरी; काई थोडी मागामागी केली, काई थोडी लिप्पाणीच्या सोसायटीतनं आणली.

कामासाटनं लागली तर माणसं लावत हुतो. खामकराची अंजी तर रोजचीच यीत हुती. दोघांची आता चांगलीच वैवाट झाली हुती. त्यामुळं बोलण्यात एक तऱ्हेचं मोकळंपण आलं हुतं. बोलताबोलता एका दिवशी सहजानवारी इचारल्यागत तिला म्हणालो,

“ही रोज हिरीवर ध्वॉय येतीया ही कुनाची पोरगी गं?”

“का, मन जडलंच जनू तिच्यावर!” बेरकीपणानं हसत हसत ती म्हणाली, “म्हणूनच एवढी खो-खोदून चौकशी लावलीया!”

“तसं न्हवं, रोज हितं ध्वॉय येती. हक्कानं घागर, बारडी असलं काय बाय मागून घेतली. म्हणून सहजानवारी इचारलं तुला.”

“मला इचारण्यापरास तिलाच विचारूने हुतं?”

तिचा आवाज अजूनबी थट्टेचाच हुता... बाई-बापयाचं एखादं खेकटं, एखादं लफडं समजल्यावर जसा एखाद्या पोरीचा चेरा हुईल, तसा तिचा चेरा. हे असलं काय तरी असलं म्हंजे कसं झाटदिशी समजतंय अशा पोरीस्नी? ह्या अशा बाबतीत त्येंची बुद् कशी तल्लख ऱ्हाती! आता तर तिनं मला नेमका सवाल टाकला! तिला विचारणं... तिचं बोलणं, तिचं वागणं... हिला सारं सांगावं?

मी गप्पच. बोलणंच सुदरंना. तशी तीच परत म्हणाली,

“का हो गप्पच? बोल्ला न्हाईसा काय?”

“बोलणार काय आनि? तू सांगतीस तसंच करतो की, तिलाच इचारतो की!”

यावर ती गालातल्या गालात हसली, मग म्हणाली,

“इच्यारा इच्यारा, तिलाच इच्यारा!”

आनि का कुणाला दक्कल, एकाएकी मला असा संशेव आला– माझ्या मागं माझ्याबद्दल ह्या दोघी बोलत तर नसतील, एकमेकीत?

असतील...? नसतील?

आनि दुपारी जवा ती ध्वॉय आली तवा ही म्हणाली, "जावा, आली बघा ती. इच्यारा जावा व्हाव तर!"

तिच्याबरोबर बोलायचं मनात असूनबी वरल्या मनानं मी म्हणालो, "मला काय तेवढंच काम हाय? पोरींच्या बरोबर गुलूगुलू बोलत बसायला मास्तरनं मला रैत नेमलाय व्हय? गप्प लाग की कामाला मर्दिनी? किती येडाला खोड लावत बसशील?"

उसाची बाळ भांगलन चाल्लीती. यावर मग तीबी गप्प बसली. तिच्या हातातलं खुरपं उसाच्या गच्च्यातनं, बुडक्यातनं सपाट्यानं चालू लागलं, फिरू लागलं, खेळू लागलं. मीबी मग फुडं बघून भांगलाय लागलो.

आनि मग थोड्या वेळानं हिरीवरनंच हाळी आली,

"रैत, अहो रैत!"

हाक कानावर पडली नि मी शेजारच्या अंजीकडं बघिटलं... तिची ती बेरकी नजर तर माज्यावरच खिळली हुती! ती जनू म्हणत हुती, लै नाकानं वांगी सोलत हुता न्हवं. घ्या आता परिचिती! जावा आता, तीच तर आपणहून हाळी माराय लागलीया. जावा भेटा कडकडून!

"आयला, ही वाळ्ळी खाटपिडा म्हणायची! हिला हिरीवर ध्वॉय यायसाटंन बन्द करून टाकाय पायजे!" कावून कदरून गेल्यावानी मी म्हटलं, उगच वरल्या मनानं. आतनं तरी वाटत हुतं– तिनं का हाळी मारली आसंल...? काय काम...? काय...?"

आसं म्हटलं नि उठलो. तिच्याकडे गेलो. म्हणालो.

"व्हय गं, आसं हाळी मारणं चांगलं का?" आनि मग म्हटलं,

"आजूबाजूला माणूस-काणूस असतंय-सवरतंय... तवा बरं न्हवं हे!"

"तुम्हास्नी हाळी मारून बलवून घिऊन काय झोपलो न्हाई तुम्हाबरोबर, वाईट दिसाय त्यात!" असा मलाच तिडा घालून ती मग बोलली,

"उद्याला म्हाई हाय गावची. जेवाय यायचं. इसरायचं न्हाई– सांगून ठेवतो," आनि जरासी थांबून मग बोलली,

"हं. जावा आता. हेच आवतनं सांगाय हाळी मारलीती!"

"ते झालं खरं..."

"आता आनि काय खरं नि काय खोटं लावलीईसा...?"

"तसं न्हवं म्हणत मी... तू आवातनं दिलंस, तुजं काम झालं खरं, येणाऱ्यानं

यायचं कुठं, कुणाच्या घराला? तुजं मला ना नाव म्हाईत ना पत्त्या... मग...?"

"न्हाव-पत्त्या ठाऊक नसाय काय झालं, त्या अंजीनं सांगिटलं न्हाई व्हय?" आनि ती म्हणाली,

"नसलं सांगाय तर इचारावं तिला– माप ध्याडभर मळ्यातच असती की, गुलुलु बोलत... सवरत..."

"आयला ऽ हे एक बरं हेटाक् झालंय! तू तिला असं म्हणं नि ती तुला म्हंती..."

"काय म्हंती?" तिचा सूर किती ताणला हुता नि डोळंबी पसरलं हुतं!

"काय न्हाई!" मी म्हणालो, "उगच म्हटलं तुला!" नि पाठ फिरवून चालाय लागलो...

पाठीमागं तिचं त्वांड कसं झालं आसंल...? मागं फिरून बघाय साटनं मन लै वडनी खाल्लं. खरं मी मन मारून मुकाट्यानी चालाय लागलो, मागं बघिटलंच न्हाई...

"दुपारचा जेवणाचा टाईम झाला. आज़बी बाईनं आमटीच केल्याली. तुरीच्या डाळीची." अंजीला म्हटलं,

"अंजी. एक काम करणार माजं?"

"कामासाटनंच तर आलोय, नि हे काय इचारनं...?"

"काम मळ्यातलं न्हवं, घरातलं हाय– म्हणून म्हणतो..."

"सांगा की, त्यात काय आनि इचारायचं..."

"सोनाक्कानं आजबी डाळच केलीया. ह्या डाळीचा कट्टाळा आलाय..." नि आपल्याशीच बोलल्यागत म्हणालो,

"हितं आल्यापास्नं चांगलंचुंगलं कायच खायाय मिळत न्हाई नि काय! तितं इनामदारांच्यात जीभ सोकवल्याली... नि हितं सोनाक्का करंल ते घशात ढकलाय पायजे!" आनि मग म्हटलं,

"एक डॉळं लागल्याली बाई असावी तसंच झालंय म्हणंनास– हे खावू का ते खावू..."

ह्या माज्या बोलण्याचं अंजीला हसूच आलं... खरं तिचं हसू 'ति'च्यावानी खळाळतं न्हवतं, तर झऱ्यात जिवाळं लागावं तसं हळुवार असं! व्हट हलल्यात न हाल्ल्यात, दात दिसल्यात न दिसल्यात– अशी ती हसायची. तिच्या व्हटापरास तिचं डोळंच हसायचं. त्यात एक न्यारीच लकाकी यिऊन जायची. चमक चमकून जायाची... अशी ती हसली की, तिच्या गालाला कशी झकास खळी पडायची!

अशी गालातल्या गालात हसून ती म्हणाली,

"ते न्हाहुंदे की, खरं आजच्या दिवस कढ काढा म्हणं... उद्याला म्हाई 'ति'चं

बलावणं असलंच की. जावा म्हण मग 'ति'च्या घरला– नि हाणा की नळीवर ताव! बल्लावणं तरी हाय न्हवं तिचं...?''

''हाय खरंन, तिचं नाव-पत्त्या कुणाला ठावं हाय!''

''सांगणारनीनं तरी असं कसं सांगावं म्हंतो मी. आता बघा की, सांगायचं ते सांगायचं नि पत्त्यामतोर कळवायचा न्हाई म्हंजे तुम्हीबी असं कसं...? हे तरी इचारायचं न्हाई तिला...''

''इचारलं तर ती तुज्याकडं ब्वॉट दावती!''

''माज्याकडं...? काय म्हणून...?''

''म्हंती– ती ध्याडभर मळ्यात असती. एवढं बोलतासवरता नि माजं नावमतोर कसं सांगिटलं न्हाई तिनं?''

''तिचं नाव सांगत फिराय मला काय वकीलपत्र दिलंय म्हंतासा तिनं?''

''ते आता तुमचं तुम्ही दोघी मिळून ठरवा, मी काय बोलणार?''

''बरं मग उद्या जाणार म्हणंनास– तिच्या घरला?''

''आता ते तुज्या हातात! तू पत्त्या सांगिटलास तर जाणार, न्हायतर काय जातोय...?''

''माज्यामुळं नळी चुकूने तुमची, म्हणून मी सांगतो, न्हाईतर मी वाळ्ळी उसाभर कशाला करू– सांगू?'' आनि मग ती म्हणाली, ''शेलार आळीत यायचं, नि रामू जाधवाचं घर कोंचं म्हणून कुणा व्हाव त्येला इचारा, पत्त्या गावंल तुम्हाला!''

''आता एवढं सारं तूनं सांगिटल्यावर पत्त्या गावंल म्हणं घे, खरं कुणी बलीवलंय म्हणून इचारलं तर कुणाचं नाव घ्यायचं?''

''घ्या की त्या फुलीचं नाव, का भितासा...''

''फुली... फुलवन्ता नाव व्हय तिचं? अरेच्यामारी धरून!'' असं सोताशी बोलल्यागत म्हणालो नि मग म्हटलं, ''का त्येची चोरी केलीया का लांडी-लबाडी...?''

''आता ते मला तरी कसं ठावं हुणार वं...?'' नि मग पान पालटून ती बोलली, ''बरं, ते ऱ्हाऊ दे– कसलं काम करणार म्हणून इचारत हुतासा मला...?''

''हा हा ते व्हय...? हेच की इचारणार हुतो– जरासा झुणका गरगटून देणार काय म्हणून, झणझणीत खमंगसा!''

''देतो की. त्यात का आबजूक हाय...'' म्हणत तिनं कंबर कसली आनि घटकाभरातच पातळसा झुणका गरगटला...

त्यो गरम गरम झुणका भाकरीबरोबर वरपताना तोंडाला चव आल्यागत झाली. बकऱ्याचा रस्सा झक मारावा, अशी चव त्येला आलीती. चटणी-मीठ, त्याला

कांदा– सारं कसं बेतशीर पडल्यालं. म्हणलोच तिला–

"तुज्या हातात सुगरीन हाय जणू. झुणक्याला कशी रस्स्याची चव आलीया बघ!"

मी आसं बोललो नि ती लाज लाज लाजली... म्हणाली,

"जावा बाऽ, बोल बोल म्हंता हारबुऱ्याच्या झाडावर चढिवता बघा एखांद्याला!"

हे सारं लटकं हुतं. खोटं खोटं हुतं. खरं तर माझं बोलणं तिला मनापास्नं आवडलं होतं... जेवणाची तारीफ केल्यावर खुश हुणार न्हाई असं बाईमाणूस जल्माला याय न्हाई अजून!

ते कायबी असलं तरी, मला एका गोष्टीचं मतोर समाधान वाटलं. माज्या संगतीत आल्यापास्नं तिचं सुकमारल्यालं मन टवटवीत व्हाय लागलंय. फुलाय लागलंय, एक-एक पाकळीनं, एक एका दिवसानं... तिच्या जिनगानीच्या खडबडीत-रखरखीत माळावर एवढा तरी सुकाचा मळा मी फुलीवला, हे एक चांगलंच झालं म्हणायचं. फुडं काय का हुईना, हे दिवस तरी सुका-समाधानाचं... फुडचं फुडं बघाय्यील म्हणं– काय ते!

दुपारचं जानुदा मळ्यात आला. म्हणाला, "उद्याला जेवायला यायचं. म्हाई हाय. सांगिटलं न्हाई म्हणशील बघ. इसरशील." आनि त्यो बोलला, "उद्याला आनि लावून देतो खरं– पोराटोराला..."

"इसरत न्हाई, अलबत येतो..."

"बरं, चलू..."

"बस गा– पान तर खावून जा की." आनि मी चंची सोडली.

मी कात्रून दिल्याली सुपारी तोंडात टाकत जानुदा म्हणाला,

"लोक म्हंत्यात ते खरंच हाय म्हणंनास..."

जानुदाचं हे असं कोड्यात बोलणं. मी चपापलोच, मनोमन. कोण म्हंत्यात...? काय म्हंत्यात...? कुणाबद्दल...? अंजीबद्दल...? फुलाबद्दल...? माझ्याबद्दल...?

"काय म्हंत्यात लोक?" जरा भीतभीतच इचारलं मी.

"मळ्यात रैत नंब्रीग गावला म्हंत्यात, मळा माणसात आणला, हिरवा गजबार करून टाकला– म्हंत्यात..."

काळजावरची धोंड कुणीतरी ढकलून काढल्यावानी मला झालं... त्येच्या ह्या असल्या बोलण्यानं मी फुशारून गेलो. तरीबी अइस्वासानं म्हणालो,

"खरंच...?"

"अगदी खरं... मी पदरचं कशाला बोलू?" नि मग चुना लावल्यालं पान दुमडून तोंडात सारत जानुदा बोलला, "नि मला दिकून तसंच वाटतंय बघ..."

"आनि एक मनात हाय माज्या– आरध्या एकरात दराक्षे लावावं म्हंतो. खरं,

मास्तर मानायला पायजे!''

"न मानाय काय झालं– मानंल की!''

"त्येचं असं हाय जानुदा, दराक्षे लावायला म्हामुरी पैसा खर्चाय लागतोय.... मास्तरची तेवढी कुवत कुठ हाय म्हंतोस!''

"व्हय. खरी गोष्ट...''

आनि असंच थोडा वेळ आलतं भलतं, हिकडलं तिकडलं बोलणं झालं नि मग जानुदा उठला. "जातो. आजून पावण्यापयास्नी सांगावं धाडायचं हैत,'' म्हणाला, नि निघून गेला...

अंजी उसात खुरपं चालवीत हुती, मी पातीला बसलो, भांगलाय लागलो. तसं अंजीनं इचारलं,

"आनि एक आवतनं आलंय वाटतं?''

"व्हय!''

"मग कुनीकडं जायचं यवजलंय, तिकडं का हिकडं?''

"तसल्या भोरड्या लै मिळत्यात. तिकडं कशाला जायाचं! गेलो तर जाईन जानुदाकडंच... ह्या परमुलखात, परगावात त्यो माज्या बाजूला उभा ऱ्हायलाय– हे मी इसरलो तर पोटाला आन्न न्हाई माती खाल्ल्यावानी. व्हय का न्हाई– तूच सांग!''

"ते खरं हाय, खरंन् तिनंबी इत्क्या आगतीनं बलवलीया आनि...''

"आगतीनं बलीवलं आसलं तरी जाणं आपलं काम न्हवं. रीतीपरमानं तिनं सांगिटलं-सवरलं, तिनं तिचं काम केलं. आपुन आपलं कराय पायजे,'' आनि म्हणालो, "आता तुझ्या म्हणन्यापरमानंच हुंदे गेलो, तर ते बरं दिसंल का तिच्या घरच्यास्नी, गावच्यास्नीबी...''

"ते बी खरं हाय, खरंन...''

"तुजं खरंन् नि खोटंन् ऱ्हावू दे! तुला आजून आक्कलदाढ याची हाय!'' ह्यावर मग माझ्याबरोबर तीबी हासाय लागली– गालातल्या गालात. खळी पाडून...

सात

म्हाई म्हणून आज अंजी कामावर यायूला न्हवती... गावचा सण म्हणून बाईबी आज घरातच हुती. आंगुळ करावी म्हणूनसाटनं मी हिरीवर आलो हुतो. गडद गुलाबी रंगात पटका रंगीवला हुता. हिरीच्या काठऱ्यावर त्यो वाळवत घाटला हुता... आत सूर, सुळकी मारायच्या तयारीनं मी कठऱ्यावर उभा हुतो, एवढ्यात जानुदा पांदीत दिसला. नदीकडनं त्यो गावात चालला हुता... त्येच्या फुडं बकरं. ह्ये जाम काळकरंदी. त्येच्या गळ्यातली दोरी जानुदाच्या हातात. जानुदा पळत हुता, नि पाठनं बकरं... जानुदाला बघून, सुळकी मारत्या मारत्याला मी आवरलो, आनि त्येला इचारलं,

"जानुदा, तुझं बकरं?"

आता हे काय इचारणं झालं! बकरं तर त्येचंच दिसत हुतं की, उगंच दुसऱ्याच्या बकऱ्याला त्यो कशाला घिऊन फिरंल! तसंबी त्यो सहजानवारी दिसलाय, चौकशी केल्यालं बरं दिसतंय. अशा चौकशीनं आपलं तरी काय चार चव्वल जात्यात? त्येवढंच माणूस सांभाळल्यागत हुतंय झालं, ह्योच फायदा. माणसानं सदा घुम्मन-घुस्यागत असूने, लै न्हाई जरा तरी बोलघेवडं असावं...

माझ्या इचारण्यानं जानुदा थांबला. पळून त्येला दम लागलाता... म्हणून जरा दम खाऊन त्यो म्हणाला,

"व्हय माजंच हाय. जरा पळवून आणलो, आज टक्कर हाय ह्येची रंग्याच्या बकऱ्याबराबर..."

"म्हंजे टक्करीचं बकरं हाय म्हणनास तर..."

"व्हय तर. तुला काय सोबागाला बाळीगल्यावानी दिसलं व्हय... मर्दा, हेनं आजपतोर पा-सा ठिकाणला टक्करी जितल्यात. लिप्पाणी, मुरगूड, कापशी, कागल, झालं तर शाहूवाडी, कळंब..." जानुदा फुशारकीनं सांगत हुता... आपल्या गुणी जनावराची, न्हाई म्हटलं तर, सगळ्यास्नीच आप्रुवाई वाटती. मग जानुदाला तरी ती का वाटूने...?

"मग, आजची टक्करबी ह्योच जितनार तर..."

“अलबत! जिंकणार म्हंजे काय जिकल्यागतच हाय म्हनंनास. वाजाप्बी आणलंय लिप्पाणीस्नं. ब्यांड, झालं तर ताश्या, गावची लेझीम हायच...” आनि मग जानुदा बोलला, “बरं जातो आता– लै उश्शेर झाला!”

“जा खरं– टक्कर कुठंशी हाय, कवा हाय ते तरी सांगशील का आपलं...”

“थॉ त्येच्या मारी, इसरलोच की ते!” आनि आपुनच खळाळून हासत मग म्हणाला, “इशीतल्या म्हादेवापुढं टक्कर हाय. आता सकाळचंच नऊधाला... अलबत् याचं. काय सांगतो?”

“याचं म्हंजे काय येणारच नी! जानुदाच्या बकऱ्याची टक्कर नि मी ऱ्हाईन् असं घडलं का कधी?”

“बरं, जातो!” असं पुन्यान्डाव म्हणून जानुदानं परत पळाय सुरुवात केली. बकऱ्यापरास त्योच सटक्यानं पळत हुता. बकरं ढबुळकं हुतं, मांदं चढल्यालं. त्येचं त्येलाच आंग जड झाल्यावानी त्ये पळत हुतं. टक्करीला त्ये घणमणत नसं, खरं पळायम्तोर त्येचं आंग हालत नव्हतं– ही खरी गोष्ट!

मग मी हिरीत सुळकी मारली, आनि जररोजीवानी मोजून ईस फेऱ्या काढल्या. अशानं म्हेनत चांगली हुती, तालमीत जाऊन जोर उठाबशा काढल्यावानी. आनि आंगबी कसं हालकं हालकं हुतंय... त्यो म्हातारीचा कापूस असतोय न्हवं– हवेतनं कसा हालक्या आंगानं अंत्राळी तरंगतोय, तसंच अगदी वाटतंय.

आंगुळ करून घरात आलो. कापडं चढिवली, नि भाईर पडलो. गावात आलो. नाम्या परटाकडं जायाचं हुतं. थरवादिशी त्येच्याकडं टेरलिनचा न्हेरू शर्ट, जाळीचं गंजीपरास नि करवतकाठी धोतार भट्टीला टाकलं हुतं. गावाच्या पल्याड मांगवाडा हुता. त्या बाजूलाच त्येचं घर हुतं. चौकातल्या आंबाबाईच्या देवळाफुडनं निघालो. समोरच्या गल्लीच्या तोंडालाच आड-पाण्याचा. त्येच्यावर ही झुम्मड! नि तिथंच जाधवाची फुली, ती राखनवाली, पाण्याच्या घागरी घिऊन येत्याली. संगट मैतरनीबी. बोलत, चालत, खिदळत येत्याल्या... मनी इचार आला, आता तिच्या समोरनं गेलं तर ती जरी काई बोलली न्हाई, तरी माज्याकडं अशा नजरेनं बघंल, की ती नजरच जणू म्हणाय लागंल – “दुपारच्या जेवणाची याद हाय न्हवं? इसरायचं न्हाई हं!”

आनि ह्येच तर मला नको हुतं. मला ते त्या जेवणाचं टाळायचं हुतं. जानुदाकडं जायाचं हुतं. म्हणून मी बाजूच्या गल्लीत घुसून चालाय लागलो. परटाच्या घराकडं जायाला जरा वळसा पडला... पडंना का, हे तरी टळंल!

परीट टांझीसटर लावून गाणं ऐकत हुता. त्येच्या भावानं लिप्पाणीत दुकान काढलं हुतं. दाबून पैसा मिळिवला हुता जनू, तवास ह्यो टांझीसटर.

कापडं तयारच हुती. लगट त्येनं दिली. पैसं देता देता त्येला इचारलं,

“काय नामज्या, आज रात्री ख्योळबीळ काय?”

"हाय तर! कोलापूरची बारी आणणार हैत म्हणं बा!"

"मग तमाशाच हाय म्हण की!"

"व्हय तर..."

"मग वगबिग?"

"आसंना तर गा! वगाशिवाय तमाशा कसला?"

आनि आसं बोलून कापडं माज्याकडं देता देता त्यो बोलला,

"आज काय इ्याकीत काम दिसतंय!"

"आज म्हाई, म्हंटलं नटावं जरा..."

"मास्तर तर म्हाई करत न्हाई न्हवं... आनि...?"

"न्हाई करंना का. गावची ती आपलीच म्हाई का न्हाई, मग नटायचं जरा. बिघडतंय कुठं?"

"नटावं तर, वयच आहे हे नटायसवरायचं! आता न्हाई तर कवा म्हातारपनी नटायचं?"

"त्येच म्हंतो मीबी. आनि म्हातारपन येतंय का मदीच गाडी गचाकती हे कुनाला सांगायला येतंय म्हंतोय? तवा आला दीस आपला म्हणून उमत हाय तवरका तरी हौसमौज करावी. कुनीकडनंबी मज्जात ऱ्हायाचं! आनंदात ऱ्हायाचं बघ! उगंच 'हांय यांय' करून ज्येच्या त्येच्या फुडं आपली रड सांगून काय उपेगाचं, व्हय का न्हाई?"

"राईट! बरोबर!"

मग भाईर पडाय्‌साटनं पाय उचलता उचलता सहजानवारी चौकशी केली.

"ह्यो रेडीव कवा घेटलास आनि?"

"आगा मी कशाला ह्यो नस्ता भिकणीशी स्योक करू! लिप्पाणीस्नं भाऊ आलाय म्हाईला. त्येनं आणलाय ह्यो!"

"अस्सं, अस्सं!" म्हणालो नि भाईर पडलो.

मळ्यात आलो. बाईला इचारलं,

"आक्का, मटण तर आणू आच्छेरभर...?"

"का, कुणाची आवतनं न्हाई गावातनं...?"

"मलाबी हाय आवातनं, जावावं म्हंतो. चार मान्सं राकायची तर त्येंच्यात मिसळाय सवराय पायजेच की. लैबी एकलकोंड्यागत ऱ्हावून-वागून चालत न्हाई..."

"खरं हाय तुमचं."

"तुला न्ह्यारीसाटनं तव्यात जराशी बावची परतलीया. राच्ची भाकरी हायच. व्हाव तर कर न्ह्यारी. जरी आवतन आसलं तरी जेवान व्हायचं, निवद-फिवद दावायचा, पै-पाव्हणं जमायचं तर दोन-तिनाचा वखुत सज्ज हुतोय."

"बरं, मग द्या तर न्ह्यारीला!"

आनि मग न्ह्यारी केली. कापडं आंगावर चढिवली नि भाईर पडलो.

इशीत आलो. म्हादेवाच्या देवळाफुडं माणसांची ही थप्पी! गटागटानं मान्सं बसली हुती. गप्पा झडत हुत्या, चिलमी फिरत हुत्या, चंच्या सुटत हुत्या... रंगराव बकरं घिऊन आदीच कवातरी आला हुता. त्येच्या पार्टीचं लोक त्येच्या भोत्यानं जमलं हुतं, नि त्येच्या बकऱ्याबद्दल बोलबोलून त्येला गाभणं करीत हुतं. हारबुऱ्याच्या झाडावर चढवीत हुतं. त्यातली सारीच पिऊन तरकटल्यासारखी हुती. परवापरवाच दारू खुल्ली झाल्याली. निप्पाणीत तर दारूची तीन नि शिंदीची दोन दुकानं झाल्याली. पैलं चोरून पिल्याली लोकं आता उघड प्याय लागली... नदीकडंला भट्ट्या लागायच्या त्या आता घराघरातनी लागाय लागल्या, नि काई थोड्या बायकाबी पिऊन प्यात हून पडाय लागल्या– आता ह्या भोगाला काय म्हनायचं...? पिल्यावर बापय लाजगीज सोडून दंगा करतो, मारामाऱ्या करतो, शिव्या देत हिंडतो. गटार म्हणत न्हाई का सडक म्हणत न्हाई, प्यात हून पडतो, तसं मतोर बायका करत न्हवत्या हे एक नशीबच म्हनायचं!

तितं यिऊन घटकाभर हुतोय तंव जानुदाचं बकरंबी आलंच. जानुदाच्या भोत्याभोर पार्टीतली लोकं, शिवाय पै-पाव्हणंबी. नि एखांदा तालेवार चालावा तसा तेगारात जानुदा. काळारोम रंग, पांढऱ्याधोट मिश्या, अंगावर पांढरी कापडं नि डुईवर लालभडक पटका– असा त्येचा येबाव् हुता. पटक्याच्या रंगागतच त्येचं डोळंबी लाल झाल्यालं. म्हंजे त्येनंबी 'मारली' हुतीच जनू जराशी!

जानुदा आला तशी घुपळा-घुपळा करून बसल्याली लोकं एका ठिकाणला जमा व्हाय लागली नि रंगराव व जानुदाच्या भोत्याभोर एक वर्तुळच तयार झालं.

मग जनू भुईतनं उगावल्यावानि पंच उगावलं. टक्करीला बीट लागली हुती वाटतं; कारण त्येनी आल्या आल्या रंगराव नि जानुदाकडनं रुपय पंचवीस पंचवीस काढून घेतलं. मग त्यातला एकजण म्हणाला,

"हं, आता आणा बकरी मैदानात!"

तशी दोगांनी दोनीकडनं बकरी मैदानात आणली, 'सोडा त्येस्नी!' म्हटल्यावर त्येंच्या गळ्यातल्या दोऱ्या सोडल्या गेल्या... माझ्यावानीच लोकास्नीबी आता वाटलं– जवा जवा दोऱ्या सोडल्या की धडाक्‌दिशी ही एकमेकांवर टक्करतील! खरं कुटलं काय नि फाटक्यात पाय! दोगं लै दिसाचं मैत असल्यावानी हलत, झुलत, डुलत एकमेकांजवळ गेली. मग मुक्का घेटल्यावानी तोंडाजवळ त्वांड आणून हुंगल्यावानी केली नि मग तर एकमेकांच्या शेपट्यांत हुंगाय लागली!

तसं लोकं खदाखदा हसाय लागली. एकला तर म्हणला दिकून, "तिची भनं टक्करा व्हावूद्यात. एकमेकांवर उडा तर दोघंजणं. त्ये तरी बघूनश्यान जाताव आम्ही

घरला!''

यावर माज्या सेजारचाच कुणीसा म्हणाला,

''ये गप्पारे ऽ अगदी तिकीट फाडून शिनिमा बघाय आल्यावानी कराया लागलाईसा की!''

''तिच्या आयला ऽ त्या शिनिमातकनी तरी आता काय दम ऱ्हायला काय गाऽ? त्यात अशा टक्कीर असत्यात, कोंबड्यांच्या झंजा असत्यात, बैलगाड्यांच्या शर्ती असत्यात का कुस्त्यांची मैदानं असत्यात? वाळ्ळा तमाशा नुस्ता! आता तमाशाच बघायचा म्हटला तर चिक्कार ठिकाणी बाऱ्या हैत, कुणालाबी सुपारी दिली तर एका रात्री ईवून साऱ्या गावाला आपली करामत दावून जात्यात!''

''ते खरं, पन आता तमाशात तरी कुटं खरा तमाशा ऱ्हायला? तमाशात आता शिनिमा शिरलाय नि शिनिमात तमाशा. लावण्या ऐकायच्या झाल्या, तर आता शिनिमा बघावा लागतोय नि शिनिमातली गाणी ऐकायची असल्यास तमाशाला जावावं लागतंय, असलं सगळं तिंगाड झालंय न्हवं!''

तोंडाला ईल ते असंच नि असलंच कायबाय लोकं बोलाय लागली, आनि एकच गोमगाला उसळला...

तंवर जानुदा नि रंगराव मैदानात घुसलं, नि त्येनी आपापली बकरी शिंगास्नी धरून मागं आणली, मग तशीच धरून एकमेकाजवळनी न्हेली नि परत मागं आणली. आसं दोन-तीन डाव करून सोडली-सोडली तशी एक बाण सुटल्यावानी वेगानं ती सुटली नि धडाक्‌दिशी एकमेकांवर टक्करली! त्या दणक्यानं दोगं हात-हातभर, आपसूक मागं सरली आनि मग भुईला पायाचा रेटा दिवून परत एकमेकांवर टक्कारली!!

धडाक् थडाक्... धडाक् थडाक्...

लोकं आनंदानं आरडाय लागली... आखिर टक्कर लागली तर! पयल्यांडाव वाटलं, तशी बकरी मेलमुसी न्हाईत... हाय... कायतरी पानी हाय! लोकं ओरडतच हुती... एकमेकांचं पटकं-टोप्या हवेत उडवीत हुती. जागच्या जागंवर उशी घीत हुती... 'हयूरे पठ्ठ्या! शाब्बास रे गब्रू! वा : रे वाघाच्या पिल्या!'' आसं बोलून चेव आणीत हुती.

''रांडच्या, मार धडका ऽ घे उडी...! हेमल्या लौड्याचं, दमलं जनू!'' आसं उद्‌गार काढीत हुती. साऱ्या वातावरणालाच एक जोर आला हुता, वेग आला हुता... तशात लेझिमवाल्यांची हलगी खणखणू लागली... लढाईच्या त्या वाजपानं तर आंगात ईरसरी आल्यावानी झाली... आनि हिकडं सुरूच हुतं–

'धडाक् थडाक्... धडाक् थडाक्...'

दोन्ही बकऱ्यांची तयारीबी सारक्यास वारकी हुती. ताकतीलाबी तशीच, त्यामुळं

मागं सर की दे दडांज्या, मागं सर की दे दडांज्या आसं सारखं सुरूच हुतं.... आता बकरीबी चांगली तापली हुती. रागानं, मागं सरसरून टकरा दीत हुती, शिंगाट कटाऽदा वाजत हुती. डोस्की थडाऽडा बडवत हुती... नि तिकडं हालगीवर पडणाऱ्या काठ्यांची लयबी वाढत हुती... 'डांगडुंग डंकाक्, डांगडुंग डंगाक्!'

आखिर रंग्याचं बकरं मागं सरलं नि इतक्या वेगानं पळत यिऊन जानुदाच्या बकऱ्यावर धाडकन् धडाका मारलं की त्या हल्ल्यानं जानुदाचं बकरं मागं मागं भेडकांडत गेलं... गेलं-गेलं नि खाली कोसळलंच... तुरमुंडी दिवून ते उठाय बघतंय तौरका रंगाच्या बकऱ्यानं आनि एक धडाका लगावला! रंग्याचं बकरं दमात भारी हुतं. वयानं तरणं हुतं, त्यामुळं जानुदाच्या बकऱ्याला ते आटपलं न्हाई. जानुदाच्या बकऱ्यानं दम हुता तौरका टक्कर दिलीच. दमातच उखाडल्यावर ते तरी काय करणार!

असं हे आवचित, अघटित झाल्यावर जानुदाचं त्वांड खार्रकन उतरलं.

जानुदाचं बकरं पडलं तसं रंगाच्या पार्टीच्या लोकास्नी तर आनिक चेव चढला... बघेबी आरडून गोमगाला कराय लागलं...

नतीजा असा झाला की, जानुदानं आपल्या बकऱ्यासाठनं आणल्यालं ब्यांड, ताशे, लेझिम रंग्याच्या बकऱ्याफुडं सुरू झाली. कुणी तरी बकऱ्याच्या गळ्यात हार घाटलं... कुणी त्येच्यावर गुलाल उधळलं. आनि अशी मिरवणूक निघाली. पिऊन लास झाल्याला एकटा ताशेवाल्याच्या मदी गेला नि नाचाय लागला... ताशेवालाबी 'घोड्यावर' चढल्यालाच... हे हेंदरं ध्यान नाचत्यालं बघून त्येलाबी हुरूप चढला. एक ढेंग फुडं एक पाय मागं काढून नाचत-डुलत त्यो तडातड् ताश्यावर काठ्या बडवू लागला... कुणीसं पिशवीभर चिरमुरं आणलं आनि त्या दोघांच्या डोस्क्यावर उडवू लागलं, 'हे ऽ रे पठ्ठे! घुमीव! हुंदे बारीक ऽ बारीक.' हवेत आवाज फुटू लागलं.

एका न्याऱ्याच आनंदानं त्यो जमाव खुळा झाला हुता. श्यान्यामंदी जमा हुईल असं एक जणच हुतं तितं आनि ते मंजे ते बकरं! आजूबाजूचं कायबी ध्यानीमनी नसल्यागत ते चालत हुतं! चाललं हुतं...

दोपारचं जानुदाचं प्वार बलवाय आलं जेवायसाटनं म्हणून गेलो.

...सकाळच्या टक्करीतल्या नामुष्कीचं सावूट साऱ्या घरावर पडल्यालं... सारी रयाच बदलल्याली... आनंदानं टवटवल्यालं असं कोणबी दिसंना... तेराव्याला जमल्यावानी सगळं वातावरण नि लोकंबी तशीच...

जेवणाच्या पंगती बसल्या. माज्या तरी नरड्याखाली घास उतरंना...

...कसं तरी वचावचा करून जेवान आटपलं... भाईर आलो... जानुदाचं प्वार खरकाट्या पत्रावळ्यांचा ढीग हातात धरून उकिरड्यावर टाकाय निघालं हुतं, त्येला

इचारलं,

"जानुदा कुटं दिसंना मघाठावनं – कुठं हाय रं?"

"हाय परड्या आंगाला – शेणीच्या घरात..."

"जेवला का न्हाई रं त्यो आजून?"

"न्हाय्. सकाळठावनं बसलाय घुम्मनघुस्यावानी तितंच... जागा काय सोडंना – कुडुक् कोंबडीगत एकच जागा धरून बसलाय न्हवं!!"

"असं व्हय..." म्हटलो नि परड्या आंगाला निघालो.

परड्यात उकिरड्याला लागूनच एक केंबळगती छप्पार. त्यात शेणी ठेवल्याला, म्हणून शेणीचं घर. आत सारं आसकाट. शेणी व्हाव तशा इस्काटल्याल्या, त्यातच चगाळा, घाणिरड्याची - बाभळीची शिणी नि असलंच काय-बाय. आनि त्यात ह्यो भाद्दर फडी काढून लांबडा बसावा तसा बसल्याला.

एका नद्रंत मी त्येला पुरतं वळीकलं... बकरं हारल्यापास्नं त्येनं प्यायची एकसारखी रिप्पी लावल्याली असणार... कारण आता त्येला चांगलीच चढल्याली हुती. डोळं लालसर झाल्यालं, त्वांड फुलल्यालं, जशी सारी नशेची लक्षणं. नशा चढल्याल्या मान्साचंबी दोन परकार असत्यात. एक– चढल्यावर दंगाधुडकोस घालीत सुटायचं, दुसरा– तारवटून एकाच जागंला बसायचं. जानुदा ह्या दुसऱ्या परकारातला वाटत हुता. त्येच्या आजूबाजूला त्यो घाणल्याला दारूचा वास. जवळ जाऊन बैठक मारली, नि त्यो भासदिशी नाकातोंडात गेला. मस्तक भिरंबटाय लागलं... म्हणालो,

"काय गा हे जानुदा, कसलं स्वाँग काढलाईस ह्ये सणावाराचं? काय ह्यो येबाव तुझा? पै-पाव्हणं आज आल्यालं-सवरल्यालं, त्येंच्या म्होरं असं... बरं दिसतंय का तुजं तूच बघ!" आनि त्येला उठवत म्हणालो, "चल, जेव चल घासभर!"

"मी जेवतो जा तू मागसन्..." नि मला 'जा' म्हंत्याला त्यो मलाच उलट बसवत म्हणाला, "बस जरा, याक गोष्ट बोलायची हाय तुज्याशी! हे बघ, येत्या बेस्तरवारी जायचं लिप्पाणीच्या बाजारला नि हे बकरं फुकून टाकायचं! काय म्हंतो? साल्यानं माजं नाक कापलं साऱ्याम्होरं आज. परगावला असं हुतं तर गोष्ट वायली, खुद्द गावातच अशी नापत करून ठिवली नि काय... त्ये काही न्हाई जैशिंग्या. जायाचंच बेस्तरवारी नि दुसरं बकरं आणायचंच! बघूया रंग्या किती दिवस नाचतोय त्ये! नाक लै उडवाय लागलाता न्हवं सकाळी...? माजं वाजाप आपल्या बकऱ्याम्होरं वाजवून गावातनं मिरवनी काढतोय काय तो गत्काळीचा! न्हाई त्येचं नाक खाली केलं तर पट्टूश्या नाव लावणार न्हाई – बापाचं! शंभर तितं दोनशे पडू द्यात. खरं आनायचंच बकरं लंब्रींगबाज, जावू दे म्हामुरी पैसा, एकदा रंग्याला..."

“बरं, रंग्याचं ऱ्हावूंदे – बघूया, बघाय ईल त्येचं... तू जेव चल बघ पैला आदी...” मी परत त्येच्या बाहुट्याला हात घाटला.

तसा माजा हात झिंजाडून त्यो म्हणाला,

“जेवायच्या आईची कूट! तू बस हितं – सांगतो तुला... हे बग... हे घे...” आनि त्येनं खिशातनं धा-धाच्या नोटांचं बंडलच काढलं, “हं, हे घे – ऱ्हावू दे तुज्याजवळ. तशी मला लै चढाय न्हाई खरंन् कुटं हं गदबळाय् नको... ठेव तुज्याजवळ तौरका... बेस्तरवारी दे म्हणंस मला...”

“बरं घेतो – घेतो तौरका ठेव तुज्याजवळच, जाता-वख्ती घीन मागून तुज्याकडनं!” आनि त्या नोटा घिऊन त्येच्याच खिशात कोंबत मी म्हणालो,

“बरं, ऊठ आता. चल घरात...”

आनि गडी एकदाचा उठला...

“तेवढं बेस्तारवारचं...”

“हाय, हाय ध्यानात...”

“न्हाय तर इसरशील... सांगिटलं न्हाई म्हंशील... बग...”

आशी त्येची बडबड चालूच हुती – घरात आणूस्तोवर, आता हे इत्कं लास झालंय... जेवंल तरी कसं...? आंगाभाईर झाली हुती त्येला दारू... पोराला सांगिटलं – ‘हातरून घाल’... पोरानं आतल्या सोप्यात हातरून टाकलं... त्यावर त्येला निजवल्या पेट्टाला प्यात हून पडलं... सांजपतोर त्ये आता कशाला उठतंय! घोर न्हाई... कसलाच आता...

मग मी मळ्याकडं आलो, बाई गावात गेली हुती. आजून आली न्हवती. घराला कुलूप हुतं. जवळच्या किल्लीनं ते काढलं... आत जावून घोंगडं हातरलो नि जरा लवंडलो. आनि कवा डोळा लागला कळलंच न्हाई...

कवा कुनाला दक्कल– मला जाग आली. आपसुक न्हवं, तर कुणीतरी लडालडा हलवून मला जागं करीत हुतं... इत्कं आंगचटीला यिऊन कोण उठिवतंय म्हणून डोळं उघडलं, तर राखनवाली! जाधवाची फुला!! ती माज्या आंगावर वाकली हुती नि बाहुटा धरून हालवीत होती... मी झोपल्यामुळं आसंल, तिला पदराचं भानबी तसं न्हवतं. सैल गळ्याची चोळी... वरचं बटन, तळची गाठ तोडून भाईर पडाय आसुसल्यालं भरदार, उभार नि कवठागत कठीण जोबन... त्येंची गोरीपान गोलाईच पयल्याझूट भास्दिशी डोळ्यात घुसली नि मी भान हरपलो... फुलासकट डहाळी झुकावी, तसा तिचा चेरा झुकल्याला... फुलल्याला... फुलल्याल्या त्या फुलाच्या झेल्याला तसाच आकबंद आंगावर वढून कवळा घालीत मी म्हणालो, “का गं ऽ, उठिवलीस – निर्मळवानी झोप लागलीती तो!” वयल्या मनानं मी म्हणालो..., ती जर अशी उठवाय आली नसती, तर ह्यो झोला असा छातीवर आला

असता कशाला...?

"जा तिकडंऽ, बोलू नकोस आमच्याबरोबर!" माज्या छातीवर आपल्या हातानं आघात करीत ती म्हणाली... म्हणाली नि तसाच रेटा देऊन तिनं हिसडा मारला... कवळा सुटला. ती मोकळी झाली... मोकळी झाली, खरं पदराचा शेव हातात गावलाच... त्यो तसाच जाम धरीत मी म्हणालो,

"बोलू नकोस म्हंतीस नि मग उठिवलीस कशाला? सांग की – उठिवलीस कशाला...?"

दोन्ही हातानं पदर आपल्या छातीला घट्ट धरून लाखमोलाची आपली दौलत झाकीत लटक्या रागानं ती म्हणाली,

"ह्यो काय दांडगावा – सोड बघू!"

आता तिच्या छातीस्नं माज्या हातापतोर पदराला चांगलाच तणावा आला हुता. वड लागला हुता. तिच्या हुमदांडग्या वागण्याला नि तशाच बावडीला ह्यो लटका राग नि ह्यो नखरा किती न्यारा दिसत हुता!

पदराला मी आनिक ताकतीनं तणावा दिला... तशी ती लुगडं फाटंल न्हायतर फिटंल ह्या भ्यानं आसंल, भिंगरीगत एक गिरकी घिऊन माज्याजवळ आली... पदराला एक हिसडा दिला तशी खाली बसली... अगदी जवळच... कितीतरी दिवसांनी... कितीतरी... हे... हे असलं सुक... हे बाईचं... हे बाईजवळ बसल्यालं सुक मला मिळत हुतं!

मनोमन मी फुलारून गेलो हुतो. फुशारून. मी माझ्यासाठनं.. व्हय माझ्यासाठनं ही इतक्या लांब, हिकडं आली... ही एकच गोष्ट पुरं हुती फुशारून जायाला... परत तिडा घालून तिला आंगावर वडून घेत मी म्हणालो,

"का आलीतीस – ह्या आव्येळी!"

"मान्सांचा दरकार हाय व्हय तुमास्नी का किंमत हाय त्येंची!!"

रुसल्यागत गाल फुगवून ती म्हणाली... बोलता बोलता माझ्या हातांचा तिडा तिनं सोडवून घेटला; पन बाजूला झाली न्हाई, तर तितंच जरा सरल्यागत करून बसली... आनि बसली आनि तिनं मान फिरिवली. दुसरीकडंच बघाय लागली.

सारं कंत्राट जरा आडीच कांड्यावर आलं हुतं, तवा आता नित्राटकी चेष्टा करून उपेगाचं न्हवतं, तर जरा तिच्या कलानं घेत चुचकाराय पायजे हुतं. म्हणून म्हणालो,

"जेवाय आलो न्हाई म्हणून राग काढाय लागलियास व्हय? कसं येणार – तूच सांग की, काय म्हंतील तुझ्या घरातली?"

"मला म्हाईत हुतं – तुम्ही आसलंच रडगाणं लावणार त्ये! अवो, मी जित्ती हुतो न्हवं एवढी– मग कसलं भ्या वाटत हुतं तुम्हास्नी?"

"त्ये झालं खरं..."

"तुमचं खरं नि खोटं ऱ्हावू द्या, उटा आता. जेवान आणलंय. जेवा चला घासभर... बघा चला ग्वाड लागतंय का गरिबाचं!"

माज्यासाटनं... माजं जेवाण घिऊन ती हितवर आली! काय म्हणावं हिला आता! तिच्या ह्या धाडसानं मी चाटच पडलो... बघतच ऱ्हायलो तिच्याकडं... माज्या मनात उफाळल्याला दर्या थंड झाला नि त्ये ह्याच एका भावनेनं भरून गेलं.

तशी ती हासून म्हणाली, "माज्याकडं बघाय न्हाई व्हय कवा, आसं निरखून बघाय लागलाय त्ये! उटा - जेवा चला, मग बघत बसा म्हणं! भुका लागल्या न्हाईत व्हय आजून...?"

न्हाईत कशा – मी खरंच, लै भुक्यावलो हुतो... खरंच अशी भूक लागली हुती...

मंग तिनं आग्रेव करून करून वाढलं... वाढलं तसं मीबी खाल्लं... आनमान केला न्हाई. रस्सा झणझणीत झालाता. त्येच्यावर चरबी नि तवंग तरंगल्याला. मटणाची फोडं ही इत्कीबला – बचकभर. मसालाबिसाला घालून त्येला चव तर अशी आल्याली! तसं जानुदाच्या घरात जरासं त्वांड उष्टं केलतं, खरं त्या घरातलं वातावरणच असं काय हुतं, की जेवणाची चव काय लक्षात ऱ्हायली न्हाई. त्याकडं ध्यानबी गेलं न्हाई तसं...

खरं, आता ह्ये फुलीनं आणल्यालं जेवनमतोर लंबरबाज हुतं. इत्कं चांगलं, इत्कं चवदार जेवान किती दिवसांत मी खाल्लं न्हवतं! हितं... ह्या मळ्यात रैत म्हणून आल्यापास्नं तरी न्हाई... न्हाईच...

मन लावून मी जेवत हुतो. सपाटून मी जेवत हुतो. दुकाळातनं आल्याल्या माणसागत, हावरेपणानं मी जेवत हुतो. हापापून घास गिळत हुतो...

निम्मं आरधं जेवान झालनं नि माजा मीच लाजलो. रस्स्यात बुडिवल्याला तुकडा तसाच ठिवत तिच्याकडं बघिटलं– ती आतापतोर माज्याकडंच बघत हुती, टक लावून. गुडघ्यावर हाताचा कोपर टेकल्याला नि हाताच्या मुटक्यावर हनुवटी... आनि तिचा चेरा... आवडीच्या बापय्गड्याला जेवान घालून त्यो आवडीनं खात्यालं बघावं तसा– समाधानानं निथळणारा...

मी वर बघिटलं तसं माज्या नजरंत नजर गुतवीत ती म्हणाली,

"आता भाम् आली व्हय? लै भुक्यावलातास जनू!"

नजरंतली गुंतवन सोडवीत खाली बघत म्हणलो, "तसं काय ऱ्हाई खरंन् हितं आल्यापास्नं आसं चमचमीत, टेस्टदार असं काय खायाला मिळाय न्हवतं, म्हणून भाम् गेल्यागत झाली..."

"आता मी एक गोष्ट बोलू...?"

“बोल की!”

“हितं आल्यापास्नं लै आबाळ हुतीया जेवानापान्याची तुमच्या... हितं आला हुता तवा कशी बावडी हुती– आता ऱ्हायलीया का तशी?”

“माज्या बावडीला काय धाड भरलीया – आलो तवा हिरीतनं उचलून वर आणलीती तुला न्हवं का? आताबी दावू का वर आणून?”

“चल्ला, जावा तिकडं!” सगळंच बोलणं थट्टेवर घालायची सवं पडलीया तुमास्नी!” डोस्कीवरचा पदर सारखा केल्यागत करीत खोट्या रागानं डोळ्याच्या कोपऱ्यातनं तिनं माज्याकडं बघिटलं, नि मग म्हणाली, “कुणी काय सांगाय गेलं की टांगाय जाशीला तुमी!” आनि मग ती त्वांड फिरवूनच बसली...

ह्या मोकळ्या हवेत मोकळ्या आंगानं वाढल्यालं हे पाखरू माज्यावर नक्कीच खुश झालं हुतं... नक्कीच... त्याबिगार अस्सं...

मांड्या तिरप्या सोडून सोडून ती बसल्याली, आनि आता त्वांड फिरिवल्यानं मला तिकरस ती झाली हुती. तिनं कासुटा घाटला हुता नि ह्या अशा बसण्यानं मांडीवर नि पुठ्ठ्यावर लुगडं चांगलंच तणावलंतं. आदीच भरल्यालं तिचं आंग नि ह्यो असा नि असला तणावा... बघून माझ्या मनातल्या दर्यात आनिक तुफान उठाय लागलं. त्येचा परिणाम म्हणून आसंल, मी डाव्या हातानं चाप्‌दिशी चापटी तिच्या पुठ्ठ्यावर लगावली नि म्हंटलं,

“कुणाकुणाला आतापतोर टांगाय गेलाय सांग की तूच, उगंच अशी अंधारात गोळ्या झाडू नकोस!”

माझी चापटी बसताच ‘अग्गं आई गं!’ करून ती इवळली...

तसा परत मीच म्हणालो,

“आता सांग पेट्ट कसा लागला! हाय न्हवं ताकत ह्या हातात का ठकलोय...?”

“जेवा बा मुकाटवानी!” नि तिनं टोमणा लगावला, “म्हातारं झालासा म्हटल्यावर पोरं काढून दावाय उठशिला तुम्ही!” असं बोलून ती मग भाईरच उठून गेली...

बापयगड्यागत दांडगट, रानवट दिसणारी ही पोरगी... बोलायबी तशीच असावी– खुल्ली, उघडी, मोकळी नि बाई-बाप्याच्या झेंगटाबद्दल आसं, हालकट, आबंड बोलणारी, बोलायची आवड असणारी, हे आता दुसऱ्यांदा कळून आल्यानं काय काय सुद्रंनासं झालं... मागं एकदाबी ती अशीच बोलली हुती – काय बोलली हुती बरं...? हां... ‘तुम्हास्नी हाळी मारून बलवून घिऊन काय झोपलो न्हाई तुम्हाबरोबर...’ ह्यो असा तिनं त्या येळेला तिडा घातला हुता... पोरी, पोरीतनी हालकट, आरबटचरबट बोलतील, खरं बापयगड्याफुडं तोंडाला, जिभंला, जरा तरी लगाम घालतील... त्या येळंला मी माज्या मनाची समजूत काढली हुती– बोलली आसंल ही अशीच चुकून, सहजानवारी. म्हणून तिडा पडूनबी मन उभा हुतं त्या

वख्ताला, खरं आताच्या ह्या तिच्या तसल्याच बोलण्यानं मत्तोर ते धापदिशी पडलंच!

मला कोडंच पडलं – बापयगड्यागत तिचं हे आसलं बोलणं-वागणं. मग तिला बाईच्या जातीवानी भावनाच हुईत नसतील का...? एखादं जवान प्वार बघून मनोमनी ती फुलतच नसंल का? कुणा एकाची सपनं पडत नसतील का हिला? कुणा एकाच्या इचारानं हिची तानभूक हारत नसंल, झोप उडून जात नसंल? कुणासाटनं तर झुरणी खायला हिच्या काळजानं शिकलं नसंल?

असंच जर आसंल तर मग तिनं माझ्यासाटनं असं जेवान बांधून घिऊन इतक्या लांबवर मळ्यात येण्याचा आरथ कसा काढायचा? फकस्त दोस्ती, निर्मळ दोस्ती? बापयानं बापयावर, पोरानं पोरावर करावी तशी...?

काय खरं – हे का ते? ते का हे? काईच अंदेसा लागत न्हवता... मन झोलं खात हुतं... कवा हिकडं, कवा तिकडं...

मग ह्या असल्या पोरीबरोबर मी वागायचं कसं? कितपत अंतर ठिवून, कितपत जवळ जावून? काय, आसं बोलवून, आसं वागवून, वागून ती मला झुलवत हुती, चेतवत हुती, डिवचत हुती. आनि तिच्या ह्या वागण्याला मीच अपुरा पडत हुतो, मागं मागं सरकत हुतो? तिला द्यावी तशी साथ देत न्हवतो? बुजून बुजून वागत हुतो?

असं नि असलं चक्कार डोस्क्यात घुमाय लागलं... त्या भिरंबिटीतच कसंतरी जेवान सप्पीवलं नि भाईर आलो...

भाईरल्या दारात जरा आडाला अशी ती बसलीती. जनू भाईर पहारा करीत असल्यागत कोण येतंय, कोण न्हाई... चोरून दूद पित्यालं मांजार, झाकलं डोळं उघडून बघावं - सावचित्तानं तशी तिची नजर...

मला आपलं त्या नजरंचंच हासू आलं... मी खो: खो: करून हासाय लागलो, तशी तिनं तीच नजर उचलून माज्यावर रोवली... मग म्हणाली,

"का वंऽ, हासाय काय झालंय एवढं – कसली गंमत वाटाय लागलीया, का सटवाई हासवाय लागलीया?"

"सटवाईनं हासवायजोगं वय वाटतंय व्हय माजं तुला! तसं वाटतच आसंल तर मग घे की मांडीवर आनि जो-जो बाळा कर!"

"आज असा का तराकल्यावानी कराय लागलाईस? कसलं व्हारं शिरलंय एवढं अंगात? का आज म्हाई म्हणून दारूबिरू..."

"आजून तसं कसलं व्हारं शिराय न्हाई आंगात, आनि दारूबी ढोसाय न्हाई मी. खरंन् तू जवळ असल्यावर बिन पिताच चढती नि तरासल्यागत कराय लागतोय, आनि आता ह्येला तू तरी काय करणार आनि मी तरी काय करणार?" आसं

म्हणालो नि तिच्या पिछाडीस्नं ओणवा झालो. काखतनं हात घालून तिला कवटाळल्यागत केलं नि तिच्या खांद्यावर हनुवटी टेकून खासगीत बोलल्यागत बोललो, "सांग की, खरं का खोटं...?"

काखंतनं हात घाटल्यानं छातीवची कबुतरं चांगलीच तावडीत गावल्याली... ती तशीच पकडून तिच्या माघारी, चवड्यावर बसलो नि कवळा आवळ करीत मज्जेनं तिला मागं-फुडं घुसळत म्हणालो,

"का गं, बोल की! सारखी चिवचिव करणारी ही माजी रानमैना आता का गप्प झाली बा? का रुसली? का फुगली? काय झालं तरी काय? काय समजावं मान्सानं! का हिच्या जिवाला आलं, एकाएकी, म्हणून डाकटर आनावा, काय वैदू बलवावा?"

तशी तिनं मान फिरवून डोळ्याच्या कोपऱ्यातनं मागं बघिटलं नि माज्या हाताचा तिडा आपल्या हातानं सोडवायची खटपट करीत हासून म्हणाली,

"सोड बा आता, तुला काय? कोण तरी बघिटलं सवरलं तर न्हाई ती व्हैकाची वाटणी व्हायची!!"

मागं बघितावख्ती तिचं त्वांड एका बाजूस झाल्यालं. हाताशी यायचं त्ये आलंच हुतं, आता व्हटाशीही आलं हुतं... अगदी माज्या व्हटाजवळ तिचा गाल आल्याला... ही असली संधी सोडण्याइतका काय बैलोबा न्हवतो मी...

कासवागत मान फुडं काढली नि माट्दिशी तिच्या गालाचा मुका घेटला...

तसं माज्या हाताचा तिडा सोडवाय झटत असल्यालं तिचं हात आपसुक बाजूस झालं... त्याच हातानं मग तिनं मुका घेटल्याला गालाचा वल्लावा पुसला... तसा त्यो गाल लालम्लाल झाला. ती लाली कानाच्या पाळीपतोर पसरत गेली.. ती पाळी... डुलाच्या भोकात काटा घाटल्याला बाभळीचा. त्या काट्यासकट ती पाळी दातात धरली नि तिच्यावर 'चिमणीचा दात' उठविला... 'आई गंऽ!' करून ती इवळली तशी मी पाळी सोडली नि म्हणालो,

"व्हैकाची वाटणी झाली, तर त्यातला माजा वाटा मी उचलीनच की, घाबरतोय का नाबर हाय सांग की!"

"सोडा बाऽ, काय तरीच तुजं एक आनि!" आनि माज्या तिड्यातनं सुटायसाटनं पुऱ्या ताकतीनं आंग घुसळीत ती म्हणाली, "सोड बा तिकडं, जातो..."

"आल्यालं माणूस इतक्या लौकर जातंय का कधी? आजून लगीन-फिगीन हुंदे, पोरंटारं हुंदेत, नातवंडं-पंतवंडं आंगाखांद्यावर खेळीव, मग जा म्हणंस– एकटी नव्हं, तर चौघांच्या खांद्यावरनं!"

आनि तशीच मी तिला उचलली, आत आणली... नि मग फुडलं दार झाकायचं भानबी ऱ्हायलं न्हाई– मला नि तिलाबी...

...ती जायला निघाली, तवा परत एकदा तिला मी जवळ वडली, तिच्या गबगबीत आंगाभोवती मिठी आवळून तिचा मुका घेत इचारलं,

"आता कवा-भेटगाठ?"

तशी माज्या छाताडावर चापटी मारून मला ढोसरी दिल्यागत करीत ती म्हणाली,

"चल्ल जा तिकडं ऽ लगेच वनव्यानं उक्काळ चाटाय निघालास की!!"

"ते काय न्हाई! आज राती भेटतो बघ. तुज्या घराच्या परड्या आंगाला... तमाशा सुरू झाल्यावर, काय सांगतो? न्हायतर बसचील तमाशाला जावून?"

मी आसं बोलाय लागलोय तंवरका जोरानं मला मागं ढकलून तिनं माज्या बेसावध मिठीतनं आपली सुटका करून घेटली...

तिनं इतक्या जोरानं मला मागं ढकललं हुतं की, तिच्या त्या जोरानं मागल्या आंगाला मी भेलकांडत गेलो, तोल सावरून तिला पकडायला जायच्या आत मला येडवान दाखवून ती भाईर निसटली...

आता तिच्या मागनं पळत जावून भाईर उघड्यावर तिला पकडायचं मंजे कमरंचं सोडून डुईला गुंडाळल्यागत. चार भित्ताडाचा आडुसा मान्साला असतोय हे किती बरं असतंय!

रात झाली. बाई सांजकरून मळ्यात आली हुती. तिला इचारलं,

"आक्का, गावात आज ख्योळ हाय, जाणार बिनार काय बघाय?"

"मी? न्हाय बा!" आनि मग तिनंच उलट मला इचारलं, "तू जाणार काय?" नि परवानगी दिल्यावर बोलावं तशी बोलली, "जा व्हावं तर..."

"खरंन तुम्ही हिकडं एकल्याच...?"

"काय हुतंय मला एकटीला...? तंबाखूच्या कामाची रातपाळी-पाटपाळी झाल्यावर राच्चंईरंच गावाकडं-घराकडं याचं, सवं हाय आम्हास्नी अंधाराची, असल्या रातीची. तवा कसलं आलंया भ्या?"

"मग जावू म्हंतासा..."

"निसचित्तानं जा. काय काळजी करू नकोस हिकडली..."

बाईचं मन असं सळनळसारखं हुतं– आत-भाईर. कसला दुष्टावा न्हाई, का कुजकापना न्हाई. असाच साळढाळ सोबाव असावा, तरच मान्साच्या येबावाला सोबून दिसतंय त्ये, न्हाईतर एक एक असत्यातच की– आतल्या गाठीची घुम्मनस्या सोबावाची...

न्हाईतर बाईनं अटकाव केला असता, नि कायतरी बोलून आडकाठी घातली असती, तर मला कसं जाता आलं असतं? मी जाणं बरं दिसलं असतं का?

मी निघालो. संगट माजी गुप्ती घेटली. आजवर कैक पोरी जिनगानीत आल्या

नि गेल्याबी, खरं मन कुनावर बसाय न्हवतं, ते ह्या गुप्तीवर बसलं. इनामदारांच्यात हुतो त्या वख्ताला त्येंच्याबरोबर कोलापूरला गेलो हुतो, तितं एक शिकड्या लव्हार भेटलाता. त्येच्याकडनं घेतलंतं हे हत्यार रुपय आठ मोजून. आठ रुपये जाईनात खरंन हत्यारा नंब्रीग हुतं. रातध्याड मळ्यात पडून ऱ्हायाय लागतंय, तवा जवळ असावं हत्यार म्हणून घेटलंतं. कुनी बघितलं तर वावभर लांबीची काठीच हाय असं वाटावं. खरं डोस्क्यास्नं उपसलं, तर हातभर लांबीचं पातं निघायचं तिच्या पोटातनं. असली हत्यारं इकणारं शिंकडं लव्हार लै बारग्याबेन्याचं असत्यात, कसल्याबसल्या लोखंडाची हत्यारं करून गंडा घालायला सोकावल्यालं असत्यात. येळपरसंगाला हत्यार उपेगाला पडायचं तर ऱ्हावूंदेच, त्ये नुस्तं हातातनं निसटून जमिनीवर पडायची फुरशीद काट्कन पात्याचं दोन तुकडं झालंच! म्हणून हे हत्यार मी चांगली पारख करूनच घेटलं हुतं, जमिनीवर आपटलं हुतं, लाकडात काचदिशी मारलं हुतं, हातात धरून पातं वाकवून बघिटलं हुतं, आनि मनात भरल्यावर मगच घेतलं हुतं... पिवळ्याधम्मक नागिनीसारखा रंग ह्या गुप्तीला हुता नि तशीच चमकबी... हिकडं येतावख्ती माज्या सामानासंगं ह्या गुप्तीला आनायचं कसं इसरीन मी?

आनि आज तीच गुप्ती घिऊन मी चाललो हुतो. आजूबाजूला कीर्र काळूख... पांदीतनं सटक्यानं पाय उचलीत हुतो... पांदीच्या दोन्ही बाजूस कुप्पान... त्येच्या आसकाटातनं रातकिडं किरकिरल्यालं... काजव्याची ठिणगी मंदीच कुठंतरी फुलल्याली नि हितनं तितं, तितनं-तितं उडल्याली... वाट पायाखालची, वळखनीची झाल्याली. तिच्यावरनं रुदावल्यागत पावलं पडल्याली...

गावची ईस जवळ आली, तसा उजेड दिसाय लागला... त्या उजेडात ती वडाची झाडं भुतावानी दिसत हुती... शेंडं-बुडकं... फांद्या-पारंब्या...

म्हंजे ख्योळ हितंच व्हायचा हुता वाटतं... जवळ... आनिक जवळ ईस आली, आनि गाण्याचा आवाज कानावर पडाय लागला... खाणाऽणा ढोलकीचा ठेका बोलत हुता... सुरपेटीचा सूर, झीलकरी, त्येंच्या साथीचा किरटा आवाज नि गाणारनीचा खडा आवाज... हितवर ऐकू यित हुता...

ख्योळ चालू झाला हुता... वाटत हुतं त्यापरास कितीतरी लौकर सुरू झाला हुता... मी आनिक सटक्यानं पाऊल उचलाय लागलो... तमाशा सुरू झाला, म्हणून नाच-गाण्याची आवड मला लागलीती असंबी नव्हतं... माजं मन वडनी खात हुतं दुसरीकडंच... ती... फुली... वाट बघत आसंल... आसंल? नक्कीच... तिनं तसं वचन दिलं नसलं, तरी आपुन तिला सांगाय न्हाई का दोपारीच? आता तर तमाशा सुरू झाला... मग ती आली आसंल का– परड्याअंगाला का तिला तशी संधी मिळाली नसंल? तिच्या घरातली सगळी ख्योळ बघाय आली नसतील?

मनात आसं कायबाय भिरंबिटत हुतं. वाटत हुतं– पोरीच्या जातीनं आसूने

इतकी ती धीट हाय... तिला संधी मिळणार न्हाई आसं कसं बरं हुईल? ईरागतीस्नं येतो म्हणून का हुईना ती भाईर ईल नि आपनाला भेटून जाईल, एवढी टाचवाड नक्कीच हाय ती...

मनात असं घोळवत मी निघालो हुतो... ईसीत आलो. देवळाफुडलं सारं मैदान फुलून गेल्यालं. ल्हाया उधळल्यावानी भरल्यालं. बाया-बापई, पोरं-टोरं... समदी...

गाण्याचं सूर मनाला कुरवाळत हुतं, कानाला ग्वाड लागत हुतं, खरं मी तितं थांबलो न्हाई, फुडं सटकलो. अंबाबाईच्या देवळाकडे जात्याल्या गल्लीत फुलीचं घर हुतं. चांगलं धा-बारा आंक्कणाचं जंक्सन. त्या घराचं परडं हनुमानाच्या शेपटीगत हुतं, लांबलचक नि ते मागच्या आंगाला पार गावंदरीकडला जावून भिडलं हुतं.

गावात जात्याला गल्लीत शिरून कासराभर चाललं नि डाव्या मुऱ्याला असल्याल्या गल्लीत शिरलं की गावंदरीकडच्या पांदीत मानूस ईत हुतं.

त्या गल्लीतनं मी झपाऽपा चालू लागलो... सारं सामसूम हुतं. कुटं मान्साचा जागर दिसत न्हवता, का चाहूलबी लागत नव्हती. गल्लीच्या मधानशी बैलगाड्या जावून येऊन ख्वॉल चाकुऱ्या उठल्याल्या. चाकुऱ्याच्या मधल्या उचवाटावरनं मी सपाट्यानं पाय उचलीत हुतो... एवढ्यात बाजूच्या घरातनं कुनीतरी आरडलं नि गप्प झालं! भुईत मोळा मारावा तसा मी जाग्यावरच खिळलो. आवाज शिदगोंड पाटलाच्या घरातनंच आला हुता. नक्कीच! डाव्या बाजूलाच ते दुमजली घर हुतं. दुमजलीच, खरं एखाद्या वाड्यात हमचौरसी नि टोलेजंग दिसत हुतं ते...

मी असा त्या घराकडं बघत ऱ्हातोय तंवरका आनि एक दबल्याल्या आवाजातली किक्काळी त्या घरातनं भाईर पडली. मघाशी अंदेसा हुता, आता तर खात्रीच झाली. नक्की ह्या घरातच काय तरी घडत हुतं. घरातल्या मान्साचंच आपापसातलं काय तरी खेकटं, भांडाण म्हणावं, तर अशा किक्काळ्या आवचित मदीच दबल्या जात न्हाईत, म्हंजे, भाईर कुणी ऐकलंच तर त्या कानावर पडू नेत म्हणून दाबल्या गेल्या हुत्या तर!

नक्की... नक्की ह्या घरातच कायतरी वेडंवाकडं घडत हाय... घडाय लागलंय... त्ये आसलं, अंदाज लागत न्हवता, त्ये आसलंच तर काय तरी वाईट हुतं, हे कळत हुतं... हुतं न्हवं तर कळलं. काळजाला टोचलं... अशा वख्ती आपून ते काय आसंल ते थांबवाय पायजे, रोकाय पायजे... माणूस म्हणून हे पयलं काम आपलं. मग फुलीला भेटाबिटायचं... मग मी झरझर चालीत त्या घराजवळ गेलो... आत कसं जायाचं, दारं-खिडक्या बंद! एक कोडंच पडलं– मग बाजूचा मोगळ दिसला, त्या मोगळातनं घराच्या पिछाडीस जावावं, म्हणून इचार केला नि मग तिकडं धावतपळत गेलो... या मोगळातनं पळतच परड्यात आलो. परड्या आंगाला एक दार, दोन खिडक्या हुत्या. दार बंदच हुतं. उजवीकडची खिडकीमतोर उचाकल्याली–

गज फाकीवल्यालं, माणूस जावावं इत्कीबला सांदर पाडल्याली... त्या सांदरीतनं आत शिरलो. भाईरच्या चांन्यांच्या धुंदूकसा उजेड तरी हुता, त्येनं अंधार तितकासा जाणवत न्हवता डोळ्यास्नी, खरं हितं आत... आत सगळा अंधारच! काळाकुट्ट-काजळागत! त्यात मला कायच दिसंना-सवरंना. मिंटभर तसाच जाग्यावर उभा ऱ्हायलो, तवा मग अंधाराला डोळं सरावलं. अंधूकधुंदूक दिसाय लागलं... मांजराच्या पावलानं मी फुडं सरकलो, नि दार गाठलं... अशीच दोन-तीनदा वलांडली, तवा भाईरला सोपा लागला. तितंच वर जात्याला जिना दिसत हुता... त्या सोप्यात आल्यावर मान्सांची खॅगबॅस कुठनं ईत हुती त्येचा दूम लागला... माडीवर! व्हय, माडीवरच!

तसा मी जिन्याजवळ गेलो. एक सावली सरकावी तसा जिन्यानं वर गेलो. वर आखूड आखणीची लांबट खोली... तिच्या लगटच्याच खोलीत नजर गेली नि एक धक्काच बसला!

चिमणीचा फिक्कट, पिवळा, थरथरता उजेड... शिदगौंडा पाटलाला पलंगालाच जाम आवळून टाकल्यालं. तोंडात बोळा कोंबलेला. त्येच्या जानजवान, तरण्याताठ्या बायकूची नि दोघी पोरींचीबी तशीच हालत केल्याली... ते करनारं तिघंजन हुतं. खोलीतलं कपाट फोडून कापडं-दागिन्यांचं डबं तपासायचं काम चाललं हुतं. खोलीतल्या ट्रंका, पेट्या नि अशा बऱ्याच जिन्नसांची इस्काटाउस्कट झाली हुती... आपल्या बाचंच घर असल्यावानी सारं शिस्तवार काम चाललं हुतं... मघा ही मान्सं घरच्यास्नी बांधून घालीत हुती वाटतं, तवाच त्या किक्काळ्या आपणाला ऐकू आल्या जनू.

मी गुप्ती उपसून हातात धरली नि झार्रदिशी आत शिरलो. कपाटात मुंडकं घालून आतलं सारं भाईर उपसून एकटा काढत हुता, नि दुसरं दोघं ते फापलून तपासत हुतं... आत शिरल्यापेट्टाला कपाटात मुंडकं घाटल्याच्या पुठ्ठ्यावर मी अशी एक सणसणीत लाथ हाणली, की त्ये बेनं कपाटातच जाऊन अडमडलं! तंवर त्ये दुसरं दोघं सावध झालं. त्यातला एकटा उठून माझ्यावर झडप घालणार, एवढ्यात मी त्येला गाठलं नि गुप्तीचा तुंबा उलटा मारला त्येच्या टाळक्यात, तिरपाटत त्ये हेमलं खालीच कोसळलं! तंवरका तिसऱ्यानं मला गाठलं हुतं नि झोंबी सुरू केली होती. त्येचा उजवा हात धरून मी असा हिसडा मारला, की त्ये हेलपाटत बरोबर माझ्या कवंत आलं, असं आलं, की मी त्येच्या बरोबर पाठीशी आलो. मग त्येला धरला तसंच कमरंला नि उचलला डोस्क्यापतोर नि अशी दाणदिशी पुट्टी लावली की त्येच्याबरोबर जमिनीचाबी धुळ्ळा उडाला... तंवर उरल्याल्या दोघांची धावपळ चालू झाली हुती. आपली हत्यारं जास्तानाला ठेवल्यागत बाजूला ठिवून त्येंचं सारं काम चाललं हुतं. आता त्येनी आपली हत्यारं ताब्यात घेतली हुती. वावभर लांब

दांडं असल्याल्या त्या फरशा. दोघं असं धावून येत हुतं – एखादा जरी वार माझ्या डोस्क्यावर झाला असता, तर नारळाच्या भकलावानी दोन भकलंच झाली असती डोस्क्याची! ईरपिरहून आल्यागत दोघं धावून येत हुतं, नि माज्या हातात तर नुस्ती गुप्तीच! त्येच्या वाववाभर लांबीच्या कुऱ्हाड्याफुडनं हातभर लांबीच्या गुप्तीनं काय हुणार? आनि अशा टायमाला कुनीबी वागलं असतं, तसंच मी वागलो. हातातली गुप्ती सगळ्यात फुडं ज्यो धावत येत हुता त्येच्या आंगावर फेकली– भाला फेकल्यागत! नि माझा नेम तर असा सुद्दीचा की ती गुप्ती पोटात घुसली न्हाई, तर त्येच्या दंडात घुसली, घुसली नि इळतीवर मुळा अर्धा चिरावा तशी मांस आरधं कात्रून काढूनच खाली पडली. 'आई गंऽ' करून आरडत त्यो खालीच बसला– दंडातनं रगताची धार लागल्याली. तितं डावा हात दाबून धरत... तंवर मागच्यानं मला गाठलं नि फरशीचं वार करायला सुरुवात केली. मी कवा हिकडं– कवा तिकडं आसा हून वार चुकवत हुतो. हातात तर कायबी हत्यार न्हवतं... मघा जायबंदी झाल्याला त्यो गडी मला शिव्या घालीतच आपल्या ह्या सोबत्याला उत्तेजन दीत हुता, 'अरे हाण! लगाव! खापलून काढ! सोलून काढ!' त्येच्या त्या वाईट वंगाळ शिव्यानं नि अशा बोलण्यानं उलट मलाच चिरड, भिरड यीत हुती... एवढ्यात असा एक वार दंडाला ओझरता चाटून गेला, की त्येनं दंडाची सालटीच काढली– बाभळीची काढावी तशी! उजवीकडे वाकून वार चुकविला म्हणून बरं, न्हाईतर भळाळा रगात ईत हुतं. पैरणीचा हातुपा भिजवीत हुतं... असं हे झाल्यानं आसंल मी आतनं-भाईरनं रागानं पेटून गेलो. ते तिघं हुतं. त्यातला एकटा जरा जाम हुता नि दोघं किरमिडं हुतं. तोंडावर माशी बसली तरी उडणार न्हाई, अशी त्या दोघांची ध्यानं हुती. नि त्यातलंच एक हेंदरं ध्यान आता माझ्याबरोबर लढत हुतं. ह्या हेंदऱ्यालाच काय खरं त्या तिघास्नीबी तसा मी भारी ठरलो असतो... पण आता परिस्थिती अशी हुती, की हातातल्या कुऱ्हाडीमुळं त्ये हेमलं मला भारी ठरलं हुतं, आनि भरीस भर म्हणून का काय मघाशी मी ज्येला पुट्टी लगावली हुती, त्येबी उठून आता त्येच्या दिमतीला आलं हुतं... माणूस असा एकदम संकटात गावला, की ध्यानीमनी नसताना त्येला अवस्थी, अचानक काय तरी सुचतंय. त्या संकटात दुसरं कायच करण्यासारखं नसल्यानं सुचल्यालंच त्ये एक करावं– असं हून जातंय... समोरच्याचं वार चुकिवताना अवस्थी माजं बाजूच्या भित्ताडाकडं ध्यान गेलं हुतं. तितं एक टेबल, दोन खुर्च्या हुत्या... त्यातली एक खुर्ची जर माज्या हातात आली... त्या खुर्च्या माज्यापास्नं चांगल्या दोन वाव लांबीवर हुत्या. तितवर पळत जाईस्तोवर सटासट कुऱ्हाडीचं वार अंगावर पडलं असतं... त्या दोघांचा मारा चुकवीत मी मागं सरकत गेलो. खुर्चीचं माझं अंतर आता एका झेपेचंच ऱ्हायलं, तसं एकदम झडप घाटलीच खुर्चीवर नि तिची पाठकुळी धरून गदा फिरवल्यागत फिरवीत त्या दोघांवर

धावून गेलो... माजी ताकत... माझा वेग... माझा येबाव... माझा अवतार... अंगात एक ईरच शिरल्यावानी झाला... आता त्यो तिसराबी आपल्या डाव्या हाताची मदत घिऊन आपल्या सोबत्याजवळ यिऊन भिडला... त्ये तिघं, मी एकटा– अशी लढत चालू हुती... मी तोंडानं आरडत हुतो, शिव्या दीत हुतो, खुर्ची फिरवत हुतो. कवा कुऱ्हाडीच्या वारानं खुर्चीच्या लाकडाचं टप्पार उडत हुतं कवा त्योच वार माजी पैरण फाडून मांसाचा तुकडा घ्याय बघत हुता, कवा त्या तिघांपैकी एकाद्याला खुर्चीचा तडाखा बसत हुता, नि त्यो पाट्दिशी खाली पडत हुता... इवळत, शिव्या घालत तुरमुंढी देऊन तसाच मग उठत हुता, तवर बाकीचं दोघं लढत हुतं... असं किती येळ चालणर हुतं कुणाला दक्कल, खरं, आता मी दमात उखडू लागलो हुतो. आरडून आरडून तोंडाला खरस आली हुती, नि जीभ टाळ्याला चिकटल्यावानी झाली हुती... अंगाला हितं तितं कुऱ्हाडीचं वार लागून रगताची तर आंघूळच झाली हुती, नि त्यामुळंही आसंल, माज्या आंगातली ताकद झार-झार कमी व्हाय लागली हुती... माज्या हातातल्या खुर्चीच्या तर कवाच चिरफाळ्या उडाल्या हुत्या नि आता हातात फकस्त काई लाकडंच ऱ्हायली हुती!

कुठल्या ताकदीवर, कुठल्या जोरावर मी सामना दीत हुतो कुनाला दक्कल नि असाच फुडं किती उशेर लढत ऱ्हायलो असतो, त्येबी कुनाला दक्कल... खरं... तेवढ्यात एक वार माज्या कानसुलाजवळ बसला नि मी पाटदिशी खालीच कोसळलो... कोसळता कोसळता आपसूक हात कानसुलाजवळ गेला, नि पार एक बोटच आत गेलं, आनि बोटावरनंच भळाळा रगात कोपरापतोर आलं!

हितपतोरच मला सुद हुती... फुडलं मग काईच मला म्हाईत झालं न्हाई... काईच...

आठ

मला सूद आली, नि पयल्याझूट जाणीवलं त्ये हे की, आपलं आंग जड लादा झाल्यावानी झालंय. साऱ्या अंगाअंगातनं कळा घाटल्यात. डोस्कं लै ठणकाय लागलंय...

यवढं जाणिवतंय तंवर आपसूक माजं डोळं उघडलं... पयल्यांडाव नजरेच्या टिपनात आला त्यो शिदगौंडा पाटील... मग नजर आजूबाजूला भिरभिरली... पाटलाच्या घस्टनीतली आनि पा-सा मुंडकी दिसली– शिवा कदम, कादर देसाई, नानू शेवाळ्या... माजा जानुदा... त्या परक्या गावात मला आपलं म्हणणारा, जानुदानं नजर भिरभिरली नि मला सारं जाणवाया लागलं... समजाय-उमजाय लागलं...

मी असा डोळं उघडून 'माणसा'त आल्याचं बघून पाटलाच्या तोंडावर तजेला आला, नि त्येनं जरा हसल्यागत केलं– त्या जराशा हसण्यात किती अर्थ भरलाता!

मी इचारलं, ''पाटील, कुठं हाय मी...? कुठं आणलंय मला?''

''तुला लाफाईट हॉस्पिटलमदी आणलंय लिप्पाणीच्या. आता हितं काय भ्याची काळजी न्हाई. हे पीटर डाक्टर, हे सत्से डाक्टर... सारी आपलीच मान्सं हैत...''

पाटील असं बोलत हुता तंवरका मी मदीच इचारलं, ''ते तिघं... ते तिघंजण निसाटलं का...? पळून गेलं...?''

''पळून कुठलं जात्यात? मिट्यात जाऊद्यात! तुमचा आत धुंबडा चाल्लाता तवा ह्यो पाटलाचा रावसाब चाल्लाता गल्लीतनं– तमाशा बघायलाच त्यो जात हुता...''

जानुदा बोलत हुता. खरं मदीच हुक्की उठावी, तसं रावसाब बोलाय् लागला– जानुदाच्या बोलण्याचा पदर धरून, ''व्हय, व्हय. तमाशा बघाय चाल्लो हुतो. मळ्याकडं आबाचं जिवान पोचीवलं नि गावात यायला लै उशीर झाला. तंवरका हिकडं तमाशा सुरू झाला हुता... हुईना का म्हंटलं नि जेवढा बघाय मिळतोय तेवढा बघूया– आसं मनाशी ताळा घालून गल्लीतनं सटक्यानं पाय उचलीत ईसीकडं जात हुतो. पाटलाच्या घराजवळ आलो, नि आत कालवा उसळल्याला ऐकू आला...

पाटलाच्या घरावर धाडच पडलीया जनू आसं मनात घेटलं नि धुम्का पळत सुटलो ईसीकडं... 'हे अशान् असं' म्हणून लोकास्नी सांगताच तमाशा बोंबालला तितंच आन सारा गाव जमला पाटलांच्या घराजवळ. साऱ्यांनी घराला यरगटून घेटलं. तंवर कुणीतरी बकाऽका धोंडं घालून दार फोडलं. तशी भसासा मान्सं आत घुसली. त्या तिघास्नी पळाय सादरबी व्हायली न्हाई. आगदी आकबंद तावडीत गावली. तू रगताच्या थारोळ्यात कोसळल्याला... आमाला वाटलं, खल्लासच झालाय जनू... घरच्यांची ती तशी अवस्था. खोलीची ती तशी तऱ्हा... बघूनच लोकं चिडली नि मग त्या तिघांची चांगलीच कुचीकोम्बी, लाल बोंबी केली चेंचेचून, आनि आनि मगच पोलीस पाटलाच्या सोद्यान् केलं त्येनला, मग...''

तंवर कादर देसाई, बिचमें मेरा चाँद करत, मदीच बोलाय लागला... त्यो बोलून व्हायच्या आत कदमानंबी आपलं घोडं फुडं दामटलं... मग शेवाळ्या तरी कसा मागं ऱ्हाईल, त्येनंबी आपलं तट्टू फुडं दबिवलं!

एखांदी घटना घडून गेल्यावर त्याबद्दलनं चारचौगात चेरच्या चालावी, तसंच मग सुरू झालं... मला सांगायला, कळायचा उद्दीसच मागं पडला, नि त्येंचं आपापसातच बोलणं चाललं. शिदगौंडा पाटलानं कधी न्हाई ते मोटार घ्यावी म्हणून कसं यवजलंतं, काल लिप्पाणीस्नं, ब्यांकतनं सा हजार काढून आणलंतं नि आज सकाळला मोटार आनाय कोलापूरच्या देसाई एजंटाकडं कसं जाणार हुतं... तंवर ही धाड-येळ गाठून... 'सूच' मिळाल्यावानी... ते तिथं करड्याकडलं. त्येनला खबर मिळाली कशी, इतक्या लांबवर येऊन त्येंनी धाड मारली कशी... सारं अजाप! अवस्थी अगदी घेव आल्यागत ह्यो जैसिंग आला, म्हणून सारं जास्तानाला गावलं तरी, न्हाईतर ते सा हजार, शिवाय दागिनं, कापडंलत्तं सारं पशार झालं असतं कवाच! गावातील झाडून सारी तमाशाला, कुनाला पत्त्याबी लागला नसता. पाटीलबी जाणार खरं, घरात सा हजार रुपये हैत, येळ काय सांगून यीत न्हाई म्हणून ऱ्हायल्यालं... खरं येळ आलीच... आनि ह्यो जैसिंगबी येळंवर आला, म्हणून निभावली... न्हाईतर मी म्हंतो, तुम्हास्नी ह्यो म्हाईचा दिवस गाठूनच पैसे काढून आनायची नि ती बला घरात घिऊन यायची काय जरूरत पडली हुती हो पाटील? आँ बरं, सावधगिरीपाई तुम्ही घरातबी ऱ्हायलाता, ऱ्हायलाता ते ऱ्हायलाता नि आसं बिनघोरी झोपला हो कसं? का भाईर कुठंतरी मटनावर आडवा हात मारून आलतासा! न्हायतर तुम्हासारखी जैनं आलीकडं लै खायाय लागल्यात हो मटण नि त्ये त्यामुळंच म्हाग झालंय बघा– म्हणून इचारताव हो? आ? काय म्हणासा...? ...हे असं चालू हुतं... कुठनंसं डाक्टरच आलं नि साऱ्यास्नी हाटकून म्हणालं,

''तुम्ही सर्वांनी चावडीच मांडलीय की इथं! असं बोलू नका मोठ्याने, दवाखान्यात असा गोंगाट नसतो करायचा! गप्प बसा पाहू!''

आनि बोलता बोलता त्येंची माज्याकडं नदार गेली. त्येंच्या गोऱ्यापान गोल चेऱ्यावर आनंद झळकला, "अरे! आमचा पेशंट शुद्धीवर आला का?" म्हणत माज्याजवळ यिऊन त्येंनी माज्या छातीला हात लावून चाचपलं, मग मनगट हातात घिऊन नाडी बसावी तसं घट्ट हातानं धरलं... डाक्टरांचा हात किती नरम-गरम हुता... मग माजा हात तसाच खाली ठिवून, अंगावर चादर सारखी करीत डाक्टरानी म्हटलं, "काही घाबरण्याचं कारण नाही आता... गडी दणकट म्हणून इतका रक्तस्राव होऊनही डगमगला नाही. दुसरा कुणी असता, तर रक्त द्यावं लागलं असतं!" आनि जाता जाता डाक्टर म्हणालं, "हा आता एक-दोन आठवड्यांत हिंडू फिरू लागेल... चार-पाच दिवसांनी ह्याचे टाके सोडवावे लागतील... मग ह्याला येथून हलवावयास हरकत नाही, काय पाटीलसाहेब?"

"आता तुम्हावरच सोपिवलंय बघा सगळं... चार का आठ रोज ऱ्हांवुदे ह्यो हितं, खरं कसली हयगय करू नका. चांगला धट्टाकट्टा करा ह्येला– पैलंगत!"

यावर डाक्टर काय बोललं न्हाईत. हासून निघून गेलं...

भाईर चांगलंच भगाटल्यालं. सात तरी वाजून गेलं असतील... म्हंजे इतक्या लौकर डाक्टर मला बघून जायालाच म्हणून आलं हुतं जनू... आनि काय म्हनंत हुतं बरं– टाकं... टाकं? म्हंजे मला टाकं पडल्यात...? कुठंसं...? कुठंसं...? आनि काय म्हणत हुतं... एक-दोन आठवडं...? ए...क...दो...न...आठवडं हितं ऱ्हाय लागणार...? मग... मग मागं कसं... मळ्याचं? बैलांचं? हे काय करून बसलो आपुन...? मास्तर काय म्हणंल... त्यो रैत तसा नि ह्यो...? कुणाला दक्कल!

मनात चक्कार फिरत हुतं... काय काय भिरंबिटत हुतं... इनामदारांच्यातली सुकाची नोकरी सोडून आपुन असा दुकात जीव घाटला का...? काय समजंना झालंतं... वारंहुरं व्हावं– तसं मनाला हुईत हुतं. मी तसा काय हारणकाळजीचा माणूस न्हवतो. खरं आता बिछान्याला खिळल्यानं मनात आसं न्हाई त्ये व नको त्ये ईत हुतं का...?

आता इचार करून करूनच शिणवटा आला, नि थकीस्त मानसागत डोळ्यावर झापड आली, आनि मग झोप कवाशी लागली, ते सुदून मला समजलं न्हाई...

जाग आली, नि बाजूच्या खिडकीतनं भाईर नदर गेली. दिवस बक्कळसा वर चढल्याला... धा तरी वाजून गेलं असतील... धापास्नं फुडं दवाखाना चालू, त्यामुळं आता मान्सांची रहदारी वाढल्याली. कोण रोगी, कोण रोग्याबरोबर आल्यालं, कोण भेटाय आल्यालं... तर कोण... माजं डोळं भिरभिरत्यालं... आनि आवचित क्वाटंच्या पायथ्याशी माजी नजर गेली... अरेच्या, बाई कवाशी आली...? पयल्या यस्टीनं का? इचारलं,

"कवा आलासा आक्का?"

“मघाशी आलो बाबा. तवा तुला डोळ्याला डोळा लागलाता. पाटचंच हे ‘अशान् असं’ म्हणून कानावर आलं, मग थरावनं हुतंय तितं, आलो झालं!”

दवाखान्याच्या मधल्या हॉलात पारथना चालल्याली. ती संपली नि डाक्टर रावंडावर आले नि आमचं बोलणं मदीच तुटलं. हरएक खाटल्याजवळ डाक्टर थांबत. रोग्याला तपासत. डोस्क्याला भित्ताड. भित्ताडांत मोळा. मोळ्यात चिमटा अडकिवल्याला. चिमट्याच्या तोंडात पुठ्ठा नि कागद. डाक्टरांचं तपासून संपल्यावर नरसबाई ह्यो कागोद डाक्टरांच्या फुडं करीत. रोग्याच्या तब्बीतीची चौकशी करीत, कवा धीर दित– असं बोलत बोलत डाक्टर त्या कागदावर भराभरा खरकटत नि कागोद नरसबाईच्या हातात देत, मग परत दुसरी खाट, दुसरा रोगी...

असं करीत डाक्टरांनी राउंड संपीवला...

मग नरसबाई आली. इंजिसनं करून गेली... जाता जाता भिंतीला टांगल्याला कागोद काढून बाईजवळ देत म्हणाली,

“बाई, हा कागद घ्या आनि कम्पाउंडरच्या खोलीकडं जा नि तो देईल ती औषदं घेऊन या...”

नरसबाई गेल्यापेट्टाला पाठोपाठ बाईबी औसीद आनायला म्हणून गेली...

मी असा रिकामा ऱ्हातोय तंवरका भाईर मोटारीचा आवाज झाला नि मगसन पाटील आनि कंपनी आत आली...

खाटल्याजवळ आल्यावर पाटील म्हणाला, “काय जैसिंगा, डॉक्टर राऊंड मारून गेलं का?”

पाटील चिरपाटा हुता, खरं, आवाज खणखणीत हुता त्येचा. अशा हाडकुळ्या मान्सांची सारी ताकद त्येंच्या ह्या आवाजातच गोळा झाल्याली असती का काय कुनाला दक्कल!

“गेलं मघाशीच,” आनि मी म्हणालो, “डाव्या खुब्याला नि रट्ट्याला दोन इंजिषनंबी केली. मला झ्वॉप लागलीती, तवाच कवा सोनाक्का आलीया. ती आता औषीद आनायला गेलीय – कंपौंडरकडं.” मग म्हणालो, “पाटील, एक सांगणं हुतं...”

मी असं म्हंतोय तंवर पाटील, मनकवड्यागत, माझ्या मनातलंच बोलला, “समजलं-समजलं घे! मळ्याचंच न्हवं? तू काय काळजी करू नकोस घे. म्वॉप् माजं गडी-बैलं हैत. अगदी तुज्यापरमानं निगरानी करतील मळ्याची. तवा तू काय किंतु बाळगू नकोस त्यासाटनं. शिवाय मी जातीनं आनि फेरफटका मारीनच. काय म्हंतो? तू काय तसं... तसं परक्यागत समजू नकोस आम्हास्नी!”

“बरं, मळ्याची काळजी तर मिटली. मिटली का न्हाई?” असं मलाच इचारून रावसाब म्हणाला,

“बरं तर, मास्तरास्नी टपाल घालायचं काय?”

यावर माजी वकिली केल्यागत सूर काढून कदम म्हणाला,

“कशाला मास्तरला आनि कळवायचं हे सारं तिगांड. नि त्येला कळवून तरी काय उपेग! वाळ्ळ्यारानी त्येला आनि तरास, आता कळिवलंय म्हटल्यावर बघाय यायला पायजे. त्या मुलकास्नं ह्या मुलकाला याचं मंजे पल्ला काय जवळचा हाय? शिंगरु वाळ्ळ्या हेलपाट्यातच फेसलाटून जायचं. काय जैसिंग, खरं का न्हाई?”

“व्हय. कशाला आनि त्येनला कळवायचं?” मी म्हणालो,

“आपुन केल्यालं आपुनच निस्तरल्यालं बरं न्हवं काय! दुसऱ्याच्या उराला वाळू कशाला लावायची?”

“हे बघ, आम्चंबी त्येच म्हन्नं हाय!” नातू शेवाळ्या म्हणाला.

“बरं हाय जैसिंग, चलताव आम्ही आता. रातसारीच्यानं गोंधळ चाल्लाय ह्यो. आंगं आंबून गेल्यात. शिवाय राती देसाई सरकाराच्या टोरिंगात तुला घालून आनल्यालं, ती टोरिंग परत पाठिवलीबी न्हाई आजून. मागामागीची जिन्नस लै उशेर तुबलूनबी उपेगाचं न्हाई. कसं म्हणतोस? आनि ह्ये बघ... हितं तुज्या उसाभरीला सोनाबाई ऱ्हावू दे न्हवं? बलवून आनल्यावानी मघाशीच आलीया ती सुदून...”

पाटलाचं हे म्हन्नं मला काय तसं पसंत पडलं न्हाई. बाई माज्या उसाभरीला ऱ्हावी... छे: छे:! मी रैत... गडीमान्साची जिनगानी जगणारा... आनि बाई... मास्तरच्या थोरल्या भावाची बायकू नसली तरी बायकूगत ऱ्हायल्याली. म्हंजे मला मालकिनीवानीच की... एका साध्या गड्याचा रैत झालो असलो, तरी मी माझी पायरी तशी वळखून हुतो... आनि मान्सानं कसं आपल्या पायरीनं ऱ्हावावं!

म्हणालो, “नको, पाटील, बाई नको... ह्यो...” माज्या तोंडावर जानुदाचं नाव अगदी आलंतं, खरं मी आवरलं... ईचार केला... जानुदाचं तरी कशाला नाव घिऊन त्येला तरास द्या? त्या परक्या गावात त्यो आपल्या बाजूला उभा ऱ्हायला ह्येच रेट झालं न्हाई का? माज्यापास्नं त्येला ना फायदा, ना फियदा... असं असतानं ह्या भिकारचोट दुनियेत कोण कुणाच्या बाजूनं हे असं नि इतकं उभं ऱ्हातंय?

“मग...? कोण पायजे बरं तुला...? का माझा एक गडी...?”

“तसं कशाला पाटील, मीच ऱ्हातो की. गडी बघताच न्हवं कसं इदमानी बोड्याचं असत्यात, त्येंच्या हातनं इमानानं हुईल व्हय् ह्येची उस्तवार?” जानुदा म्हणाला.

“हंटरनं फोडून काढीन की एकेकास्नी! माजा राग म्हाईतच हाय न्हवं तुला?”

“त्ये कायबी असलं, तरी काय खरं न्हवं! मीच ऱ्हातो हितं!” जानुदानंबी नेट लावला.

तसा देसाई म्हणाला, “तू ऱ्हाशील मस्त गा, खरं तुजीबी शेतीभाती हाय, तू

तर कुटं सडा हैस...''

"आसंना शेतीभाती, घरची बायकापोरं हैतच, कशीबशी काढतील वडून कामं. शिवाय आदनंमदनं मीसुदुन यस्टीतनं भार्रक्यान् गावाकडं जावून यीनच की... असा कुटं हजारबाराशे मैलांवर लांब यिऊन पडलोय!''

एवढ्यात औषीद घिऊन बाईबी आली. तिला बघून पाटील म्हणाला,

"सोनाई, येताना न्हवं तुमीबी गावाकडं...?''

"मी न्हाई ईत... मी ऱ्हातो हितं!''

यावर मग बाईची समजूत काढणं आलंच. असा घोळम् घोळ झाला तवा कुठं बाई जायला तयार झाली... ह्यो काय हितं एकटा न्हाई, आम्ही पाठीशी हाय ह्येच्या, तुम्ही कशाला काळजी करतासा? आनि म्हंजे मळ्यात, घरात तितल्या कोणतरी पायजे का नको? तवा तुम्ही ऱ्हावा तिकडं. भेटावं-बघावं वाटलं तर, एक लकार्णी मारून जायाची हिकडं... असं आनि असंच कायबाय बोलून बाईची समजूत काढाय लागली.

...मग निघतावख्ती पाटील म्हणाला, "बरं निघताव आम्ही, जाताना नाक्यावरच्या जगदाळ्याच्या हाटीलात सांगून जातो– काय तुम्हास्नी च्यापानी लागलं-सवरलं द्यायला... आनि जेवनाचं?'' नि मग एकदम ह्ये आताच ध्येनात आल्यागत करीत पाटील म्हणाला, "हं, आसं करूया जेवनाचं– काय जानुदा? जुन्या स्टँडवर वाडकरांची खानावळ म्हाईत हाय न्हवं तुला?''

"आसंना तर, ती बेळगावकडं त्वांड करून हाय तीच न्हवं सायकल दुकानला लागून?''

"ह्यं बघ– तीच! तर तितं मी सांगून जातो नारायणला, तितं तू जेवायचं नि जेवून येतांस ह्या जैसिंगचं जेवान घिऊन याचं. काय काय खायचं, काय काय न्हाई – सारं शिस्तानं, साजिसवार ईचारुन घ्या व्हाव् तर डॉक्टराकडनी जावून, काय सांगतो? काय पथ्याचं खायला सांगतील ते ते आगाव् आरडर दिवून करून घ्या नारायणरावकडनं. काय जानुदा– ही शिस्टीम बरी हाय न्हवं...?''

"बरी म्हंजे काय अगदी बेस्टच हाय नि काय तर! न्हाईतर बाजारातनं डाळ तांदूळ आणा रं, चुल फुका रं, हितं शिजवार रं, निस्ती खॉट उसाभर हून बसली असती का न्हाई?''

"मग निघताव् आम्ही...'' आनि काय पाटलानं आपल्या उलनच्या निळ्या कोटात हात घालू नोटांची एक जुडी जानुदाफुडं करीत म्हंटलं, "हं, हे घे जानुदा– ऱ्हावूंदे तुझ्याजवळ... भाईरल्या दुकानातनं आनायची औषदं बिवषदं, काय लिवून दिली डॉक्टरांनी तर असावं जवळ असं चार पैसे. ऐन वख्ताला ह्या परक्या गावात कुनाकडं हात पसरणार न्हाई तर...?''

“कशाला... कशाला...?” मी म्हणालो, “तशी ह्येची काय जरूर पडणारबी न्हाई, पाटील.”

“आसू दे की! जरूर पडणार न्हाई म्हणून कसं चालंल?” आनि बळजबरी केल्यावानी पाटलांनी ती जुडी जानुदाच्या हातांत सारली.

आनि मग ती सारी मंडळी निघून गेली.

उरलो दोघं – मी नि जानुदा.

आनि सोबतीला खाटल्यावरची ही रोगीस्ट मान्सं. माज्यासारखीच कुठनं कुठनं आल्याली... नि एकाच वारडात ऱ्हायल्यानं एकमेकासंगट वळकी झाल्याली, रुळल्याली.

मला डाक्टरांनी तिखटाचं नि भाताचंबी पथ्य सांगिटल्यालं. म्हंजे मग खायाचं तरी काय कुनाला दक्कल!

कुऱ्हाडीचं खाप लागून कुठं कुठं जखमा झाल्याल्या. त्येचं काय तसं न्हवतं खरंन्. त्या भरून येण्यासारख्या हुत्या. ह्या कानसुलाजवळच्या जखमांचं... डोळा नि कान ह्येच्यामंदी खोक पडल्याली... जानुदा म्हणालाता, “गड्या, तुजी दोरी घट्ट म्हणायची. दांड्यावरनं कुऱ्हाड फिरली नि कानसुलाला तुंब्यानं दणका दिला म्हणून टिकलास! जर का पात्याचा घाव पडला असता... तर काय सांगू राजाऽ डोस्क्याची दोन भकलंच झाली असती बघ– नारळागत!”

ते काय जरी आसलं, तरी ही जखममतोर झाल्याली... मी खाली पडता पडता माजा हात कानसुलाजवळ गेला हुता नि एक ब्वॉट आत गेलं हुतं, ते ह्या जखमंतनंच जनू! तर ह्याच जखमंला पा-सा टाकं पडल्यालं, दवाखान्यात मला आणलंतं तवा गावात नवीनच आल्याली शरावती लाईन बोंबल्लीती म्हणं... मग दिवं कुठलं आल्यात पेटाय्? मोठ्या लायटाच्या उजेडात टाकं घालायचा सराव झाल्याला डाक्टर... त्येनला ब्याटरीच्या मिनमिन उजेडात टाकं घालताना लै तरास झाला म्हणं!

जानुदाकडनंच हे सारं समजल्यालं... त्यो जवळ हुता, तवा आसं बोलत बसून करमत हुतं, आता त्यो जेवाय गेला. खानावळीकडं. परत येता वक्ती माजंबी जेवान घिवून येणार हाय. खानावळीवाला माज्या पथ्याचं आता काय काय धाडतोय कुनाला दक्कल. खरंन्! आता ह्या रिकाम्यापनी जानुदाचं बोलणंच तेवढं मनात घोळत ऱ्हायलंय.

असा मी पडलोय हांतरुणावर. वारडातल्या बाकीच्या खाटल्यांवर कोण आढ्याचं वासं मोजीत असल्यागत पडलंय. कोण भेटाय आल्याल्या मान्सांबरोबर मन लावून बोलत बसलंय, तर कोण जेवाय लागलंय, तर कोण घोराय लागलंय...

एक वाजून कवाच गेलाय. मघाशीच डाक्टरांनी जेवायसाटनं सुट्टी केल्याली.

म्हणून भाईरनं येणाऱ्या रोग्यांची वर्दळबी कमी झालीया... आता चारपतोर अशीच पातळाई ऱ्हाणार, चारला परत दवाखाना सुरू झाल्यावर अशीच रोग्यांची रिप्पी लागली म्हणं... सकाळपास्नं तर दम हुता मान्सं याय? मला तर आचीटच वाटाय लागलंय, इतकीबला मान्सं येत्यात तरी कुठनं कुठनं ही नि त्येनला रोग तरी काय काय तऱ्हंचं असतील?

माज्या नजरंचं पाखरू भिरभिरतंय. कवा हिकडं, कवा तिकडं, कवा खिडकीभाईर– तितं पांद दिसल्याली. पांदीच्या पल्ल्याड पेटरूल टाकी... तितं टरका उभारल्याल्या हे सगळं... हे सगळं नजरंच्या टिप्पानात येतंय... अशी नजर चौकडं खेळल्याली.

...आनि... आनि दारात ती दिसली...

ती! फुली ऱ्हवं, तर खामकराची अंजी! माजं हे 'अशान् असं' म्हणून समजताच तितनं हितवर मला भेटाय आली ती अंजी, फुली ऱ्हवं!

मला तर हे जास्तच लागून ऱ्हायलं... आनि अंजी मला किती जवळची वाटाय लागली!

दरवाज्यातनं ती आत आल्याली. ह्या असल्या जागंला पयल्यान् डावच आल्यावानी वावचळून गेल्याली, आनि तशाच नजरंनं खाटाखाटांवरनी बघत्याली– मी कुठं दिसन म्हणून...

तिला अशी बघूनच मी, पडल्यापडल्या तशीच हाळी दिली, "अंजी, हितं हाय मी. ये, ही अशी..."

आनि ती आली... आली ती खाट नि भिताड ह्यामंदी सांदर हुती त्या सांदरीत भित्तीला पाठ लावून बसली... बसली आनि एकदम तिनं डोळ्याला पदोरच लावला... मुळूऽळा रडायच लागली नि काय!

अरेऽच्या बायली! आँ? हे काय?

मी च्याटच मनात, खिनभर जीभ लुल्ली पडल्यावानी झाली. बोलणंच सुद्रंना कायबी... मग कसाबसा म्हणालो,

"अगं... अगं, हे काय? असं एकाएकी... एकाएकी रडायला काय झालंय...? आँ? खुळ्यान देवरा कुठली!"

यावर मग तिनं डोळं निपटलं, कढ आवरलं, नाकाचा शेंडा पदरानं पुसला. त्यो पुसल्यानं किती लालम्लाल झाला... मग तिनं काळजीनं काजळून गेल्याल्या आवाजात इचारलं.

"बघू बरं, कुठं कुठं लागलंय?" आनि मग ती बसल्याली उठली, बळंनं माजं पांघरून बाजूला करून माज्या जखमा बघू लागली. बघता बघता तिचं डोळं परत पाण्यानं डबडबून आलं. म्हणाली, "काय बरं ही रया करून घेटलीसा– बावडीची? कसलं सोन्यासारखं आंग हुतं, आनि..."

"चालायचंच घे. एकएक येळ असती... आनि अशी येळ आली की ती वडूनच न्हेती बघ मान्साला!"

"येळ आलीती, खरं काळ आला न्हवता म्हणून बरं... न्हाईतर...?" असं मनाशी बोलल्यावानी बोलत तिनं माजं कानसुल तपासलं, मग म्हणाली, "अय्यो देवा! इत्कीबला खोक पडलीया नि सुजून बंब झालंय नि काय!"

"टाकं पडल्यात तितं – कायतरी पा-सा!"

यावर, जिव्हारी लागून हळहळावं, तशी ती हळहळली.

बायकांचं हळहळणं नि चुकचुकणं – ह्येची लांबड किती उशेर लागंल त्ये सांगणं कठीण, म्हणून पान पालटायसाटनं मी इचारलं,

"काय निमित्त सांगून आलीस घरात मला भेटाय?"

ऐन येळेला पकडलं म्हंजे पकडणाऱ्याकडं ज्या नजरंनं बघावं, तशा नजरंनं तिनं माज्याकडं बघिटलं नि येवढंच म्हणाली,

"जावा बा तिकडं! काय तरी उगंच येडाला खोड लावत ऱ्हातासा!"

मी यावर काय बोललो न्हाई. नुसताच हसलो...

हाटमुऱ्या पोराची समजूत काढावी तशा आवाजात मग तीहूनच म्हणाली, "घरात सांगाय कशाला पायजे? घेटल्या बुट्टीत शेणी भरून नि आलो झालं... इच्यारलंच तर सांगायचं शेणी घिऊन ईकाय गेलतो लिप्पाणीला म्हणून. त्यात काय एवढं आबजूक वाटून घ्यायचं!" आनि मग ती परत खाली बसली नि आपल्या जवळच्या धडप्यातनं एक पिवळं जरद, गोल गरगरीत मुसुंबं काढीत म्हणाली, "हे आणंलय. खावा जरा – अंगांत शितापी तरी ईल. सकाळठावनं च्या पीत, आतडी जाळीत बसला आसशिला!" नि मग ती ते मुसुंबं सोलाय लागली.

"आगं, आगं! हे काय...? कशाला उगंच तरास घेटलास...?"

"तरास कसला त्यात? एका मुसंब्याची ती काय आप्रुबाई!"

त्या मुसंब्याची आप्रुबाई हुती का न्हाई ते मलाच जास्त कळत हुतं, जाणवत हुतं... कोस, दीड कोसास्नं शेणीचं वज्जं आणायचं, डोस्कीला कढ ईस्तवर आनायचं नि हितं आल्यावर 'शेणी घ्या शेणी' पुकारत गल्ल्यागल्ल्यातनी फिरायचं, कुणी खंडून सगळ्याच एकमुरी घेटल्या तर बरं, न्हाई तर आना-दोन आण्याच्या ईकत-ईकत, साऱ्या संपूस्तोवर फिरायचं, फिरत ऱ्हायचं. आसं जमा केलेलं पैसं. त्या पैशातनंच तिनं मुसंबं आणल्यालं– माज्यासाठनं. मग त्याची आप्रुबाई का न्हाई वाटणार?

"आता जेवायचा टैम झाला नि आता हे कशाला पायजे हुतं?"

"का? हे यवढंसं खाल्ल्यावर जेवान जाईत न्हाई का काय?"

"तसं न्हवं, मुसुंबं खायची ही येळ का वखोत?"

"नसू दे, खायला काळ नि येळ कशाला बघायची ती आनि? भूक लागली की खावावं मान्सानं," आनि मुसंब्याची एक फोड माज्याफुडं करीत ती म्हणाली, "हं, घ्या ही!"

"हात हालवाय ईत असतं तर मग कशाला?" इतका हातरुणाला मी खिळलो हुतो... खरं म्हंत्यात न्हवं – एकेक मान्साच्या अंगात किडा असतोच, परिस्थितीनं त्यो कितीबी पेचकाटला तरी ह्यो किडा काही न्हाई मरत! माजं हातच काय, पायबी हालत हुतं, त्येंना तशी काय धाड भराय न्हवती. खरं, मला वाटंत हुतं – तिनंहून मला चारवावं, आपल्या हातानं. ह्या असल्या सुखाचं नाव काय कुनाला दक्कल, खरं ह्येची गोडी काय न्यारीच असती – अगदी जवारी उसागत. म्हणून ह्या असल्या अंगातल्या किड्याच्या तिड्यानं आसंल, मग मी म्हणालो, "मर्दिनी, माजी ही हालत बघतीस न्हवं डोळ्यानं, आनि घ्या काय म्हंतीस? चारीव की तूच!"

यावर ती लाजून लाल लाल झाली नि तिनं मुकाट्यानं ती फोड माज्या तोंडात टाकली. तिची ती गोऱ्याली, लांबुडकी बोटं अगदी माज्या व्हटाजवळ आल्याली. फोडीसकट ती बोटंबी मी दातात धरली!

तशी साटक्यान् बोटं मागं वडत ती म्हणाली, "जावा बा! ह्यो काय आबंटपना!" आनि खोट्या रागानं, तिरप्या नजरंनं माज्याकडं बघत ऱ्हायली...

अशा खोट्या रागानं एखादी पोरगी बघत असली, नि ती मुळातच देखणी असली तर आनिक देखणी दिसती का न्हाई अशा वख्ताला? हीबी तशीच दिसत हुती आता! वाटत हुतं बघतच ऱ्हावावं आसंच, मन भरून!

"आता ह्ये बघ अंजी, ह्या व्हटास्नी का डोळं हैत व्हय, का दातास्नी हैत? तुझी मऊ मऊ बोटं नि मुसंब्याची फोड दोन्ही सारखीच वाटली असणार त्येनला!" येड्याचं सोंग घिऊन पेडगावास्नं आल्यागत मी म्हटलं. मग तिची समजूत काढल्यावानी सूर काढला, "बरं, बरं, आता पुन्यानडाव अशी चूक हुणार न्हाई घे!"

आनि मग ती परत मुसंब्याची एकेक फाक, एकेक फोड, तोंडात साराय लागली. त्येचा गुळमाट ढ्यान रस आत आत शिरू लागला. अंगाअंगात पाझराय लागला... सकाळचं कसलंसं औषीद प्यालो हुतो. त्वांड कडुज्यार झालंतं त्येनं. आता ह्या मुसंब्यानं तोंडाला चव आली... जिभंचा शेंडा मग वळावळा हालाय लागल्याशिवाय ऱ्हाईल कसा?

"असं कोण कुनाला चारिवतंय म्हाईत हाय?"

तशी ती परत ह्या कानास्नं त्या कानापतोर लालम्लाल झाली! नि रुसव्या पोरीवानी आवाज काढून म्हणाली,

"आमी न्हाई जा तिकडं!" आनि माज्या तोंडाजवळचा हात तिनं मागं वडला...

तसा गप्दिशी तो हात पकडत मी म्हणालो,

“बरं न्हाई घे, न्हाई! आता न्हाई बोलत... चारीव!”

यावर खासगी आवाजात बोलावं तशी ती म्हणाली,

“सोडा बा तिकडं! दवाखाना हाय ह्यो...” आनि मग खास्‌दिशी आपला हात वडून घेत तिनं टोमणा मारला, “लै हैसा की!” आनि उलटतपासणी करावी तशा आवाजात तिनं सवाल टाकला, “मघाशी तर म्हणत हुतासा हात हलवाया ईत न्हाई म्हणून नि आता त्यो कसा हलाय लागलाय?”

तसा मी हसाय लागलो, नि हसतच म्हणालो,

“मुसंबं खावन मस्त्यावला, चांडा झाला नि काय!”

“फुरं झालं ढोंग तुमचं, खावा ते आता तुमीच!” आनि उरल्यालं आरधंमुरधं मुसुंबं तिनं माज्या तळाहातावर ठिवून आपल्या हातानं माजी बोटं त्यावर झापविली.

माज्या थंड हाताला तिचा हात किती गरम गरम लागला नि नरमबी! कामकऱ्या पोरीचं तळवं काम करून करून, घट्टं पडून खरखरीत झाल्यालं असत्यात हे मला आनुभवानं पक्कं ठाऊक हुतं!

खरं हिचं तळवं इतकं मऊशार कसं? तसली तिची वैसीच म्हणावी, द्येवाची देणगी म्हणावी, का किमया म्हणावी?

मनात असं इचार येत्यालं. इचार करतच तिनं हातावर ठेवल्यालं मुसुंबं मी गादीखाली सारलं... तसं तिनं इचारलं,

“का? खात न्हाईसा व्हय?”

“अंहं!”

“मग...?”

“ठेवणार तसंच जवळ. कुणाची तरी आठवण असावी की! असावी का न्हाई?”

“आज चळ भरलीया काय तुम्हास्नी? चळ म्हातारपनी भरावी, तरन्यापनी न्हवं!” आनि मग ती म्हणाली, “बरं हाय, चलतो आता. जेवान् येळला तरी गाव गाठाय पायजे!”

“जेवूनच जा म्हणंस की!”

“हे काय आपलं गाव न्हवं, परगाव हाय, भेटाय येणाऱ्या साऱ्यास्नी जर आसं म्हणाय लागलासा, तर मग निभायचं कसं?”

“बरं, च्या तरी मागवतो, पिवून जा...”

“नको. पिवून जा म्हनलासा, ह्यात सारं काई पोचलं.”

“आसा लैबी आखूडपना करून मिंत्या करून घिऊने मान्सानं!”

“आखूडपना कसला आलाय ह्यात? लौकर लौकर बरं व्हा– गावाकडं या. मग द्या म्हणं की च्या. हितं च्या प्यायचं वायलं नि तितं पिणं वायलं!”

“म्हंजे माज्याकडं तुजा एक च्या लागला बरं का!”

“हं तर! तशी सैल सोडीन व्हय तुमास्नी?” आनि ती मोकळ्यापनी हसून म्हणाली, “गावाकडं तर या. दामदुपटीनं वसूल करतो का न्हाई बघा की!” आनि मग थेट माज्या नजरंत बघत तिनं इचारलं, “बरं, चलू आता?”

“जाणार?” एकदम एकलकोंडं वाटल्यागत झालं मला, नि ह्येच एकलकोंडंपन आवाजातबी उमटलं, “जा तर!”

आनि ती वळली, खाटल्यामधनं वाट काढीत दाराकडं गेली, भाईर पडली.

पायश्याकडल्या खिडकीतनं मी भाईर नदर टाकली. दवाखान्याफुडल्या पटांगणातनं फाटकाकडं जात्याली ती दिसली – पाठमोरी. कमरंवर बुट्टी शेणाची. रिकामी झाल्याली. मघा आत येतावख्ती तिनं ती भाईर ठेवली हुती जनू...

“कोण हो भेटाय आलंतं?” बाजूच्या खाटल्यावरचा शिरगुप्पीचा म्हातारा इचारत हुता...

मनात आलं – कोण म्हणून सांगावं आता ह्येला? कोण न्हवं, तरीबी कोणतरी, जवळचं. नात्यातलं न्हवं, तरीबी नात्यातल्यापरास जास्त आपलंपनातलं. अशी मान्सं आसत्यात का न्हाई? ती मान्सं आपली कोणबी नसत्यात, तरीबी कुणीतरी लागत्यात का न्हाई आपनला?

असं सांगावं? असं...?

नऊ

जायाचा दिवस उगवला. काल दुपारच्या राऊंडला डाक्टरांनी सांगिटलं हुतं, "आता गावी जायला काय हरकत नाही जयसिंग. चार दिवसांचं औषध लिहून देतो. चार दिवसांनंतर प्रकृती दाखवून जायचं..."

त्ये चोरीचं त्यंगाड झाल्यापास्नं पाटलानं एक-दोन रोजातच मोटार आणली हुती... त्या मोटारीतनंच रोजीला त्यो यीत हुता. माजं काय 'व्हय्-न्हवं' बघून जाईत हुता... आपल्या शब्दाला त्यो जागला हुता. ह्या पंद्रा-ईस दिसांत त्येनं मला कसलीबी तोसीस पडू द्याय् न्हवती. माज्या मळ्याचीबी निगरानी, आपल्या मळ्यागतच त्यो करीत हुता. 'काल काय उसातलं तनकाट काढलं, आज पानी पाजवणार, उद्या माळवं तोडावं म्हंतो. दावू या लिप्पाणीला बाजार. ह्यो, ईल ते पैसे हितं दिवून जाईनच तुला...' असं नि असं कायबाय मळ्याबद्दल पाटील सांगायचा... गावातली कुणी कुणी भेटायला यायची नि पाटलाच्या या देखभालीबद्दल सांगायची... एकदा रंगरावबी आला हुता भेटायला. बेस्तरवार, हितल्या बाजाराचा दिवस साधून.

मास्तरचा पैला रैत ह्यो. मी आलो, त्येची उस्कलंना झाली, तरी त्येनं माज्याबद्दल मनात काई आकस बाळीगल्याला दिसला न्हाई. त्यो रैतकी कशी का करंना, खरंन् माणूस म्हणून चांगला वाटत हुता. न्हाईतर ह्या अशा उफराट्या दिसांत मळ्याचा ताबा असा सुकासुकी कोण सोडंल? खरं त्येनं सोडला. खरंबी वाटूने, अशा सहजानवारी सोडला! त्यो कुळकायदा एक निघाल्याला. ज्येच्यात्येच्या जमिनी कुळानी दाबलेल्या. नव्या पैशांचा दिकून आजून हिशेब न समजणाऱ्या ह्या अडाणी कुळास्नी ह्यो कुळकायदा कसा झाट्दिशी समजला! तरीबी रंग्यानं जमीन सोडली. आपल्या वचनाला बट्टा लागून घेटला न्हाई... कुणीसं मदी म्हणालं, मळ्याला, मळंगतीरानाला कुळकायदा लागू न्हाई म्हणून... आता खरं-खोटं त्या कुळकायद्याला नि त्यो करणाऱ्यालाच ठाऊक... तर रंग्या आल्यावर च्याबी पाजून मी त्येची ऊस्तवर पोलमीनं केली. ह्या एका भेटीनं आमच्यामदी जी काय जळंबाटं व्हायली असतील, ती झडून गेली, असं मला वाटलं. जातो बा, आजून बाजार-गिजार करायचा हाय, सांचं आनि यस्टीला गर्दी उसळती, तवा जरा येरवाळीच सुटाव

म्हंतो, म्हणून त्यो निघून गेला व्हता.

असं कोण वळकीचं, कोन बिनवळकीचं गावकरी भेटून गेलं हुतं. खास मला भेटायसाटनं म्हणून आगतीनं बाई, अंजी, पाटील जसं ईत हुतं, तसं येणारं कुणी जरी नसलं, तरी कामासाठनं लिप्पाणीला आलोय, तवा आल्या आल्या भेटून जावावं म्हणून वाकडी वाट करून हितवर यावंसं हेबी रेट झालं की!

मी भावरथी न्हवतो. तसा वागतबी न्हवतो. जे हाय, जसं हाय आनि फुडंबी जे काय हुणार हाय ह्येची न्हाई म्हटली तरी सूच मला, माज्या मनाला, आदीच लागत हुती. लै न्हाई, नसंना, जरा तरी हे मला समजत हुतं. त्यामुळे मला असं वाटलं की, गावकरी नि मी ह्येंच्यामंदी जी परक्यापनाची दरी हुती, ती ह्या परसंगानं बुजवून टाकलीया... मला फटकारून गावकरी वागायचं. वाळीत टाकलेल्या माणसागत लांब लांब ऱ्हायाचं. घिरण्या माणसाला टाळाय बघावं– तसं टाळाय बघायचं... आता हे सारं सपणार... न्हाईतर कोंचा सांडसुक्काळीचा मला भेटायला हितवर झक मारत आला असता!

मला आनि एक वाटतंय – भेटायला येणाऱ्यांमंदी दोन तऱ्हंची लोकं असाय पायजेत. एक तऱ्हा मंजे– ह्या पाटलाच्या गटातली, पाटलाबद्दल भलं वाटणारी, पाटलाकडनं आपलं भलं करून घेटल्याली, आनि दुसरी तऱ्हा मंजे...

मदी एकडाव बाई भेटून गेली... असंच बोलता बोलता ती म्हणाली हुती, "तू उगंच मदी पडून आपला जीव धोक्यात घालून बावडीची लुकसानी करून घेटलीस लेकरा! च्वॉर आलंतं तर ईना हुतं, न्हीला हुतं धुवून सारं– आस्वलाला केसांची काय कमी आसती? आनि तू आपलं येवढं रगात सांडून बी काय मिळालं? जे व्हायचं ते झालंच न्हवं...?"

"म्हंजे...?" न समजून मी इचारलं हुतं.

"भाईरल्या चोरांनी न्हायचं ते गाववाल्यांनी, गावातल्या चोरांनी न्हेलं!"

"आँ...!" मी अंत्राळी चाट!

"आनि तर काय! दार फोडून जवा सारी आत घुसली, तवा आत समदा गोमगाला उसळला म्हनं... कोण माडीवर धावली, तर कोण कुठं, कोण कुठं... कुणाचा मेळ कुणाला ऱ्हायला न्हाई. सारा कालवा उसळून गेला बाजार-बुणग्यांचा... मग काय? उचल्यांनी उचलायचं ते उचललंच. हाताला लागलं ते."

"पाटील बोलला न्हाई हे काय...?"

"कसा बोलंल...? सारं गावातलंच लोक, त्वांड दाबून बुक्क्याचा मार बसल्यावानी. कुणावर म्हणून ब्वॉट उचलायचं, सांग की?"

आयला, आसलं हे गाव आनि आसलं हे गावातलं लोक– मढ्याच्या टाळूवरचं लोणी खाणारं!

तर मला वाटतंय – भेटायला येणाऱ्यात हे उचले सुदून असणारच; कारण माज्यामुळंच तर त्येनला तशी संधी मिळाल्याली उचलायची, मग का यिऊनेत ते?

अशी दोन तऱ्हंची लोकं – गावातली!

हे असं नि असलं सारं मनात भिरंबिटत्यालं रिकाम्यापनी रिकाम्यारानी... मघाशी डाक्टरांनी कसलं तरी औषद लिवून दिल्यालं. ते आणायसाटनं गावातल्या दुकानाकडं गेल्याला जानुदा... आनि मी हिकडं एकलाच...

असा किती येळ गेला कुनाला दक्कल... भाईर मोटारचा हारन वाजला. मी वळीकलं– पाटलाची गाडी आली. दर डावाला त्यो हारन ऐकून ऐकून कानाला वळखन् झाल्याली, चांगलीच. त्यामुळं मी वळीकलं, पाटील आला...

त्यो आल्यावर काल डाक्टरसायबांनी सांगिटल्यालं कानावर घाटलं पाटलाच्या. तसा त्येनला भेटायला पाटील त्येंच्या खोलीकडं गेला. बिलं-फिलं भागवायसाटनं आसंल.

निघता वख्ती मी डाक्टरसायबास्नी रामराम करून आलो. आतापतोर वारडातल्या सगळ्यांची वळक झाल्याली. तशा दोन-तीन खाटा रिकाम्या झाल्यात्या, त्या परत भरल्याल्या. त्येंच्यावरल्या नव्यांचीबी वळक झाल्याली. तसं बघिटलं, तर हे एक न्यारंच जग असतंय... भाईर माणसाला माणूस म्हणूनबी खुद्द माणूसच किंमत देत न्हाई... एकमेकाला वडनं, एकमेकास्नी कापणं, एकमेकांच्या पायांत पाय घालणं, ह्येची टोपी त्येला-त्येची त्येला घालणं नि खुद्द आपलीबी फिरीवनं– असलं सारं सुरू असतंय... खरं अशी ही वारडातली वळक... मांज्याच्या दोऱ्यानं काळजं बांधून टाकल्यागत. घट्ट, न तुटणारी... सारीच रोगीस्ट, त्यामुळं मनं मेनाहून मऊ झाल्याली, म्हणून आसंल... एकमेकांबद्दल अशी कोवळीक तयार हून जवळीक झाली, वाढली. तर ह्या साऱ्यांचा निरोप घेटला. माणसा-माणसांतली ही कसली जवळीक कुनाला दक्कल, खरं भाईर पडतावख्ती काळीज तीळतीळ तुटत हुतं. त्येंच्यावानीच माजंबी डोळं डबडबून आल्यालं. जीभ लुल्ली पडून वाचा गेल्यागत झाल्याली.

पाटलानं गाडीवर डायवर ठेवलाता. त्यो तसा किरमिड्या अंगाचा, वाऱ्यानं उडून जाईल असा हुता, खरं गाडीवर त्येचा हातमतोर चांगलाच बसला, घटला हुता जनू... एक बाण सोडावा, तशी त्येनं गाडी सोडली नि पंधरा-ईस मिंटात गावात आणून पोचती केली!

मळ्यात परत आल्यावर मी कामाचा नुसता घावटला उसळून सोडला. पाटलाच्या गड्यांनी तशी काय हयगय कराय न्हवती, खरंन् आल्यावर मीबी कंबर खसलीच.

आता लवकरच धो धो पाऊस कोसळाय लागंल, वैशाखाचा पयला पंधरवडा

संपत आलाय. वरनं ऊन तरी इंगोळ टाकाय लागलंय. आता वळीव कोसळाय पायजे, एक-दोन आठवड्यात कोसळाय पायजे. आजूबाजूच्या शिवारात मशागत चाल्लीय. कोण नांगारे जुपतंय, कोण कुळव मारतंय, कोण दिंड सुरू केलाय, अशी जिकडं तिकडं रानं तयार करायचं चाल्लंय.

नदीकडल्या अंगाला लांबलचक दोन पट्ट्या हुत्या. त्यातल्या एकीत जुंदळा नि एकीत तंबाकू लावायचं मी यवजलंतं. त्या दोन पट्ट्या मी तयार केल्या.

मी मळ्यात आल्यापास्नं अंजी परत कामाला याय लागली हुती. तिची आई तंबाकूच्या खळ्यात कामाला जात हुती– गावातल्या दुसऱ्या बायकांबरोबर. मी दवाखान्यात गेल्यापास्नं बाईचं काम खाडा झालं हुतं, आनि बाईबी कामाला जावू लागली हुती.

कामाच्या वख्ताला काम करताना माजं मन कामात रुदावत हुतं, खरं जेवून हातरुणावर आंग टाकलं, की ते उधळायचं– कासरा न्हाई, येसन न्हाई, पाडं उधळावं तसं. मग आवरनार कसं? आवरायचं कसं? हितं ह्या गावात आल्यापास्नंचं सारं चित्तार नजरंसमोर दिसाय लागायचं. मग त्या चित्तरात फुली यायची नि आपल्या घवघवीत बांध्यानं साऱ्यावर भरून ऱ्हायची, कारण न्हाई-फिरन न्हाई– तिनं आसं का वागावं? हे एक कोडं सुटता सुटायचं न्हाई... काय तसं कारण घडतं तर मनाची समजूत काढत गप्पगुमान बसता आलं असतं, व्हय बा, ते तसं झालं म्हणून हे आसं घडलं म्हणता आलं असतं... खरं हे आसं ईनारथी फटकारून वागणं... काळजाचा खोंबारा लागावा, आंगाला कावुसकुल्या लागाव्या, तसं काय तरी वाटायचं तिची म्हनं!

एकेकदा वाटायचं, तितं इनामदाराच्यात हुतो तेच बेस हुतं. हितं ईवून काय आपनला सुक लागलं न्हाई. एकेक ठिकाणची, एकेक गावची वैसीच तशी असतीया का काय कुनाला दक्कल!

मला तर अलीकडं रंजीस-रंजीस वाटायचं, एकेकदा हातातलं काम थांबवून अंजी इचारायची,

"का, बरं-बिरी वाटंना काय आनि?"

मी म्हणायचा, "व्हय..."

यावर मग ती म्हणायची, "औषीदाचा गुण ईना का?"

"ईल की!" मी बोलून जायचा, "तूप खाल्ल्यावर लगट रूप कुटलं आलंय यायला! त्येला काई थोडा अवधी पायजेच की!"

माजं हे सारं बोलणं किती खोटं खोटं असायचं!

कशालासा एक दिशी गावात गेलतो. हां, रॉकेल आनायलाच जनू. पाटील भेटला वाटंत. म्हणाला,

"कसं काय, बरं वाटतंय न्हवं?"

"वाटतंय तर..."

"कानसुलावरची जखम...?"

"वाळाय लागलीया, खपली धरल्यागत झालीया."

मग त्येनं इचारलं, "आज कोल्हापूरला चाल्लोय. येणार...?"

मलाबी तसं गमंना झालंतं. इचाराचं गिरमिट सारखं सुरूच असायचं. मनात आलं, काय हरकत हाय– पाटलाबरोबर जायला? जाऊ या झालं. तेवढंच मन करमंल तरी. हवापालट केल्यागत तरी हुईल. तरीबी एकदम येतो म्हणणं बरं दिसणार न्हाई, म्हणून इचारलं,

"कवासं जायाचं?"

"सांजंला जायाचं. दुसऱ्या रोजी सकाळला यायचं."

"रातीचं मळ्यात वस्तीला कोण न्हाई हो... सोन्नाक्काबी कामाला गेलीया तंबाखूच्या."

"आता एका रातीनं आसं काय हुणार हाय? दोन आठवडं न्हवतास लिप्पाणीला, कुठं बिघडलंतं मग? माजं गडी ऱ्हातील घे. तू कशाला काळजी करतोस! धोंड्या थोरावत हाय, पांडू रक्ताड्या हाय. लावून देतो दोघास्नी वस्तीला."

यावर मग मी जास्त काय बोलणार...? बळंनं, नाविलाजानं बोलल्यागत 'येतो बा' म्हणालो... आनि मळ्यात आल्यावर सांज कवा हुईल ह्येची वाट बघत ऱ्हायलो...

आनि दिवस बुडाय, किनीट पडाय रक्ताड्याचा पांडबा मळ्यात आला. त्येला मी इचारलं,"तू एकलाच आलास व्हय...?"

"धोंड्याबी येणार हाय मगसन जेवून-खावून नि माजं जेवान घिऊन."

"बरं, मी चलू?" आनि त्येला म्हटलं, "मघाशीच बैलाफुडं गोरनीत कडबा तोडून टाकलाय. आतल्या कोपऱ्यात कुळत्या भरडून आणल्यालं चुंबडं हाय. आठ-नऊच्या टिपलाणा त्येचा भरडा घालायचा बैलास्नी, काय?"

खरं तर हे सारं त्येला सांगायची जरूरीबी न्हवती तशी. दोन आठवडं ह्या लोकांनीच ह्यो मळा सांभाळाय न्हवता का? तरीबी माणूस सोताच्या, मनाच्या समाधानासाठी सरं साजिलवार सांगत ऱ्हातंय, तसं मी सांगत हुतो, मागनं आनि टोचणी लागून ऱ्हायाय नको, व्हय बा– हे 'अशान् असं' म्हणून सांगून आलो न्हाई...

'बरं, घालतो घ्या, तुम्ही काय तशी काळजी करू नका. अगदी बिनघोरी जावा!"

आनि मी बिनघोरी निघालो. मागं पाटलाच्या घरात दंगल झाली, तवा माजी,

मी अंगावर घाटल्याली, ठेवणीतली पैरण, मखमाली धोतार– सारं फाटून चारड्याईरड्या झालं. मग मंदी पेंड, कुळत्या आनायसाटनं म्हणून लिप्पाणीला गेलतो तवा म्हाजन कोळक्याच्यात जाऊन एक मखमाली धोतार नि तीन वार टेरलीनचं कापड आणलंतं. गावातल्या नामज्या शिप्यांनं त्येची मग इयाकूपैकी न्हेरूटाईप पैरण शिवून दिलीती... आभाळागत निळसर वाणीची ती पैरण, पांढरंधोट धोतार नि नागाच्या आंगावर पिवळं ठिपसं असत्यात तसला ठिपश्याठिपश्याचा पटका– असा मी सजलो हुतो. पाठीवर इयाल खात्याला शेमल्याचा शेव ह्या खांद्यावरनं त्या खांद्यावर, मफलरीवानी टाकला हुता नि पांदीतनं सटक्यानं माजी पावलं पडत हुती. पायातलं शिगुप्पी माटाचं पायतान कराऽरा वाजत हुतं नि त्येच्या वजनदार वज्जानं पायाखालची माती आनिक पिठ्‌क, बारीक हुईत हुती.

पाटलाच्या घराफुडं आलो. गाडी रेडीच हुती. पाटीलबी तयार हुताच. आज पाटील एकलाच दिसत हुता. त्यो कुठं आला-गेला, तरी त्येच्या आगंमागं चार-पाच लोक असायचंच संगट. ते सगळं 'व्हय बा' जातीचं. तर ह्या 'व्हय बा' जातीच्या लोकास्नी आपली अशी मनं नि मतंबी नसत्यात, ज्येचं आपनु खा ऽ खातो, ज्यो आपला पोसींदा हाय, त्येच्याकडं ती त्येंनी घाणवट ठेवल्याली असत्यात.

खरं आजमतोर 'व्हय बा' जातीचं हे खाऊ-बा लोक कोणच कसं दिसत न्हाईत? पाटील जायच्या तयारीनं भाईर आला तवा मी इचारलं दिकून,

"पाटील, दोगंच आम्ही? आनि कोण ईत न्हाई?"

पाटलानं गाडीचं मागचं दार उघडलं नि आत बसत म्हणाला,

"त्ये सारं सांडसुक्काळीचं असत्यातच बरोबर दर डावाला, खरंन्‌ आजची रात तुजी हाय. ये, मौज-मज्या-चैन करून यिऊया!" आनि पाटील त्या अंगाला सरकला.

मी उघड्या दारातनं आत शिरलो नि पाटलानं तिकडंच सरकून रिकाम्या केलेल्या जाग्यावर बसलो. बसता बसता गाडीचं उघडं दार झाम्‌दिशी झाकून घेटलं. तसा पाटील म्हणाला,

"ह्येच्या आयला, ह्ये खेडमं बेनं आनि कुटं गेलं!" ह्ये बोलणं गाडीच्या डायवरला हुतं. "त्ये काय न्हाई, आपनु गाडी शिकल्याशिवाय काय खरं न्हवं!" असं म्हणत त्येनं गाडीचा हारन्‌ दाबला...

त्यो ऐकून, भुईतनं उगावल्यागत कुठनं तरी डायवर उगावला. पाटील गाडीत बसल्याचं बघून लगालगा गाडीकडं आला. फुडचं दार उघडून चाकाजवळ बसला... मग कोल्हापूर यायला कितीसा टाईम?

पयल्याझूटला आम्ही एका खानावळीत गेलो. एकेक मान्साचा सोबावच असा

असतोय– त्येंच्या बरोबर कुटंबी येवा-जावा, काय खायाचं संवरायचं असलं मंजे आपुनला वायलं, संगटच्या मान्सास्नी वायलं, गड्यास्नी वायलं, असलं काय त्येंचं नसतंय. पाची पक्वान्नांचं ताट आपून खाऊद्यात, संगटच्यास्नीबी तसलंच ताट खायाय घालतील. पाटीलबी असल्या मान्सांतलाच... तर त्या खानावळीत आम्ही मटणफुलावा ईरंसरीनं खाल्ला... येतानं पाटलानं दारूची बाटली आणलीती. गावठी, नवसागराची घणत्याली न्हवं, तर लिप्पाणीच्या दारूच्या दुकानात इकत मिळणारी, उगार साकर फ्याक्टरीत तयार झाल्याली, नव्वद नंबर म्हणून पब्लिक झाल्याली. मंजे त्या दुकानात एक माप हाय. नव्वद पैशाला ते भरून मिळतंय, म्हणून त्या दारूलाबी नव्वद नंबर नाव पडल्यालं... तर ही नव्वदची दारू नि त्ये खारकांडाचं जेवान् अशी टेस का काय म्हंत्यात ती आली की!!

मग तितनं सुटलाव ते सरळ तमाशाच्या थेटरात. पाटलाची तितं घस्टनबी चांगली हुती जनू. तिकीट न्हाई, फिकीट न्हाई, दारावरल्या पोरानं सरळ आमास्नी दार उघडलं. आत निम्मं अधिक थेटर भरल्यालं, टेजाफुडली बाकं फुल्ल झाल्याली. तंवर कंत्राटदार आला. पाटलाकडं बघून वळखीचं हासला, नि आतल्या गड्याला त्येनं कायसं सांगिटलं. गडी कुठंसं सटकला नि तीन घडीच्या खुरच्या आणल्या. त्या पयल्या लायनीच्या एका कोपऱ्यात ठिवल्या. त्यावर आमी बसलो.

टेजवर पयली बारी चालू झाल्याली. सूरपेटीवाल्याजवळ तीस-पस्तीसाच्या उमतीची, जाम भरल्याली नि चांगला घवघवीत कासुटा नि गरगरीत बुचडा बांधल्याली बाई उभ्या असल्याली... उजवा हात पेटीवर टेकलाय् न टेकलाय्, असा ठेवून, नि त्येच्याच आधारावर उभा असल्यावानी. बारीची मालकीन हीच बाई हुती जनू. आनि नाचणाऱ्या तिघी हुत्या. खरं आता त्यातल्या दोघी साथ करत हुत्या, नि गुलछडी, फुलछडी, चवळीची शेंग असं कायबी म्हटलं तरी तिच्या बाबतीत खरं ठरलं असतं अशी एक देखणी, गोरी, जरा उच्याली नि मोगण्या नाकाची पोरगी कुठल्यातरी हिन्दी शिनिमातलं गाणं म्हणत हुती. पायलकी झनकार. नदीयाके पार, सुन मेरे साजन, लागे ना जिया... असलं काय बाय बरंच ईत हुतं... लव का काय म्हंत्यात त्येंचं हे गाणं हुतं तर! तिचं लव त्येच्यावर. मंजे त्यो कोण साजन हाय त्येच्यावर, ती त्येला भेटायला चाल्लीया त्यो तर रिकामचोटच हाय. त्येला 'लव'शिवाय दुसरा काय कामधंदा? तर ह्याचे धंदा करायसाटनं त्यो नदीच्या पल्याड यिऊन ऱ्हायलाय्. आनि त्येला भेटायला ती चाल्लीया... नावंतनं... नाव हिंदकळाय लागलीया, तसीच ती हिंदकळत हुती. तिच्या पुऱ्या बावडीचीच नाव झाली हुती. नाचतानाचता आपल्या पदराचा फलकारा दोन हातानं धरून तिनं अशी एक भिंगरीगत गिरकी मारली की, त्या वेगानं तिचा पदोर नावंच्या शिडावानी फुगला नि आतापतोर हिंदकळणारी नाव धारंला लागल्यागत दिसाय लागली.

हे सारं बघण्यातच मी गुंगल्याला, तेवढ्यात पाटलानं मला ढोसलं दिलं. तसा पाटलाकडं मुरा फिरवून खाल आवाजात मी इचारलं,

"काय पाटील?"

"ऊठ मर्दाच्या! हो फुडं!"

पाटलाचं हे बोलणं मला कळलंच न्हाई. मी आपला खुळ्या लक्ष्यावानी त्येच्या तोंडाकडं बघतच ऱ्हायलो! तसा मग त्योहूनच म्हणाला,

"मघा तुला मी नोटंचं पुडकं ठेवाय दिलंतं ते ब्यांकंत ठेवल्यावानी ठेवायला का?"

आनि मला याद आली, आरेच्या मारी. व्हय की! मघाशी गाडीत असतानाच पाटलानं नोटंचं एक बंडल माज्याकडं देत म्हटलं हुतं, "हे ठेव तुज्याकडं. रात तुजी हाय. मनाला ईल तसं उडवून टाकायचं!!"

खरं ते हितं उडवायचं का आनि कुटं, ते तितकंसं कळाय न्हवतं तवा, आनि पाटील असा बोलताच मी उठून उभा ऱ्हायलो नि टेजाजवळ गेलो, आनि माज्या बाची न्हवं, माजी मिळकत असल्यावानी टेचात खिशातनं एक नोट काढून समोर धरली... तशी ती नाव थांबली ते गाणं थांबलं... तसा जोकमारागत धा जागी लचकत सोंगाड्या फुडं आला... आता ह्यो सुक्काळीचा नोट घिऊन जाणार नि ती नटमोगरीमतोर लांबलांबच ऱ्हाणार ह्या ईचारानं मी फ्याच झालो. मागं बसल्याल्या ह्या इतक्याबला लोकांचं पेशर का काय म्हंत्यात तेबी मनावर हुतंच. तरीबी कुठनं न्याट आलं कुनाला दक्कल, खरं अंगावरलं कस्पाट झटकावं तशा आवाजात मी त्येला म्हणालो,

"अरं सरक मागं! तू कशाला आलास, तिला... तिला लावून दे!"

रुसल्याचं स्वांग करत नि उजवा हात तसाच झटकत सोंगाड्या नाचीजवळ गेला, आनि रुसक्याच आवाजात म्हणाला,

"जा बया, पाटील तुलाच बलीवतोय!"

आनि मग ती नटरंगी लचकत, मुरडत, पायातलं पैंजण छम्‌छम् वाजवत माज्याजवळ आली नि फुलाच्या भारानं देठ झुकावा, तशी कमरंत झुकली... मी तिच्या तोंडावर नजर रवली. अनेक बापयगड्यांची उसळमिसळ तिनं रिचवल्याली. त्या खुणा तिच्या मोकारलेला देह जसा सांगत हुता, तसाच तिचा ह्यो चेराबी... माज्याजवळ येताच काळजाचा घडा गळून पडावा, तसं ती हसली. ती झुकल्यानं छातीशी चिपकल्याला तिचा पदोर वज्यानं वतांबाना तसा फुगीर झाला, डग्गळ खोळ असावी, तसा. तोंडावरची माजी नजर घसरली. गोरापान गळा भोरमाळंनं सोबत हुता. ती इत्की गोरी आसून आनि चेऱ्यावर पावडरीचं हे वंगान् कशाला लावलं हुतं कुनाला दक्कल!

खाली झुकल्यावर माज्या हातातली नोट तिनं आचुति आपल्या हातात घेत इचारलं,

“काय फर्माईश हाय पाटील...”

“उसाला लागला कोल्हा...”

तशी ती गार्रदिशी वळली नि ठुमकत टेजाच्या मधानशी गेली नि एक पाऊल वर उचलून नाचाचा पवित्रा घेत चवड्यावर आदळल्यासारखा करीत तिनं ललकारी ठोकली, “ऐका!”

आनि ढोलची घणाणा घुमू लागली. झीलकऱ्यानी साथ दिली नि सुरपेटीवाल्याने सूर काढला, आनि आता कोल्हं उसाला लागणार, एवढ्यात त्यो कोण ‘पायलकी झनकार’वाला उठला नि त्येनं कोल्ह्याला उस्कलून लावलं नि परत ‘पायलकी झनकार’च सुरू झालं... तसा पाटील माज्याकडं झुकून खाल आवाजात म्हणाला, “संपू दे सगळं बंडल सपलं तर, खरं कोल्हं एकदा उसाला लावूनच रिकामं व्हायचं!”

भर मध्यान् रातचं, एकाच्या दरम्यान तमाशा संपला, सुटला...

आम्ही भाईर आलो नि गाडीतनं निघालो. किती एक रस्त्यांवरनं, गल्ल्यांतनं गाडी पळली, वळली आनि मग एका घराफुडं थांबली. कुठल्या कुठल्या गावास्नं आल्याल्या चार-पाच मोटारी आम्हा आदीच कवातरी यिऊन भाईर थांबल्याल्या.

गाडीचं दार उघडून पाटील भाईर पडला नि डायवरला म्हणाला, “तू झोप रं आता– गाडीतच. पाटंपतोर काय आम्ही परत येत न्हाई!”

मग माझ्याकडं मुंडी करून म्हणाला, “चल रं जैसिंग.”

तसा माज्या मनात सौंशव आला, आयला हे कुठल्या येसवेचं घर का काय! म्हंजे पाटंपतोर हितं धुंबडा घालायला? बायांचा इतका अनुभव घिऊनबी श्यारगावात हे असं करायचं म्हनल्यावर न्हाई म्हटलं तरी माजं काळीज माट्मुट कराय लागलं!

मी आतल्या सोप्यात पाऊल टाकलं, नि तितलं ते सारं बघून फ्याच झालो! आतां खॉ: खॉ: करून हसावं का काय करावं समजंना मला!

आता येसवा न्हवत्या, कुटन्याबी न्हवत्या, तर सारं बाप्पेच बाप्पे पत्ताडीनं खेळत्यालं!

मंजे ह्यो जुगार अड्डा हुता तर! पैसे लावून मान्सं इस्पिटानं खेळत्यालं म्या बघाय न्हवतं, अशातली गोष्ट नाही. कुटं पाच-धा पैसे, लै झालं तर चार-आठ आणे, असला जुगार म्या बघिटल्याला... खरं ह्यो इतका दांडगा जुगारमतोर बघाय न्हवता! काय, काय पैसा म्हणायचा का काय! इतका म्हामुरी पैसा! नोटांच्या पुडक्यांच्या थप्प्याच्या थप्प्या? त्यो जितला की ह्यो असलाऽच्या असला कडपा त्येच्याकडं सरकायच्या आनि परत खिशात हात घाटलं जायचं. परत ईरंसरीनं

डावाला सुरुवात व्हायची... त्यो नोटांचा खच बघून मला आसं वाटाय लागलं की, हितं असल्याल्या एक एक जणाच्या घरात नोटा छापायचा कारखाना हाय का काय कुणाला दक्कल! त्याबिगार ह्या इत्क्या नोटा आल्या तरी कुठनं नि कशा? कागदाच्या कस्पटावानी त्या हिकडं-तिकडं सारल्यावडल्या जायच्या. ही एक न्यारीच जादुमतीर केल्याली मान्सं, आमच्यासारक्या दुनिवेतली न्हवतच... ह्या अड्ड्यात शिरल्यावर दर्दी मान्साला भूलच पडून जात असायला पायजे... पत्त्याड्यांचा फिसत्याला पटापट आवाज, बिड्या-सिगरेटांच्या धुरानं कोंडल्याली हवा, सोड्याच्या फटाफट् फुटल्याला नि दारूच्या गलासातनी रित्या, हुत्याल्या बाटल्या... आनि खाली जाजमावर चालल्याला जुगार... कसली गडबड न्हाई, आरडाओरड न्हाई का काय न्हाई... सगळं कसं धीम्या, थंड, मुकाटपनी चालल्यालं.

"या पाटील!" न्हेरू शर्ट नि इजारवाला एकटा म्हणाला.

ह्यो अड्डा चालविणारा का? कारण ह्यो कुटं खेळत्याला दिसत न्हवता! परत त्येनंच इचारलं,

"कवा आलता? गेले दोन आठवडे कुठं आहे पत्ता तुमचा?"

"पत्ता आनि कुठं असणार? गावातच हुतो की– खरं कामाधामातनं सवड कुठली आलीया यायला!" आनि मग मदीच पाटलाचा आवाज फुशारकी मारावा तसा झाला, "त्यात मदी आनि मोटार घेटली. हिकडं यायलाचा जर आठवड्यानं दोन-तीन रोज ट्याक्शी लागाय लागली. वारंमाप भाडं कुठलं द्यायचं दर डावाला, म्हणून म्हनलं आपुनच घ्यावी झालं, नि घेटली."

अशीच बढाई मारत पाटील एका धुपळ्याजवळ गेला. जरा हिकडं-तिकडं सरकासरकी झाली, मग आनि पाटीलबी पत्ताडीत रंगला, गुंगला... सुरुवातीला त्येनं फसाऽसा पैसे घालीवलं, आता ह्यो गडी आपली गाडीबी जुगाराला लावणार नि सकाळचं कुनाकडं तरी येस्टीच्या तिकिटासाटनं भीक मागून गाव गाठायची पाळी आम्हावर येणार, आसंच मला तरी वाटायला लागलं; कारण माणूस एकदा का घसारतीला लागला की, मग ती घसरगुंडी कवा थांबंल, ते सांगता येत न्हाई, खरं एक एक मान्सं चिकाटभोकरागत असत्यात. घसारतीला लागली तरी ती घाबरून जाईत न्हाईत. मन घट्टघंबीर ठेवत्यात. काडीच्या आधारानं काडापूर गाठणारी ही माणसं, ह्येनला जरासा जरी आधार मिळाला, तरी फुरं हुतंय! मग ती भार भार घसारत चढून पयलंच्या जाग्यावर येत्यात, किती एक त्यापरासबी उच्चीवर चढत्यात... तर पाटलाला अशाच एका काडीचा न्हवं तर पानाचा आधार गावला नि पाटील जितला... जितला ते मग फुडं जिततच गेला. डावामागनं डाव, डावामागनं डाव! ह्यो ऽ दांडगाबला ढीग साठला त्येच्याफुडं मग!

गावाकडं सुटलाव तवा दिसाचा गोंडा फुटला हुता. गाडीत पाटलानं मला

इचारलं,

"काय जैसिंग, पाटील 'पाटला'सारखा वागतोय, म्हणून मनातनं उतरला आसंल तुज्या?"

खरं तर, पाटलाचं रातीचं एक एक वागणं मला धक्का देत गेलं असलं, तरी मी म्हणालो, "तसं काय न्हाई खरंन्."

"तसं नसलं, तरी त्येच! खरं माजं एक म्हन्नं हाय गड्या, बघ पटलं तर तुला– जीव घरंगटून गेला, मन रंजीस झालं, तर बाई-बाटली नि जुगारासारखं औषीद न्हाई जगात. बाई-बाटली हे दोनच नाद असलं, तरी दुधात साकार पडल्यासारखं, आनि असल्यात जुगाराचा नाद असला, मंजे काय इचारू नकोस. मग दूध साकरंत च्यापावडर पडल्यागत!" आनि पाटील अगदी मनापास्नं खो: खो: करून हसाय लागला.

यावर मी म्हणालो, "खरं च्या एकेकास्नी मानवत न्हाई पाटील! कडकी हुतीया त्येनं!" माजं हे लाखमोलाचं बोलणं, हसण्याच्या आवाजात त्येला ऐकू गेलं का न्हाई कुनाला दक्कल!

दहा

एक दिवशी अंजी म्हणाली, “कळलं काय तुम्हास्नी?”

तिच्या ह्या बोलण्यावर कसलं नि काय कळलं म्हणून सांगायचं मीनं? खरं ती खुळी मतोर मी सांगीन म्हणून माज्याच तोंडाकडं बघाय लागली!

“कशाबद्दल...?” मी तिला इचारलं.

“फुलीबद्दल...?”

आनि जिव्हारी खोंबारा लागावा तसं मला झालं... नि मी माज्याशीच बोलावा तसं बोललो, “फुलीबद्दल... फुलीबद्दल...?” मला असं का व्हावं, समजंना. कुणा एकीवर मन बसून मी इतका भावरथी व्हावा, असा न्हायलो नसलो, तरी आत कुठंतरी ख्वॉल-जाग्याला फुलीबद्दल मला लै न्हाई जरा का आसंना काय तरी वाटत असाय पायजे... न्हाय तर मग मला असं का वाटावं? मी इत्का दवाखान्यात पडून हुतो, ती भेटाय् आली न्हाई. मी मेलोय का जित्ता हाय ह्येची दिकून तिनं वास्तपुस्त केली न्हाई. बरा हून हितं आलो तरीबी तिनं...? तिनं जर असं माजं नाव टाकलंय, तर मी तरी तिचं नाव का म्हणून घ्यावं? मला तरी तिची चौकशी करायचं कारण काय? तसं काय कारण न्हाई, फिरन न्हाई, तिला जर आसं तोडून टाकायचं हाय, तर मी तर तुटल्यालं जोडायला का म्हणून धावावं? म्हणूनच मी म्हणालो, “न्हाय् बा! मला तरी काय कळायला न्हाई!” आनि आगदीच परकंपन, तिटकारा दावनंबी बरं न्हवं म्हणून म्हटलं, “काय झालं तिचं?”

“झालं न्हाई, व्हायचं हाय...,” असं कोड्यात बोलल्यागत बोलून मग ती म्हणाली, “लगीन ठरलं तिचं...,” आनि ह्यावर मी काय तरी बोलीन, इच्चारीन म्हणूनसाटनं ती जराशीक थांबली... नि मी काय तसं बोललो-इचारलो न्हाई म्हणून मग तीच परत सांगाय लागली, “म्हाई झाल्यावर लगट ती भावाबरोबर इचलकरंजीला गेलीती...”

“तरीच...!” मी परत माज्या मनाला बोलल्यागत बोललो... तरीच... तरीच ती मला भेटाय आली न्हवती दवाखान्यात... आनि काय झालं असेल ते एका मिंटात माज्या ध्येनात आलं... लिप्पाणीला जावावं-भेटावं-काय निमित्त काढावं...

जायायूसाटनं काय तरी निमित्त पायजे की... आसं करतच एक-दोन रोज गेलं असतील... आनि इचलकरंजीचा भाऊ जायाला निघतावख्ती 'चल् चार दिवस, तेवढीच हवापालट हुईल' अशा निमित्तानं तिला तिकडं घिऊन गेला आसंल... यावर मोडता घालाय तिला का तसं कारण गावलं नसंल... न्हाईतरी आसंबी झालं आसंल, तिनं मोडता घाटला असता, तरी घरातल्या मान्सांनी त्यो मोडून काढला आसंल, नि नाविलाजानं मग तिला आपल्या मनाइरुद्ध त्येच्याबरोबर जावावं लागलं आसंल... मला तिकडं दवाखान्यात बरं वाटतंय, मी एक-दोन आठवड्यात हिंडू-फिरू लागीन– अशी बोलवा गावात पसरली आसंल नि ती कानावर पडल्यावर फुली निःचित्तानं भावाबरोबर गेली आसंल... तिकडनं हिकडं आल्यावर त्येची भेटगाठ घिऊन 'ह्ये अशान् असं' झालं म्हणून त्येच्या मनातली काळुखी घालवता ईल, असा तिनं इचार केला आसंल... न्हाय तर... न्हाय तर... काय एक मनात येत हुतं...? असं लै काय बाय मनात भिरंबिटत हुतं...

आनि अंजी सांगत हुती, गावातल्या एखादीचं लगीन ठरल्यावर ज्या हौसंनं, उत्साहानं सांगावं, तशा आवाजात सांगत हुती – "चार जागंला दावावी, जमलं तर लग्नाचं घट्टच करून टाकावं, म्हणूनसाटनं तर तिच्या भावानं तिला इचलकरंजीला न्हेलंतं. आनि कवठ्याचं मागनं घट्ट केलं म्हनं. तसं दोन-तीन जागंला दावलंतं, खरं हे कवठ्याचं मागनं मतोर जुळून आलं म्हणं... वैश्याकाचा शेवटचा म्होतर धरलाय लगनाचा.. लगीन तिकडंच म्हणं कवठ्याला. हिकडनं पावणंरावळं नि घस्टनीची चार मान्सं तेवढी जायाची, असं म्हंत्यात..."

म्हंजे, फुली अशी अवस्थी आली नि अशी अवस्थी गेली, तर आपल्या जिनगारीतनं! निदान आखिरची भेट तरी व्हायची हुती...! असं वाटलं आनि परत मनात फडा उभी ऱ्हायली– कशाला? कशाला तेबी समजंना, खरं आसं उगंचच वाटलं. वाटाय लागलं. आनि न्हाई, ही गोष्ट खरी, पर खरंच ती आली असती तर... तर आपुन काय केलं असतं? कदाचित पळून जावूया कुठंतरी, असं काय तरी म्हणाली असती. तरीसुद्धा आपुन काय केलं असतं...?

खरंच का, तिचा आपल्यावर जीव जडला हुता, नि आपला तिच्यावर?

एकमेकांस्नी समजून-उमजून न घेताच आपुन कसं वागत असतो जगात...?

तिच्याबद्दल आपनला नि आपल्याबद्दल तिला अशी समज यायच्या आतच असं घडलं म्हणावं का...?

मग आम्ही त्या एका निसरड्या टायमाला एकमेकामंदी मिळून गेलो, त्येचा काय आरथ मग?

आनि मग माज्याच खुळ्या मनाची मीच खुळी समजूत घालाय लागलो– एकमेकावरनी जीव जडल्याला असला मंजेच फकस्त आवा नि आप्पा, बाई नि

बापय, तसं एकमेकातनी मिसळून जात्यात असं कुठं हाय...? काळ-येळ जुळून आली, नि मनात वासना दर्यागत उफाळली, म्हंजेबी असं घडून येतं न्हाई का?

तसं जर असतं तर, आपुन आजपतोर कैकजणींबरोबर, कैकजणी असं आपलं तोंडात बसल्यालं असतंय म्हणून म्हणायचं झालं, कैकजणी म्हंजे अगदी कैकजणी नसल्या तरी धापाच तरी असतील, संग केला, झोपलो, खरं कितीजणींवर आपलं मन हुतं, आनि कितीजणींचं आपुनवर?

मग फुलीच्या बाबतीतबी असंच घडलंतं म्हणावं का...?

इत्कं परकं, इत्कं तुटक असंबी न्हवतं ते... आनि जीव व्हारंहुरं हून जावा इतकं जवळचंबी न्हवतं ते...

इत्कं जवळ नि तित्कं लांब असं जर ते न्हवतं तर मग कसं हुतं...? कसलं आडंबढेंगं हे नातं? काय नाव ह्येचं...?

हे असलं इचार मनात गरगरायलाच लागलं– भोवऱ्यागत.

भोवऱ्याच्या त्या वेगानं मग तर मला करमंनासं झालं.. एकल्यापनी कवा असलो, हांतरुणावर कवा पाठ टेकली की ह्यो भोरा परत गरगराय लागायचा... मन मग सैरभैर व्हायचं...

आनि ह्यामुळंच आसंल, आलीकडं पाटलाबरोबर मी कोल्हापूरला जास्तच जायाय् लागलो... माज्याबी नकळत तितं मला दारूचा नाद लागला... आनि... रंडीबाजीचाबी. उघड उघड धंदा करणाऱ्या, गरतंपन दावून चोरून धंदा करणाऱ्या, नाचणाऱ्या, बैठकी करणाऱ्या अशा किती एक मी भोगल्या... किती एक उष्ट्या, चुरगाळल्याल्या हातरुणावर लोळलो– उकिरड्यावर गाडाव लोळावं, तसा!

का कुनाला दक्कल, पुऱ्या जिनगानीचाच मला कावकिच्च यिऊन गेला! आनि ह्या भिकनीशी नादातच गटांगळ्या खात मी कुजाय लागलो...

आनि माजी रैतकी...? माजा मळा...? त्यो फुलीवण्याची, पिकीवण्याची माजी हौस, माजी जिद्द?

हे सारं ठार मेलं... ठार, ठार मेलं हुतं. एक अंजी हुती. रोज कामाला येत हुती. आपलं समजून चौकडं ध्यान देत हुती. हे कर, ते कर करीत हुती...

आनि सोनाक्का...? आनि सोनाक्का तर आपल्याच जिनगानीच्या सरळ, निटघोल पट्टीवरनं चालल्याली... चालत असल्याली. तिला माज्यातला ह्यो बदल तरकंत आला नसंल, ध्येनात आला नसंल म्हणावं का तिनं वाळ्ळी खॉट उसाभर कशाला म्हणून हिकडं ध्यान द्यायचं सोडून दिलं आसंल म्हणावं, कुनाला दक्कल!

बिन येसनीचा, बिन कासऱ्याचा वळू उधळावा तसं माजं उधळणं चाललं हुतं... कुणी कासरा वडणारं न्हवतं, चाबकाचा फटकारा मारून जामनारं, आवरणारं कुणी न्हवतं... ती असाच आंधळ्यापनी, एक आंधळ्याचं वेगानं उधळत चाललो हुतो...

नि कुठल्या दरडंवरनं, कुठल्या कड्यावरनं मी कुठं, कसा नि कवा पडणार हुतो, पडलो असतो ते कळीकाळालाबी कळलं नसतं!

दर टायमासारखा, दर खेपंसारखा कोलापुरास्नं आलो हुतो, गावात टच व्हायला नऊ-धाचा टाईम झाल्याला.

आलो. रोजच्यावानी अंजी आल्याली. कामाला लागल्याली. पा-सा रोजांपूर्वी उसाला सलफेट मारल्यालं. त्यामुळं आता उसात जिग्या, टारफुला असलं तनकाट हूँऽ म्हणून तरारल्यालं... तर अंजी उसात भांगलत असल्याली दिसली...

मी घरात आलो. राखुंडीनं दात काळं केलं. हिरीत जावून डुबकी मारली. कापडं बदलली, नि मग खुरपं घिऊन उसाकडं गेलो. अंजीशेजारची पात धरली. भांगलाय बसलो. उसाच्या बुचाड्यातनं खुरपं सराऽरा फिरत हुतं. डावी मूठ तनकाटानं भरत हुती. अशी एक पात संपली, दुसरीबी सरली. तरी दोघंबी गुमानपनानं खुरपी चालवीत ऱ्हायलो. रोजच्यावानी घडाघडा तीबी बोलंना नि मीबी. मुकं भूतच लागीरल्यावानी दोघंबी घुम्म! घुम्म!

आखिरला मीच म्हणालो,

"आज कंत्राट बिघडल्यालं दिसतंय, अंजी?"

"आता मान्संच बिघडाय लागल्यावर कंत्राटबी का बिघडूने?"

हे बोलणं थट्टंगतीचं न्हवतं, म्हणून हासायसाटनं टाळा पसरल्याला गाप्पदिशी मी मिटला! हसताहसताच तोंडात चपराक बसावी, तसं झालं!

मग तीच म्हणाली, "दुपारपास्नं मी कामावर येणार न्हाई!"

"काय काम आसलं घरात तर ऱ्हाईनास का, खरंन् उद्या अलबत ये मंजे झालं!"

"उद्याबी येणार न्हाई!"

"मग परवा ये, थरवा ये. तुजं काम झाल्यावर ये. मग आनि काय?"

आनि मी इचारलं, "बरं, कामगिरी तरी कसली काढलीयास?" मग म्हणालो, "कुणा पावन्याबिवन्याच्यात लगीनबिगीन...?"

"तसं काय न्हाई...?"

"मग...?"

"ह्याफुडं मी कामाला येणार न्हाई!"

"काय कारण तरी काय? माज्या हातनं तुज्या बाबतीत काई वावगं घडलं?"

इतकं बोललो तरी ती गप्पच... किवंड्या माणसागत. खाल बघून भांगलत असल्याली... तसा मी भिरंबाटून गेलो. मस्तकात तिडीक उसळली... म्हणालो, "जायाच्या आधी माजा काय गुन्हा आसंल त्यो पदरात बांधून जा! मला बदनाम करून असं एकाएकी जायाचा काय अधिकार हाय तुला? लोकं काय म्हंतील

म्हाईत हाय? अशानं माझ्याबरोबर तूबी बदनाम हुशील, म्हाईत हाय तुला?''

हातातलं खुरपं हातातच ऱ्हायलं... आनि तनकाट गळून पडलं... नि झरझार तिचं डोळं भरून आलं... पाण्यानं डबडबून आलं मग. हुंदक्यानं तिची अवघी अंगचट गदगदली, आनि ती हमसाहमशी रडूच लागली.

इतक्या बायका जिनगानीत यिऊनबी मला अजून त्येंचा ठाव लागल्याला न्हाई...

मला हे समजंना की, ती अशी एकाएकी का म्हणून रडाय लागली, काळजाला वडन् लागावी तसं?

मग तिच्या हातातलं खुरपंबी बाजूला पडलं, नि दो हातांनी तिनं पदोर डोळ्यांना लावून आपला अवघा, अकबंद चेरा झाकून घेटला.

"अरं हिची भनं!'' मी आपल्याशीच पुटपुटत उठलो नि पात वलांडून तिच्याजवळ जात म्हणालो, "असं रडायला काय झालंय खुळे? मी आपलं आसं सज्ज बोललो, त्येचं इतकं काय लावून घ्याचं मनाला बरं? खुळ्यान् देवरा हैस झालं!''

डोळं निपटून तिनं माज्यावर नदर रवली नि भरल्या आवाजात इचारलं, "का वागतोस तू आसं?'' नि भरल्या आवाजातच ती बोलाय लागली, "तू मला बोलंनास, चार शिव्या दिवून पायतानानं मारंनास. त्येचं मला दुक् न्हाई. खरं तुनं आसं का वागावं? तू असा वागाय लागल्यावर मला मळ्यात याची छाती हुईल काय? लोकं काय म्हंतील, समजतील– भाईर ह्यो असा वागतोय तर मग मळ्यात हिच्याबरोबर...''

नि जीभ तुटल्यागत मदीच तिचं बोलणं तुटलं, आनि हमसाहमशी ती परत रडाय लागली...

मी हितं आल्यापास्नं माज्याबरोबर ही मळ्यात राबती. माज्या खांद्याला खांदा लावून तंगती. नवा हुतो, तवा साऱ्या गावानं माज्याकडं पाठ फिरिवली. खरं हीच एकटी, तवा साऱ्या गावाची पत्रास न ठेवता माज्या बाजूनं, माज्या पाठीशी उभा ऱ्हायली, तवापास्नं... तवापास्नं हिची जिनगानी माज्याबरोबर लगटल्याली. तिच्याबी नकळत, माज्याबी नकळत...

आनि आताच्या तिच्या बोलण्यानं हे मला किती ठळकपणानं समजून आलं!

माज्या बऱ्या-वाईट वागण्यावर तिची जिनगानी किती अवलंबून हाय ही! नुस्ती जिनगानीच न्हवं, तर...

...तर अब्रूबी! व्हय, अब्रूबी!

खरी बाई आपल्या अब्रूपायी जीवसुद्धा वव्वाळून टाकंल. मग माज्यासारख्याची काय पत्रास?

मी सोताला लै श्याना, लै कळणारा, लै समज आल्याला समजत हुतो, आनि

ही इत्की साधी, सोपी गोष्ट मला समजूने?

ती ह्याआधी 'तुम्ही' म्हणून बलवायची मला नि आता 'तुम्ही' वरनं 'तू'वर आलं, इत्का ती मला आपल्यातला समजत हुती? माणूस एखांद्याला मनातनं काय समजतंय ते आसं नकळत का आसंना मनातनं भाईर पडून व्हटावर येतंय! म्हंजे, माज्यावर तिचा जीव जडला हुता...?

ह्या एकाच इचारानं मी थरारून गेलो!

आजवर इतक्याजणी आल्या नि गेल्याबी, खरं कुणी असा जीव लावला हुता काय माज्यावर? माज्या नद्रंफुडं एकबी चेरा दिसंना! कुणी माज्याकडनं असा न्हाई-तसा फायदा करून घेटला हुता, तर कुणाचा मी फायदा उचलला हुता. कुणी आपल्या गरजंपोटी मला जवळ केलं हुतं, तर कवा माझी गरज भागायला मी कुणाला आपल्यावर वडून घेटलं हुतं... असा सारा ख्योळ नि खंडोबा झाल्याला. ह्याबाबत मी तसा जास्त नि खोल इचारबी केला न्हवता...

आनि ही यवढीशी पोरगी यवढंसं बोलती नि केवढंसं सुचिवती!

ह्या एवढ्याशा बोलण्यानं तिनं मला किती जवळ वडून घेटलं! आपलं करून टाकलं!

मी तिच्या पाठीवर थोपटल्यागत करून तिला दिलासा दिल्यागत, समजूत घाटल्यागत केलं नि तसाच समजुतीच्या आवाजात म्हणालो,

"गप्प, खुळे– रडतीस कशाला? माज्यासाटनं कुणी रडावं अशी लायकी न्हाई माजी! मी तर..."

तिनं आपला तळवा माज्या व्हटावर दाबला नि बारक्या पोराला दटावावं तशा आवाजात म्हणाली,

"गप्प! बोलूने आसं! खुळं हैसा काय?"

तिचा त्यो मऊशार तळवा व्हटावरनं बाजूला करीत मी म्हणालो, "तसंच वाटाय लागलंय मला. तसंच वाटाय लागलंय! काय सुचंना सुद्रंना! एक आटंग्यावनात पडावं, चुकावं तसं हून गेलंय बघ..."

"माणूस आटंग्यावनात पडलं, तरी सोताची तरी काई थोडी काळजी घेतंय... घेतंय का न्हाई? मग...? निदान तसं तरी वागाय नको...?"

"तू बोलल्यालं ध्येनात ठेवीन... माज्यामुळं तुजी अब्रू जाईल, तुला बदनामी यील– असं काय घडणार न्हाई माज्या हातनं..."

"दारू पिणाऱ्या मान्सांच्या बोलण्यावर इस्वास ठेवत न्हाईत कुणी!"

ती आसं बोलली नि एक चपराक बसावी तसं झालं. तिनं मला दारुड्या म्हटलं न्हवतं एवढंच. म्हटलं न्हवतं, तरी तिला तसंच सुचवून द्याचं हुतं! एकदम माजा आवाज बसल्यावानी झाला नि मी कसनुसं म्हणालो,

"अंजी, आखिर तूबी मला आसं दारुड्या म्हणावं? अंजी तूबी...?"

"दारू पिणाऱ्याला दारुड्याच म्हणतंय जग, आनि दुसरं काय म्हणणार? दारू पिणाराच असा वागत असतोय... सोताची पायरी सोडून... पाटलाची एक वाडीदिडी हाय, उत्पन्न हाय... तवा त्येला कसंबी वागलं तरी पुरवतंय! समिंदरातील पसाभर गुळणी वाळूत जिरली म्हणून काय समिंदर आटत न्हाई! तवा झऱ्यानं समिंदराची वारग करून चालंल? झऱ्याचं जिवाळं कुठल्यातरी हिरीआडातनं फुटल्यालं, ती हीर, त्यो आड आटला, की मग झरा 'झरा' म्हणाय जागंवर ऱ्हाईल का? तसंच तुमच्या ह्या रैतकीचं हाय!"

"ह्याफुडं मी तसं वागणार न्हाई अंजी, तसं वागणार न्हाई... दारुड्याच्या बोलण्यावर इस्वास ठेव!"

"शप्पथ हो!"

"शप्पथ. गळ्याशप्पथ! तुज्या गळ्याशप्पथ!"

"माझ्या गळ्याची शप्पथ घ्यायला मी कोण तुमची...?" तिचा आवाज एकदम बदलला. इचारायचा सूर जरा निराळाच लागला कानाला...

मंजे, माज्या बोलण्यावर असा नि इतका इस्वास बसला तिचा? काय एकेक बायकांचा सोभाव असतोय!

"कोण न्हवेस तर मला अशा कानपिचक्या का देतीस तू? कुठल्या हक्कानं? तर तुजा असा काय तरी हक्क चालतोय माज्यावर, मग माजाबी का चालूने शप्पथ घ्यायपुरता?"

"बघा, शपथ मोडशीला तर मरून जाईन मी!"

"मरून जायला का वाटंवर पडलीयास तू? यम आला तरी त्येला कापून काढीन रेड्यासकट!"

"त्या कापाकापीच्या गोष्टी ऱ्हावू देत. तेवढी शप्पथीची गोष्ट मतोर ध्येनात ऱ्हावू द्या. मंजे झालं"

"बरं बाबा, ध्येनात ऱ्हायली! 'सुटली' म्हण आता!"

"सुटली!"

अकरा

वैशाखाच्या शेवटच्या म्होतराला फुलीचं लगीन झालं. गावातल्या सगळ्यांसारखीच मलाबी लगीनपत्रिका आलीती. त्या आधारानं मला लग्नाला कवठ्याला जाता आलं असतं. घस्टनीतली काई थोडी येस्टीतनं गेली असतीलबी. खरंन् मी गेलो न्हाई... जावावं, फुलीला एकवार भेटायचं तर न्हावूंदे, खरं बघावं तरी निदान, असं मनानं घेटलंच न्हाई... तिचं लगीन हुतंय्, काईतरी तिचं बरं हुतंय, हुंदे की, तवा आपुन पुन्यानडाव तिच्या जिनगानीत कशाला डोकावून बघायला जा. आपुन आपलं असं पैसपरभारीचं बरं न्हायल्यालं... ती फुलू दे, खुलू दे. तिचा येलइस्तार वाढू दे. तिचं निर्मळ होऊ दे. चांगलं होऊ दे. आपल्या नादानं, आपुन नादावल्यानं तिचं काई झालं असतं, तर ते तितकंसं चांगलं झालंबी नसतं. वंगाळ म्हणावं तसंबी काई झालं नसतंच असं कसं म्हणावं?

फुलीबद्दल आदी मला इतकं वाटत हुतं! ती मला भेटाय आली न्हाई म्हणून मनाची कायतरी समजूत करून घेऊन मग मी कसा कसा वागत, बदलत गेलो हुतो! जवळकीचं ते अंतर मग वाढत वाढत जावून कशी परक्याची तुसडी भावना माज्या मनात घर करून बसली हुती...! आनि मग तिच्याबद्दलची गैरसमजूत दूर झाली, तवा तीसुद्धा किती दूर निघून गेली हुती! न्हय, आपल्यापासनं!

आनि आता तर ती इतकी दूर दुरावलीया की, ह्यो दुरावा आता असाच... असाच न्हायला पायजे. न्हायल्याला बरा. त्ये कमी होणं, करणं पातकी काम... निदान फुलीच्या बाबतीत तरी.

असा माजा सोबाव न्हवता, न्हाईबी, असंच मी तरी माज्याबद्दल समजत हुतो... बगळ्यागत माजं काम हुतं. वरनं साळसबुदागत दिसायला, खरं जवळ आल्यावर मटकावल्याशिवाय मासळी सोडायची न्हाई. मासळ्याबी एकेक हुशार. टोच माराय गाप्दिशी जावं, तर त्येच्या आधीच पशार. आधी घुळूमुळू घुळूमुळू करतील, खरं झडप घालावी, तर घातली एकादी तडाख्यात गावायची!

असा मी वागल्याला. वागत आल्याला... तसं बघिटलं तर लगीन झाल्यावरबी फुलीबरोबर मी संबंध ठेवायला काय हरकत हुती? बिन परमिटापक्षी परमिटाच्यात

धोका कमी, असं धोरण ठेवून धोरणीपनानं वागणारा मी, फुलीच्या बाबत असा बोटचेपा का व्हावा, मेलमुसा का व्हावा, काय कारण तरी काय?

कारण...?

कारण...?

आनि कारणाचा इचार मनात आला तसं माळीतल्या गारव्या अंधारात वरच्या छपरातनं एकच लखलखीत, पेटता किरण भाल्याच्या फाळागत घुसल्यावानी कायतरी लखलखीत घुसलं. मी त्येला पुसलं,

'लखलखलखीत, लाकडाच्या कुपीत, काय तुज्या मनात, सांग माज्या कानांत!'

आनि त्येनं कानात सांगिटल्यावानी हळूच सांगिटलं...

'काय ऐकू आलं न्हाई गड्या!' मी त्येला म्हणालो...

'गधड्या हैस!' असं काय तरी पुटपुटत त्येनं माजा कानच आपल्या तोंडाजवळ वडला नि सांगिटलं,

'अंजी! खामकराची अंजी!'

खामकराची अंजी यवढं माजं मन व्यापून बसली हुती, एवढ्या कमी अवधीत, एवढ्या कमी वेळात...? आनि तिनं मला एवढं नि इतकं बदलून टाकलं हुतं...? आजपतोर कुणीच मला असं गुंतवाय न्हवतं, इचार कराय लावाय न्हवतं... नि ही एवढीशी पोरटी... काय जादू केली तिनं अशी माज्यावर, कसलं म्हवनजाळं तरी कसलं टाकलं एवढं तिनं असलं माज्यावर? च्यामारी!

ह्या एकाच गोष्टीनं मनोमनी मी फ्या हुईत हुतो. आचीट हुईत हुतो. नवल करीत हुतो. ही एकच गोष्ट सोताची सोताला पटवून घेत हुतो... सपनातबी चिंतलं न्हवतं ते आता घडत हुतं, घडाय लागलं हुतं! कुणी अशी अवस्थी, माज्याबी नकळत जिनगानीत यील, जिनगानीचा कबजा घिऊन मोंड ढोराला वठणीवर आणावं तसं मला, माज्या सोबावाला वठणीवर आणंल, हे पटावं तरी कसं? पर हे खरं हुतं, अगदी खरं हुतं. जसा ह्यो मळा खरा हाय, मळ्यातलं हे जित्राप खरं हाय, जसा मी खरा हाय, जशी अंजी खरी हाय, फुली खरी हाय, तसंच! व्हय तसंच!

साऱ्या पांढरीतली रानं तयार झाल्याली. वळीव आज पडंल, उद्या पडंल...

दर वर्षीचाच ह्यो अंदाज नि ह्यामुळं कुणी कुणी आपली भाताची ओपाडी वाळपीतच पेरून टाकली. पेसाटी वडून धान्य झाकून टाकलं... कुणी तायचुंग, कुणी जिरगं, कुणी जवारी, कुणी कोळणी, कोकणात म्हणं भाताच्या एकशे आठ जाती हैत. कुणाला दक्कल, खरं हितं घाटल्याल्या ह्या पा-सा जाती डोस्कं वर काढाय तयार न्हवत्या... धो धो वळीव पडावा; नद्या, नालं, वडं, वगळी दुथडी उसाळ्या मारावीत, पाण्यानं शिवारातली माती भरपेट पानी पिऊन मोकारावी कळीच्या भातावानी, असं कायबी घडाय न्हवतं. वळीवच असा सोगा पाडून उभा

ऱ्हायला नि मग वाळपीत पेरल्यालं ब्यानं वाळपीतच तापाय लागलं... रान भोरड्या, चिमण्या सरींची वळखन धरून आच्चूक भातकुटं टिपाय लागल्या...

बेस्तरवारी बाजारसाटनं लिप्पाणीला गेलूतो. येता येता चार किलो जुंधळं घेटलं नि दळून घ्यावं म्हणून गिरणीत गेलो. तर तितं कोण भेटावं? तर तासगाळ्याचा मल्लू. इनामदारंच्या गावाकडला... त्योबी जुंधळं सुपात घिऊन पाकडत्याला, जवळच ईस-पंचवीस किलोची तरी आसंल पिसवी... त्येला बघून मी जसा हरकलो, तसा मला बघून त्योबी हरकून पानी झाला... मग अशा टायमाला व्हावं, तसं बोलणं झालं. त्येनं माज्याबद्दल, माज्या नव्या गावाबद्दल, मळ्याबद्दल चौकशी केली नि मग मीबी त्येला तिकडच्याबद्दल इचारलं. इनामदार, त्येंच्या घरची मान्सं, मास्तर आनि आसं कोण कोण...

मग त्येला म्हणालो, "व्हय गा मल्लू, जुंधळ्यासाठनं मुरगूडचा बाजार जवळ नि इत्का लांबचा पल्ला का मारलास?"

"त्ये सगळंच येडझवं काम झालंय, मर्दा!"

"आँ, म्हंजे गा?"

आनि मल्लू सांगू लागला : तिकडं म्हाराष्ट्रात मुरगूड फाट्याला जुंधळा लै म्हागला हुता. किलोला रुपयवर चार आणं, पाच आणं पडायचं... आनि हिकडं लिप्पाणीला आणा कमी, धा पैसे कमी रुपय दर किलोला. म्हंजे किलोमागं चार-पाच आण्यापक्षी जास्तीचा फेर पडला! म्हणून सबंध मुरगूड फाटा जुंधळ्यासाटनं लिप्पाणीला यायला लागला. जुंधळं इकत घिऊन तिकडं न्ह्यावं म्हनलं, तर मदी बाँडरी आली – गायकुरवाडीची. म्हणून जुंधळं घ्याचं हितंच नि हितंच त्ये दळून पीठ करून न्ह्याचं. बाँडरीवरनं पीठ सोडत्यात. जुंधळ्याला मतोर बंदी... ईस पंचीस किलो दळून न्हेलं म्हंजे पा-सा रुपय् वाचत्यात. त्यात आनि येस्टीला दोन रुपय. म्हंजे तीन-चार रुपय उरत्यात. म्हणून ह्या तारदाळ्या द्याच्या. म्हागाई ही असल्या तऱ्हंची. एक लिप्पाणी नसती, तर चरकात घाटल्याला उसावानी चिप्पाड झाली असती लोकं म्हागाईनं! आता पाऊस लागंल, पेरणी करावी म्हटली तर पावसाची ही तऱ्हा! आनि लोकंबी आदमानी बेन्याची झाल्यागत गा, पाऊस तरी कशाला पडंल, लोकांसारखाच त्योबी झाला की आदमानी! एकूण सगळीकडनं हे अस्सं जीवला कडासनं-सोतचं पैसे, सोता इकत घ्याचं नि त्ये खावावं म्हनलं तर चोरी. हिच्या आयला ऽ, ही बाँडरी ठेवून हिकडनं तिकडं, तिकडनं हिकडं धान्य न्ह्यायची बंदी का घालावी बरं ह्या सरकारनं? आसं केल्यावर लोकांनी जगायचं काय, खायाचं काय? च्या आयला, आताच आसं ह्ये भिकनिशी बोड्याचं दिवस! फुडंला आनि कसला काळ येतोय कुनाला ठावं! तोंडात राळं वाळाय् लागलं ह्या असल्या दिवसानं...

आसं बरंच काय बाय मल्लू बोलत हुता. बोलता बोलता जुंधळं पाकडून सूप डब्यात डब करीत हुता... मी इचारलं,

"आनि रेसनिंग! रेसनिंग देत्यात का न्हाई?"

"कुठलं देत्यात मर्दा! कवा दिलं दिलं, कवा न्हाई. आनि दिलं तर त्ये आठवडाभर दिकून पुरुटी पडत न्हाई! आनि ह्या रेसनिंगचं आसंबी क्याट हाय– गेल्या निवडणुकीत समितीला मतं दिली का न्हाई ज्या ज्या गावांनी, त्यास्नी एकेक, दोन-दोन, तीन-तीन म्हैने, पत्याबी नसतोय रेसनिंगचा! इचारलं तर सांगत्यात 'सरकार पाठवील तवा!' आता त्यो कोण सरकार आसंल त्ये काय म्हणून लोकांचा ह्यो तळतळाट लावून घीत आसंल बरं! आमच्या फाट्याला लिप्पाणी एक जवळ हाय, आणताव, खाताव, कसं तरी जुगूतुगू चालिवताव. खरं, बाँडरीलायनीपास्नं लांबलांबच्या पल्ल्यावर असल्याल्या खेड्यातनी काय दैना उडत आसंल बरं? नदीकाठानं असल्याली खेडी खाऊनपिऊन टुमटुमीत असत्यात, असं घर तौरका खरं, पर डोंगरकपारीत, खडकाळात, माळवाटात असल्याल्या खेड्यांनी काय करावं? खसाऽसा नांगरून कुरी धरावी म्हटलं तर सारं रेडंखड्याचं रानं, कुठं सावं, राळं, कुठं नाचणा, कुठं भुईमूक पिकल्यालं रान... तर अशी ही कैची हाय बघ जैसिंग!"

मल्लूचं बोलणं ऐकता ऐकता इंगळ्या डसावंत तसं मला व्हाय लागलं हुतं...

दोघांनी दळून घेटलं. मोटार ट्यांडाकडं जाता जाता दोघांनी एका हाटीलात भजी चापली, च्या घेटला. फुडंहून मल्लू पैसे द्याय धावत हुता, मीच त्येला मागं वडला, नि गल्ल्यावर नोट टाकली. उरल्यालं पैसे खिशात घाटलं...

कोलापुराकडं जाणारी येस्टी लागली हुती. मान्सांची ही ऽ गर्दी. तिकीट मिळंल आसं वाटत न्हवतं, खरं मिळालं. मल्लूला म्हणालो,

"आसं सहजानवारी आता आलाईसच, चला व्हावं तर गावाकडं?"

"यायला काय हरकत न्हाई. खरं आता ह्ये पीट न्हेलं तरच सांजला भाकरी! न्हाईतर साऱ्यास्नी उपास घडायची पाळी! पैशाची सारी बेजमी तर माज्याकडंच, मग गावात तर काय इकत घिऊन खातील?"

"बरं, आनि कवा तरी ये म्हणंस..." आनि मी माजा पत्त्या सांगिटला. ह्या कोलापूर गाडीत बसायचं... ह्या-ह्या तिठ्यावर उतरायचं नि उगावतं धरून सरळ सुटलं की आलंच आमचं गाव... हे असं मी सांगिटलं नि मग म्हणालो, "इनामदारास्नी, वैनीसायबास्नी दंडवत सांग... जैसिंग भेटलाता म्हणून मास्तरला सांग... हिकडली काय काळजी करू नको म्हणावं. मळा-दळा, जित्राप बघावंसं वाटलं, तर एक लकार्णी मारून जावा म्हणावं– आईतवाराची सुट्टी धरून!"

...आनि मग 'बरं चलतो आता' म्हणून मल्लू निघून गेला. मल्लू भेटला. बरं

वाटलं. आनंद वाटला... चिमण्यांचा थवाच्या थवा हा हा म्हंता भिर्रदिशी भिरभिरून जावा, तशा त्या गावच्या बऱ्याच काई आठवणी भिरभिरून गेल्या... तसंच तिकडल्या लोकांची हालत ऐकून काळीज पिळा बसल्यागत झालं. मान्साला प्वॉट ह्ये एक लावलंय द्योवानं. ह्या पोटासाटनं काय काय करावं लागतंय त्येला! किती झट्याझोंब्या द्याव्या लागत्यात! किती तारदाळ्या द्याव्या लागत्यात! किती त्यंगाडावं लागतंय! ह्यो पोटासाटनं... ह्या टीचभर पोटासाटनं...

गाडीत बसलो. हीऽ दाटी. काय काय नमुन्याची ही मान्सं. कुणाच्या डोस्क्यात काय चालल्यालं, कुणाच्या काय, तर आपुन काय इचार करतोय... मनात आलं – मान्साला हे इत्कं मन, ही इत्की बुद्, ह्यो इत्का इचार द्येवानं ठेवला नसता, तर मान्साचं कितीतरी दुक् हलकं झालं असतं! कितीतरी!!

ऱ्होयनी अशीच कोरडी गेली नि मिरग आला. ह्यो बापडा कशावर बसून आलाता कुणाला दक्कल, खरं ह्यो आला. आला नि कोरडाच चाल्ला... लोकं तळतळाय लागली... पावसाळ्यात दिकून आता पाऊस न्हाई! लोकं कावरीबावरी झाली. तोंडाचं पानीच पळाल्यागत झालं. साऱ्याचं परान् डोळ्यांत आलं, नि डोळं लागलं आभाळाकडं...

निळंभोर आभाळ नि त्यातनं पांढरंधोट ढग फिरत्यालं – वांझुटं! आनि वांझुट्यापनीच फिरणारं!

आनि मग शेवटच्या चौथ्या चरणात पाऊस लागला. सरसरून लागला... उन्हातान्हातनं माणूस यावं, तानंनं तरपासावून जावं नि घटाऽटा पानी प्यावं, तसं साऱ्या धरणीनं पिलं... मिरगानं आसं त्वांड दाव्लं नि मान्सांचा पेराय धुंबडा उसळला. कुणी भुईमूग टोकणलं, तर कुणी जुंधळ्याच्या रानात कुरी, भोगणं धरलं... तर तंबाखूच्या पट्ट्यातनी कुणी ताग घाटला, नि खतांच्या ढिगावरती यानं घाटलं – तरवासाठी... कुणी मिरचीचं, कुणी तंबाखूचं...

ह्या पावसानं रानं भिजली. पेरल्यालं ब्यानं रुजलं. काळ्याभोर धरतीवर हिरवंचार जित्राप तरारलं. जगाकडं नव्या, न्याऱ्या नजरेनं बघाय लागलं...

मग नाव नाव न्यारंच चिन्ह दिसाय लागलं.. सडसडून चिपळी आली म्हणूस्तंवरका नि निघून जायची. तर कुणी दिसी. हुंदीर मुतल्यागत पाऊस पडाय लागायचा! असा पाऊस यिऊन जायचा नि मग चन्नाऽना ऊन बडवाय लागायचं. वाळूत पानी सांडावं तसं हून जायचं. धरणी आनि सोकल्याली तरी सोकल्यालीच ऱ्हायची...

ह्या असल्या पावसानं पिकं मतोर नंब्रीग आलीती. दिष्ट लागावी अशी हिरवीशार दिसत हुती. ऊन-पाऊस ह्येनं कधी घातमोड झाली न्हाई. भांगलाय, खुरपाय, कोळपाय... साऱ्याच मशागती कराय असली घात बरी हुती... चांगली हुती...

पाऊसमतोर मग शिळपत जाऊन ठारच कमी झाला... नि चैतासारखं ऊन

पडाय लागलं... पाऊसकाळ ह्या साली काय न्याराच हुता... ह्येला पावसाळा तरी कोंच्या तोंडानं म्हणायचं? व्हय बा, म्हामूर पाऊस कोसळलाय नि नद्यानाल्यास्नी पूर आलाय आसं घडायलाच न्हवतं, दोन्ही 'तास' दिकून भराय न्हवतं इत्कं पानी नदीतनी, वड्यातनी... आनि ते पानी गरीब मान्सांनं साठवल्याल्या पैशावानी नाव नाव कमीच हुईत हुतं, खरं वाढत न्हवतं!

आता काय म्हणावं या भोगाला? कसला असला ह्यो तरी कळीकाळ आलाता कुनाला दक्कल! आतनं वडन् लागावी तशी पिकं आकसाय लागल्याली. रोजच्या उपशानं हिरी ख्वॉल-ख्वॉल जात्याल्या...

असा वाळुसराच पडत चाल्ला. ज्येंच्या हिरी हुत्या, ते हिरीचं तरी पानी पाजवीत हुतं, खरं त्या नसल्याल्या लोकांची काय वाट? नदीच्या पान्यामुळं नदीकाठवरच्या मळ्यामतोर हिरव्या गजबार दिसत हुत्या, मळंगती रानंबी तशीच दिसत हुती. बाकी जित्रापांचं मतोर चांगबलंच हुतं. वाळून त्येंच पिंजार व्हाय लागलं हुतं...

असाच एकदा जानुदा भेटला हुता गावात. त्या वक्तालाबी असंच पावसाचं बोलणं निघालं. तवा जानुदा म्हणाला, ''जगच बारा बेन्याचं झालंय, तवा पाऊस कशाला लागंल?''

''कशावरनं म्हंतोस जानुदा हे?''

''कशावरनं का म्हणून म्हणायचं, सगळीकडं दिसतंयच न्हवं तसं! आनि काय झालं परवा यरनाळचा एक माणूस निरसुरीला गेलाता का? तर लोकं गेली इचाराय तितल्या मठातल्या म्हाराजास्नी, 'म्हाराज, म्हाराज, पाऊस का पडंना?' म्हाराज म्हणाले, 'सात रोजाची बाळंतीन घिऊन या, मग सांगतो.' आनि मग लोकांनी सात रोजाची बाळंतीन बाई आणली. सात रोजाचं मूलबी तिच्या कुशीत हुतं. त्या मुलाला म्हाराजांनी इचारलं, 'बाळ, कुणाचा बरं तू?' तर ते पोर खुद्‌दा हसाय लागलं नि त्येला वाचा आली, 'अगा, मी काय बाच्या पोटचा? मी चुलत्याच्या पोटचा, मग पाऊस कशाला पडंल?' तर सांगायचं काय, तर असली एकेक तऱ्हा जगात झाल्याली!''

पावसाचा नि लोकांच्या वागणुकीचा ह्यो असा दोरवा जानुदानं सांगिटला, नि मीबी इचारात पडलो त्यो ऐकून! माणूसच बदललंय. मान्साच्या वागणुकीत फेर पडलाय. हे खरंबी हुतं. पन म्हणून पाऊस पडत न्हाई म्हणावं का? ह्येचं काय शास्तर हाय कुनाला दक्कल... मग आसंच आनि पावसापाण्याचं बोलणं झालं. त्यात आनि एक नवीन समजलं, ते मंजे– ह्या आमच्या टापूत लै न्हाई जरा तरी पाऊस पडलाय... पेरल्यालं कसंबसं आरधंमुरधं का आसंना उगवून आलंय. शिवार जित्रापानं हिरवं तरी दिसाय लागलंय... खरं, रायबाग, आरग, शिरगुप्पी, मुडलगी ह्या भागात आजून पावसाचं च्यार ठ्यांब दिकून पडाय न्हईत, म्हणून अजून पेरा

व्हायचं न्हाई, सारी शिवारं भुंडी भुंडी दिसाय लागल्यात म्हणं... लिप्पाणीचा रामू खाटकी बकरी खरेदीसाटनं जातोय म्हणं तिकडं आठवड्यातनं एकरोज. त्यो सांगत हुता म्हणं...

"मंजे असा दुकाळ पडणार म्हण की?" मी इचारलं.

"पाऊस असा नाव नाव हूल द्याय लागल्यावर मग दुकाळच पडणार की, आनि तर काय!"

"ह्यो पाऊस दिकून सरकारला सामील झाला म्हण की! म्हागाईनं सरकार लोकास्नी झोडपाय लागलंय नि ह्यो पाऊस असा माराय लागलाय, बिन पडता!"

"सरकार काय, पाऊस काय, द्येव काय – सगळं एकाच माळंतलं मणी घे! आपलंच मन वायलं वायलं, म्हणून त्येनला मानायचं, न्हाईतर कशात काय हाय म्हंतोस? त्या द्येवाच्या डोळ्यावर तर काय कोक्या वाढल्या म्हणावं? आदीच लोक ठेकीला आल्यात, त्यात आनि पाऊस न्हाई, म्हंजे धान्याचं भाव आनि वाढणारच का न्हाई सांग की! तर आसं सगळं येडताक हाय बघ हे!"

असंच आनि जरा बोलणं झालं. मग मी मनातलं इचारलं जानूदाला.

"व्हय गा. आलीकडं कुठं दिसत न्हाईस शेतात?"

"कशाला जायाचं शेतात आता – पिकं वाळत्याली बघून पोटात ईस्तू पडायला? त्यापरास आसं पैसपरभारी व्हायल्यालं निर्मळ आनि!"

"पैसपरभारी मंजे अगदीच पैसपरभारी झालंय बग तुजं! आज गाठभेट झाली तुजी, कुठं आसतोस तरी कुठं अलीकडं?"

"मी धंदा काढलाय गा नवीन!"

"धंदा...?"

"व्हय!"

"खरं कसला गा...?"

"कुणाला सांगायचं न्हाई, गोष्ट ह्या कानाची त्या कानाला कळू द्याची न्हाई!"

"मी वाटतोय तुला तसा?"

"म्हणूनच सांगतोय तुला; न्हाईतर कशाला सांगिटलं असतं?"

मग हिकडं-तिकडं बघत खाल आवाजात जानुदा म्हणाला, "दारू इकायचा धंदा!"

हे ऐकून तीनताड उडाल्यागत मला वाटलं; जानुदा नि दारू इकतोय? छे: छे:! कसा इस्वास बसावा, ठेवावा? तरी बी मन थाऱ्यावर ठिवत इचारलं,

"जानुदा, दारूबंदी तर उटली, नि मग कसला असला धंदा ह्यो दारू इकायचा? का दारूच्या दुकानाचं लायसनबियसन मिळालं तुला?"

"मर्दा, दारूबंदी हिकडं उठली, तिकडं महाराष्ट्रात न्हवं? सांगायचा पाईंट असा

की, हिकडल्या दुकानातली इंगलीस दारू न्ह्याची नि कोलापूरला जाऊन इकायची! तिकडली मान्सं यदाकदा हिकडं आली की फ्याहून बघतच ऱ्हात्यात दारूच्या दुकानात! किती हरेक नमुन्याच्या बाटल्या तितं! साडे सा पास्नं आडीचशे-तीनशेपतोर एकेक बाटलीची किंमत! दुकाळातनं लोक यावंत नि अन्नाच्या ताटाकडं तरपासून बघत ऱ्हावावंत, तशी एकेकाची नजर! पाऊस पडला न्हाई, पीक येणार न्हाई, दुकाळ पडलं, म्हागाई वाढलं ह्ये सारं तुला, आमाला. खरं एकेकाजवळनी पैसा इतका उतांबलाय म्हंतोस, आता इतक्याबला पैशाचं करावं तरी काय ह्योच एक घोर असतोय! त्यो न खरचता ठेवावा तर सरकारी ट्याक्स बोडक्यावर बसतोय! म्हणून ह्या न्हाई त्या वाटं त्यो खर्चून टाकायचा. मग ह्या पुरातलाच एक 'वत' दारूच्या दुकानाकडे वळतोय! लिप्पाणी मंजे पैलंचा गोवाच करून टाकल्यात म्हणनास! हितं यिऊन पिवून बाटल्या घिऊन जाणारं जसं कैकजण हैत, तसंच हितनं घिऊन गेलेल्या बाटल्या घेणारंबी कैक कोलापूरवाले हैत. तर हीच आपली गिऱ्हाइकं. दुधाच्या रतीबासारखा ह्यो रतीब म्हनंनास!''

''आनि कोगनोळी बाँड्रीवर पकडलं तर गा...?''

''आपुन बसायचं एका बाकावर नि दारूच्या बाटल्यांची पिशवी ठिवायची दुसऱ्याच बाकाखाली... बाँड्रीवर येस्टी चॅकिंग केली नि पिशवी गावलीच, तर दुसऱ्या सिटांगत आपुनबी म्हणायचं, 'माजी न्हवं' आनि काखा वर करून रिकामं व्हायचं! कागलच्या बायाबी आसंच करत्यात!''

''म्हंजे त्याबी दारू न्हिवून इकत्यात?''

''दारू न्हवं, धान्य– कुठं जुंधुळं, तांदूळ– असलं, तर बाँड्री हाय कोगनोळी तिठ्ठ्याला, पोलिसांची बुजगावणी तिथं बसल्याली– मराठी मुलखातनं म्हैसुरात काय सोडायचं न्हाई नि म्हैसूर हद्दीतनं मराठी मुलखात काय सोडायचं न्हाई! तिठ्ठ्यास्नं कोगनोळी गाव हाय दीड-दोन मैल... तर कोगनोळीत धान्य खरेदी करायचं, मदली नदी वलांडली की आलं मराठी हद्दीत! मदी कुठं ठाणं न्हाई, फिणं न्हाई. ते ऱ्हायलं लांब तिकडं पूना-बेंगलोर रोडवर! नदीतनं वर आल्यावर मग कागल असं कितीसं लांब? तितनं ट्याक्शी गाड्या रोज कागल ते कोलापूर सिटा भरून पळत असत्यात. त्यातनी बोचकी टाकायची नि कोलापुरातल्या खानावळीत जावून धान्य इकून यायचं. ह्या मिळगतीवर घरपरपंच्या सावरून धरलाय त्या बायकांनी! ही असलीच तऱ्हा भोज-बेडक्याळकडल्या आंगाला! बोडक्याळच्या नव्या पुलावर पोलीस ठाणं तर पूल चुकवून नदी वलांडून पल्याड जायाचं नि धान्य इचलकरंजीला इकून याचं! राबून राबून असा रोजगार तर काय मिळणार हाय? लै त रुपय-दोन रुपय! तर असल्या बिझनेसमंदी ट्रीपला ईस-पंचवीस रुपये सुटायला लागलं तर मग कोण राबणार? आता लिप्पाणीला, कापशी लाईनकडं जुंधळ्याची चुंबडी जात्यातच न्हवं– तलावरच्या

पायवाटंनं, अर्जुनी, हुदलमुक, पांगीर असं करत ज्येन्याळवरनं कापशीला. राज्यबंदी का काय म्हंत्यात ती झाल्यापास्नं अशी लै लोकं पोट भरून खायाय लागल्यात म्हणंनास. नुस्ती तुज्या-माज्यासारखी लोकंच न्हवं, तर पोलीस खातं दिकून. ह्येचं नाव– 'खातं' असं हाय, तवा ते काय काय खाईल त्येचा नेम नसला, तरी ह्या धान्यबंदीमुळं आनि एक कुरण ह्या खात्याला चरायला मिळंल म्हणंनास! एखादी ट्रक, टोरिंग वा माणूस धान्य न्हेत असल्याला गावला तडाक्यात तर त्येला चांगलं आडवं करून शिस्तवार सोलत्यात नि काय! म्हंजे हे असं यडताक हाय, सरकार नवीन नवीन जे कायदं करतंय, ते मोडणाऱ्यास्नी शिक्षा कराय न्हवं तर पोलीस खात्याच्या सोईसाठी! खा खात्याच्या मिळगतीमदी भर घालण्यासाठी! हे सारं बघून मला तर कधी कधी असं दिकून वाटतंय जैसिंग, पोलीस खात्यातल्या लोकांस्नी पगार द्याचा बंद केला सरकारनं तरी त्या लोकांचं कायबी अडणार न्हाई का कुणी नोकरी सोडून जाणार न्हाई...''

"जानुदा, हे सारं ऐकून तू तर मला फ्याच करून सोडलं नि काय?''

"तू काय का म्हणंनास, खरं हे सारं तुला ह्यासाठनं सांगिटलं की, बघ ही दुनिया किती फुडं चाल्लीया, लोकं किती लांबच्या पल्ल्यावर पोचल्यात. उगच एका जागंला रुळून-ऱ्हावून माणूस सुधरत न्हाई! अशी दुनिया हिंडायफिराय लागती, बघाय लागती!''

"ते सारं झालं जानुदा. खरं बकरं कसं आणलं न्हाईस आजून तू! रंगरावच्या बकऱ्याबरोबर टक्कार लावून...''

"बकऱ्याच्या आईची गांडकूट! मला त्यो नाद सुटला! दुनिया बघ, लोकं बघ, कुठल्याकुठं गेल्यात नि कुठला कोण रंगराव, रंग्या, आपल्याच गावातला त्येच्याबरोबर मी दुष्टावा करावा, वैर करावं!! छे: छे:! हे असलं काय आता आपुनला आवडत न्हाई बा! गावातल्या गावात वैर करनं नि काठ्या-कुऱ्हाडी घिऊन एकमेकांची डोस्की सडकणं हे दिवस गेलं की लांब आता! ते इसरायचं आता!''

असं बरंच काय-बाय जानुदा बोलला नि आज एक कोलापूरला ट्रीप मारून येतो, म्हणून हातातल्या पिशवीला झोलं देत निघून गेला.

त्येचं बोलणं माज्या मनात फिरत-घुमत ऱ्हायलं, आनि मग उगच वाटाय लागलं– आपुन किती ल्हान हाय– मागं हाय, जगाच्या, जानुदाच्या...!

बारा

दिवस काय कुणासाठनं थांबत न्हाईत, ना माज्यासाठी, ना फुलीसाठी ना अंजीसाठी, ना आनि कुणासाठी.

पाटलाकडनं वरचीवर बलावणं येत हुतं, नि मी जायाला अळम्‌टळम्‌ करीत हुतो. न्हाई ती कारणं दाखवीत हुतो. कवा कामाचं निमित्त पुढं करीत हुतो, कवा मास्तर येणार हाय, ऱ्हायाय पायजे अशी हूल उठवीत हुतो...

पर एक दिवस असाच अवचित पाटीलच भेटला. एकाच गावात ऱ्हायाचं मंजे अशी भेट टाळावी म्हटली तरी कुठली टाळाय आलीया?

"कसं काय, कसं काय?" असलं जुजबी बोलणं झाल्यावर मग पाटीलच म्हणाला,

"जैसिंग, आमची संगत सोडलीस वाटतं?"

"छे:! छे:! पाटील तसं कसं म्हंता?"

"मग ईत न्हाईस कुठं अलीकडं?"

"सवडच हुईत न्हाई नि काय!"

"खोटं! खोटं बोलतोस तू!"

"खरं सांगायचं तर..."

"सांग, सांग, असा कचवचतोस का? मला काय तसा राग यायचा न्हाई."

"खरंच सांगू का पाटील, मी इचार केला, नि मग वाटाय लागलं, आपुन वागतोय हे काय बरं न्हवं. आपुन कुटं, पाटील कुटं... त्येंची-आपली संगत का?" आनि मग मी पाटलालाच इचारलं, "आता तुमीच सांगा पाटील, मान्सानं कसं आपल्या आपल्या पायरीनं ऱ्हावावं! कसं म्हंता?"

"मंजे तू पायरीवर आलास तर! मी कवा रे तुजी पायरी काढली, का तसं बोललो, का वागलो...?"

"मी तसा ठपका घेटला न्हाई पाटील तुमच्यावर, घेटला का?" असं पाटलालाच इचारून मग म्हणालो, "मी माज्या लायकीनं, कुवतीनं ऱ्हायाय नको का? वाघ उडी मारला म्हणून बेडकानंबी उडी मारून वाघाचा दिम्माख मिरविल्यावानी

ते हुईल का न्हाई?''

''लै श्याना हैस घे! चल, येणार काय आता लिप्पाणीला? गाडी आणलीया, बघ चल.''

''गाडी? आनि कसली हो? ही एक हाय न्हवं? का दुसरी बैलगाडी खरेदी केलीसा?''

तसा पाटील हसून म्हणाला, ''टोरिंग न्हवं नि बैलगाडीबी न्हवं, तर ट्रक हाय ट्रक! एल.पी. म्हंत्यात त्येला. मर्चीडीस ट्रक बघिटली असशील, त्या कंपनीचं हे नवं मावडेल हाय. दिसायला लेल्यांडवानी दिसतंय! लेल्यांड मंजे त्या नाकट्या ट्रक, त्येंच्यावानी.''

''पैसाबी म्हामुरी पडला आसंल, न्हाई?''

''म्हामुरी म्हंजे फकस्त अठ्ठेचाळीस हजार नुस्त्या चेसला. चेस मंजे त्यो सांगाडा! आता बावडीबिवडी बांधून, काचाबिचा बसवून आरट्यूकडनं पासिंग करून घिऊन, परमिटबिरमिट काढायला आनि आठ-नऊ हजार वताय पायजेत!'' मग पाटील म्हणाला, ''मीबी म्हटलं, पैसा नुस्ता ब्यांकंत साठवून कशाला ठिवायचा, पैसा असा पेरून बघावा तरी, काय उगावतंय त्ये! आता तू आधी ज्या गावात हुतास तिकडंच बघ की, ज्येनला आजून धोतारबी धड नेसाय येत न्हाई, आसं लंगुटीवालं कोकणेदिकून धडाधडा ट्रका घ्याय लागल्यात. उसाचा पैसा झाला गा वारंमाप. तसाच हिकडं तंबाखूचाबी मनगंड पैसा, मग म्हनलं एक आपुनबी घेटली तर कुठं बिघडतंय?''

वाटंनं पाटील असाच बडबडत हुता आनि मग अशीच लिप्पाणी आली. लव्हार मेस्त्रींच्या कारखान्याफुडं गाडीचं काम चाल्लं हुतं. खट्‌खाट्-खुट्‌खुट्... नवं पत्रं बसवायचं चालल्यालं... कोण येल्डिंग करत हुतं, कोण काच बसवायची चौकट, तर आनि कोण काय, कोण काय...

गेल्यापेट्टाला पाटलानं सात्ताट कप च्या सांगिटला. साऱ्यांनी त्यो प्याल्यावर पाटील तितंच थांबला... लवकर त्यो हलायचं चिन्ह दिसंना, तसा 'चल्तो पाटील' म्हणून मीच हललो, यावर मग पाटील म्हणाला, ''जावूया थांब की, झालंच...''

येतावख्ती मी पाटलाला इचारलं, ''व्हय हो पाटील, तुम्ही आसं राच्यंईरंचंबी भाईर आसता, मग घराकडं मागं कसं? म्हाईच्या राती झालं तसं...''

''एवढा काय मी खुळ्यान् देवरा हाय! वस्तीला दोन गडी असत्यात, आनिक बेळगावास्नं एक कुत्रंबी आणणार इंगलीस जातीचं...'' आनि मग असा पाटील बोलतच ऱ्हायला ते गाव ईस्तोवर...

मळ्याकडं येतावख्ती मनात घोकत हुतो, आज पाटलाबरोबर तशा काय वाईट कामासाठनं गेलो नसतो, तरीबी याफुडं चांगलं असो, वाईट असो, कसलंबी काम

असलं तरी जायाचं न्हाई. ह्यापुढं पाटलाला टाळायचं, त्येची संगत कमी करायची... आपल्या बऱ्यासाठी आनि... अंजीच्याबी... व्हय! अंजीच्याबी...

असा अंजीचा इचार मनात घोळवतच मळ्यात आलो. ती भाताच्या ओपाड्यात हुती. भांगलन-फिंगलन करत आसंल... आलीकडं तिला 'हे कर ते कर' म्हणून सांगाय लागायचं न्हाई. आपल्या शेतात माणूस राबाय लागलं, मंजे हे झाल्यावर ते, ते झाल्यावर दुसरं आनि काई करत ऱ्हातंय, तसं सगळं तिच्या अंगवळणी पडलं हुतं. असं अंगवळणी जरी पडलं असलं, तरी ती असा अंगुपती कारभार करायला कचवचायची... सकाळचं मळ्यात आल्यावर त्या रोजीचं, न्हाईतर सांजंचं परत जातावख्ती दुसऱ्या दिसाचं कामाबद्दल इचारून घ्यायची... असंच तिनं एकरोजी इचारलं हुतं तवा मी म्हणालो हुतो, "रोज रोज किती इचारायचं नि मी किती सांगायचं तुला? श्यार गावातनं मोकळी मन्नुळी यावी नि म्हाईत नसल्यावानी हे करू का ते करू नि कसं करून म्हणून इचारत ऱ्हावावी, तसलं हेटाक् चाल्लंय म्हणंनास तुजं! मी सांगू अगर न सांगू, तुला जे काम करावं वाटतंय ते करत जा, आनिक मान्सांची जरूरी वाटली, तर व्हाव तर सांगायची आनि मान्सं, मला काय इचारायचं सारखं सारखं! मर्दिनी, आता हेबी तुला कळूने?"

त्याठावनं ती सारं समजून उमजून वागत हुती. करत हुती. मला काय तसं सांगावंबी लागायचं न्हाई. आनि ती काम करायची तेबी चोक. दुसऱ्या मोलमजुऱ्यात हिकडम्-तिकडम् करीत दिवस काढायची न्हाई. घराजवळनंच मी तिला हाळी मारली.

"अंजेऽ! अगं ये ऽ अंजेऽ!"

दोन हाळ्या मारल्या तवा कुठं तिला ऐकू गेलं.

"काय?" म्हणून तिनं इचारलं – तितनंच.

"अगं, हिकडं ये!" मी म्हणालो. तशी ती आली. मग मी इचारलं,

"जेवायसाटनं सुट्टी केलीस आजून का न्हाई?"

"न्हाई बा!"

"मग चल तर खावूया घासभर– दीस बघ किती कलांडलाय डोस्क्यावरनं!"

"त्येवढी पात कडंला लावून येतो की..."

"जेवल्यावर मगसन् लाव म्हणसं. एवढी का घात मिरलीया, का घाई उसळलीया?"

आनि मग दोगं जेवायला बसलाव्... ती मुकाटवानी जेवत हुती. मी घाटल्याली कांद्याची भाजी नि दिडक्याच्या शेंडांचं कोरड्यास तिनं घेटलं... तांदळाच्या कण्या नि भुईमुगाच्या शेंगाचं चार दाणं घालून केल्याली आंबाड्याची भाजी नि दीड-एक भाकरी– एवढंच तिचं जेवान् हुतं. तिनं आंबाड्याची भाजी फुडं केली, नि मी ती

भाकरीवर घेटली... जुंधळ्यात कोंडा न्हवं तर कोंड्यात जुंधळं घालून दळून आणल्याल्या पिठाच्या त्या भाकरी नि ती एवढीएवढीशी भाजी... तिचं हे असलं जेवान रोजचंच. ह्यात फेर झालाच, तर भाजी बदलाला कवा त्याल-चटणीचं कालवान्, कवा झुणका, कवा डांगार– असलाच व्हायचा. ह्ये आसलं जेवान खाव्या लागणाऱ्या जिनगानीबद्दल तिला तिटकारा ईत नसंल का? हे सारं ती कुठल्या नि कसल्या बळावर पचनी पाडून अशी आनंदात, हसत-खेळत ऱ्हाईत असंल? तोंडात– घास घोळत्याला नि मनात ह्यो सवाल... हेबी रोजचंच, रोजीवानीच... असं रोज जेवतावख्ती असा इचार येणं– ह्येचीबी सवय झाल्याली. जशी दुपारची ही जेवनाची सवय तशीच ही.

ती मुकाट जेवत्याली, तसाच मीबी... हे तसं सज्जी वाटत हुतं, खरं मनाला तसं दिसत न्हवतंबी. जेवतावख्ती काय न्हाई काय तरी बोलत-सवरत जेवान आटपायचं रोज, आनि आज...? ती घरच्याच काय तरी इचारात आसल म्हणावं का...? समजंना. एखांदी खानावळ त्यात दोन-तीन वळकीची, परकी मान्सं अशी सहजान्वारी एक ठिकाणला बसवावीत नि बिन बोलता जेवत ऱ्हावावीत तसं सगळं हे चालल्यालं... माजं मलाच मग हे बाचाय लागलं. तसा मीहून बोलाय लागलो; आपल्या हातनं एखादी चूक घडावी, नि तिच्यावर सारवासारव करायसाठनं बोलावं, तशा आवाजात.

"आता मी कुठं गेल्तो म्हंतीस? लिप्पाणीला. कुणाबरोबर म्हणशील, तर पाटलाबरोबर, शिदगौंडा पाटलाबरोबर! का म्हणशील, तर त्येनं एक ट्रक घेटलीया ती बघाय!" असं माजं मी इचारत हुतो नि त्येची माजी मीच उत्तरं देत हुतो... आनि मग म्हणालो, "उभ्या जल्मात कधी मी बघाय न्हवतो असं न्हवं, खरंन त्येनं लैच आग्रेव केला, मग आपुन आखडूपना करून मान्सं तोडूनबी बरं दिसत न्हाई, म्हणून गेलो झालं– त्येच्या मनाच्या समाधानाकरता!"

"त्येच्या मनाच्या समाधानाकरता, त्येच्या म्हंन्यापरमानं नाचाय तुम्ही काय मिंधंबिंधं हाय का त्येचं?" तिनं थेट माज्या डोळ्यांत बघिटलं.

असलं येचून नि टोचून बोलाय बायकांचा हात नि जीभ कोण धरणारं नसंल दुनियेत! एक खिनभर रागच आला तिचा मला– तू कोण गंऽ भोरडी मला यवढं इचारणारी? कोण लागतोय मी तुजा? एवढा माज्यावर हाक्क दावून एवडी सत्ता चालवायची काय कारण तुला? कामावर यिवूसं वाटलं, तर गप्प कुत्री निपट येत जा नि काम झाल्यावर मुकाटवानी घराकडं चालाय लागत जा! मी दारू पीन, रांडा करीन, कसा व्हाव तसा वागीन! तू इचारणारी कोण यवढी चलवी– का घरची? का दारची? नात्याची का गोत्याची? कोण... कुणाची कोण तू? जा जा... चलाय लाग गप्प, जास्त म्हारकी करू नकोस! ह्यो जैसिंग हाय. कुणाचा गडी झाल्याला

आसला, कुणाचा रैत म्हणून रैतकी करीत आसला, तरी कुणाच्या ताबेदारीत गावून जिंदगी घाणवट टाकली न्हाई आजून ह्येनं, समजलीस! चल हो म्होरं! असल्या लै छप्पन्न टिकल्या– बघिटल्यात म्या... आसं कायबाय फाडफाड बोलून तिला झटकून, तोडून टाकावी, आसंबी वाटलं...

पर असं बोललो न्हाई. बोललो तर न्यारंच,

''एका गावात ऱ्हायाचं, तर अशी जोडल्याली मान्सं तोडायची नसत्यात, तर आनिक जोडत जायाची असत्यात! मग ती बरी असूंद्यात, वाईट असूंद्यात! कमळाचं फूल चिखलाटात उगावतंय खरं ते चिखलानं राडरिबिट झाल्यालं असतंय का? वंगाळ मान्साच्या संगतीत चांगल्या मान्सास तसंच ऱ्हायाय ईत न्हाई का?''

''हे खेड्यागाव हाय, श्यार न्हवं! मान्सं यवडी समजून वागाय लागली असती मंजे मग कशाला? शिंदीच्या झाडाखाली बसून पानी प्यालं तरी शिंदीच पिली म्हणणार लोकं! 'पानी प्यालो' म्हणून सांगिटलं तरी कुणाला आलंय पटाय ते!''

सगळ्या बऱ्या-वाईट नादात नाक बडवून मिंदं घोडं पेंदं खातंय असली माजी गत झाली असली, तरी सगळ्यापास्नं कोरडं असल्यावानीच मी बोलत हुतो.

''कुंभार माठ करतोय– काय, काय उसाभर लागती त्येला? गराऽरा चक्कार फिरवाय लागतंय. राडरिबीट हातानं त्यावर मातीचा वल्लाकिच्च लादा ठेवाय लागतोय, मग त्येला मनाजोगा आकार द्यायचा, वाळवायचं नि 'आवा' रचून भाजायचं, तवा कुठं खणाऽणा वाजत्याला माठ तयार हुतोय! आनि त्यो फोडायचा झाला तर कित्ता उशीर लागतोय– उचलून धापदिशी आदळायचा अवकास, झालाच बुक्का! मान्सांच्या वळकीचंबी तसंच– जोडायला किती येळ, नि त्येच तोडायला येळबी लागत न्हाई! कुठं, कधी कुनावर नि कशी येळ ईल हे का सांगता येतंय? नि त्या वख्ताला ही अशीच जोडल्याली मान्सं धावून येत्यात! नात्यागोत्यातलं पावनंरावळं लांब ऱ्हावून 'बरं झालं, आसंच व्हाय पायजे हुतं' असं मनात म्हणत दात काढतील एखाद्‌वख्ती! खरं ही अशी जोडल्याली बिनरगताची बिन-नात्याची मान्संमतोर आसं सोगा पाडून ऱ्हाणार न्हाईत!''

च्या भनं! मान्साच्या मनात काय खदखदत असतंय नि व्हटात काय खेळत असतंय!

तिच्याबद्दल मला मनातनं राग आलाता, चीड आलीती! खरं हे असलं कीर्तन लावून उलट मी तिची समजूत काढत हुतो!

जनू राग तिला आलाता, मला न्हवं! व्हैकाची वाटणी म्हंत्यात तशातली गत, आनि तर काय!

''मंजे पाटलाची संगत सोडायचं मनात न्हाई तर तुमच्या!''

''तसं कसं हुईल अंजी! संगत सोडणं मंजे बोलणंच कटाप करणं न्हवं. 'का

बा' तर 'का बा' असं जेवड्यास तेवडं बोलायचं. कात्रून एकदम कंडकाबी पाडायचा न्हाई... तसं करणं बरं का?''

असं बोलतच जेवणं आटपली... मग मी चंची सोडली. अडकित्त्यानं सुपारी बारीक बारीक कात्रून रोजच्यावानी तिच्या हातावर ठिवली. ती पान खात न्हवती, खरं सुपारी खायाची, तीबी मीहून दिली तर...

सुपारीचा मग तिनं बकणा मारला नि ती तोंडात घोळवत ती म्हणाली,

''काल फुली आलीया की हो!''

हे ऐकून न्हाई म्हटलं तरी मनाचा तोल गेलाच. तरीबी सावरलं नि आवाजावर काबू आणीत म्हणालो,

''नांदायला सासुरवाडीला गेल्यावर म्हायारपनाला येणारच कवाबी!''

''म्हायारपनाला ह्येंनी आनायला न्हाई.''

''तर मग?'' पानावर माजं चुन्याचं ब्वॉट तसंच फिरत ऱ्हायलं!

''तिकडल्यांनीच पाठवणी केलीया. बलवायला हिकडनं कोण मुराळी जायाय न्हवता का फिराली जायाय न्हवता, त्येंनीहून लावून दिलीया!''

''मंजे नांदवून घित न्हाईत का काय?''

''व्हय तसंच.''

''का...?'' नि माज्याशीच मग मी म्हणत ऱ्हायलो, ''का खरं...? का...?''

''का मंजे? डोस्कं फिरल्याला पोरीला कोण नांदवून घील व्हय...?''

धरणी हलावी तसं मला झालं... फुलीचं...? नि डोस्कं फिरलंय...? लै वरसं, न्हवं, लै दीसबी न्हवं, काल परवा-परवा तर... चांगली चालती-बोलती... नि असं कसं...? नि का म्हणून...? जित्यापनी माणूस असं मान्सातनं उठायचं का खरं...? का...?

कसनुसा तिला म्हणालो, ''का... काय म्हणालीस...!''

''डोस्कीवर परिणाम झालाय तिच्या... लगीन झालं नि ही अशी खुळ्यावानी कराय लागली... कुठलं भूतबीत लागीरलं आसंल म्हणून देवाफिवाचं सारं केलं म्हणं. आसं देव झालं. देवऋषीबी झालं... उतार म्हणून न्हाई... मग काय करणार, ती लोकं बापडी! लावून दिलं झालं हिकडं... देव तरी बघा की, कसा वाद सादून वाघ्यावानी छळतोय, वागीवतोय मान्सास्नी! हिचा त्यो हिचा गळा कापला ह्यो असा, नि हिच्या संगट त्या बिचाऱ्या दाल्ल्याचाबी! का मान्साच्या नशिबात काय काय वनवास लिवल्याला असताये बघा की... पोर्गीचं काय हुतं नि काय झालं! एखाद्या पोरगीचं लगीन हुतंय नि लगीन झाल्यावर तिचं डोस्कं फिरतंय– कुनाला सांगितल्यावर खरं तरी वाटंल का हे, बघा की!''

नि असंच कळकळत, हळहळत तिनं खुरपं उचललं नि ओपाड्याकडं, आपल्या

पातीकडं ती निघून गेली.

ती निघून गेली, तरी तिचं बोलणं कानात घुमत हुतं... मला फुली दिसत हुती... हिरीत धुणं चुबकणारी, पयल्या भेटीत मी कोण हाय, ते न वळकून माज्याबरोबर कुर्‍यानं वागणारी, ताठ्यानं उणंदुणं बोलणारी, ते सहन न झाल्यानं तिला उचलून वर आणत असता वख्ती आपल्या हातातनं सुटका करून घ्यायासाटनं धडपडणारी, शिव्या देणारी... वर आणून तिला आदळताच 'पाय मुरगळला' म्हणून इवळणारी, 'आता खाल जावून धुणं कसं आणू' म्हणणारी... 'परत खाली न्हिवू का?' म्हणून इचारताच लाजून चूर होणारी नि त्वाँड लपवीत म्हणणारी, 'जावा तिकडं, लैच हैसा की!' अशीच मग वळक झाल्याली... कशी-कशी... केवढी-केवढी... किती-किती... काय एक आठवत हुती... किती किती मनातनं फिरत-घुमत जात हुतं... आठवत हुतं नि काळजात गिरमीट फिरवल्यागत हुईत हुतं...

भूत लागीरलं आसंल म्हणावं, तर भुताबितावर माजा तेवढा काय इस्वास न्हवता. राच्चंईरंच कुटं व्हाव् तिकडं, अगदी आमुश्याला मसनवटीत दिकून मी हिंडलोय फिरलोय खरं मला कुटं भूत नद्रं पडलं न्हाई... मी तिला भूत बडावलं आसंल असं कधीच समजणार न्हाई...

मग...? मग काय झालं आसंल तरी काय, ह्यो सवाल उरतोयच, त्येचं काय?

का सासऱ्यानं, न्हायतर दिरानं तिच्या अंगावर हात टाकला आसंल? आनि म्हणून तिला धक्का बसला असावा? का हिचा नवरा हेमला निघाला नि हिला मदन झाला? मदन... मदन... नवरा ह्येन्नबेन्याचा निघाला की बायकूची वासना पुरवंना झाला मंजे घुसमटून तिच्या मनाचा, इचाराचा कोंडमारा हुतोय नि मग त्येचीच शेवटाची कड मंजे मदन... मदन... ह्यो असला मदनच झाला का फुलीला? का आनि काय इपरीत, मनाला धक्का दिऊन मान्सांतनं उठिवणारं घडलं? काय घडलं नि कसं घडलं असा इचार करून निस्त्या वावड्याच उडवीत ऱ्हायाचं... काय झालं, काय घडलं नि हे रोंबाट आंगाशी लागलं, ह्ये एक त्या परमिसूराला ठाऊक, आणखी कुनाला असणार? आता फुलीला ठाऊक असावं म्हनलं, तर तिची बुद् असा ईस्तू पडून खाक् झाल्याली...

का कुनाला दक्कल. माज्याबी नकळत माजं डोळं डबडबून आलं... तिचं असं वाईट करायचं हुतं, तर देवानं तिला मारून तरी टाकायचं हुतं– कसला तरी आज्यार आणून न्हाईतर अपघात करून, मग तीन दिवस सुतक पाळून सारी गप्प तरी बसली असती... आनि ह्ये काय तर जित्यापनी मराण म्हणायचं नि डोळ्यांवर कोक्या वाढल्याल्या मान्सागत बघत ऱ्हायाचं!

माणूस धड हाय तंवरच काय ते खरं! न्हाईतर आसं काय तरी झालं, मंजे त्येची जिनगानी आंबून काला झालीच का न्हाई! मान्साची अशी सारी इस्कोटवाडी

व्हावी, त्येचा आरथ तरी कसा लावायचा, घ्यायचा? – मला वाईट, वाईट वाटाय लागलं. पुऱ्या जिनगानीवरचा इस्वास उडाल्याल्या मान्सागत कशात काई राम वाटंना मला!

खुडूक कोंबडीवानी मी एका जागंला किती उश्शेर बसून हुतो कुनाला दक्कल! मग मी उठलो. बोटाच्या पेरानं डोळे निपटत भाईर आलो... नजर उगच साऱ्या शिवारभर भिरभिरली... मळ्याला पांदीकडल्या अंगाला जे चिक्काचं साध्या नि इलायती आनि घाणिरड्याचं कुप्पान हुतं त्या कुप्पनात, कायतरी हुडकत असल्यागत तिघंजण चाचपत, फापलत हुतं... बघताच जाग्यावरनंच मी हाळी घाटली, ''अरं येऽ कोण रं तुम्ही? कुठलं रं तुम्ही? कुनीकडं उगावलासा? कुप्पात आपल्या बाचं गटरं पुरल्यानी हुडकाय लागलाईसा ते?''

बोलता बोलता मी तराऽरा त्येंच्याजवळ गेलो. तसा त्या तिघातला उंदरागत पिचपिच्या डोळ्यांचा गिड्ड्याला, काळ्याला म्हातारा म्हणाला, ''चिखलीचं जी आमी!''

'जी जी' करत हुती, मंजे ही म्हारडी हुती तर. म्हणालो, ''चिखली ऱ्हायली लांब तिकडं, आनि हिकडं कसली उपडपट्टी चाल्लीया तुमची? कुप्पात काय हुडकाय लागलाईसा?''

''म्हऊ हुडकाय लागलाव जी मालक!''

मला आचीटच वाटलं. म्हऊ हुडकाय इतक्या लांबपतोर आली ही चिखलीन्सं? इचारलं,

''तिकडली रानं काय व्हसाड पडली व्हय रं इतक्या पल्ल्यावर यायला?''

''आम्हीच उगलून टाकली जी ती! खडकीवाडा, गायकुरवाडी, कोडणी, भिवजी, बुद्याळ, यमगर्णी– सारी तिरपाटून काढली जी! आता हिकडं आलाव...''

''काय करता तरी काय एवढा म्हऊ गोळा करून?''

''म्हवाची पोळी हुडकायची, माशास्नी उस्कलून, काढून घ्यायची नि लिप्पाणीला जाऊन इकून टाकायची. मग पेठंतनं जुंधळं घ्याचं इकत नि तितल्याच गिरणीत दळून घिऊन कोरणीवरनं, मदल्या वाटंनं, गाव गाठायचं. रोजी तीन-चार रुपये मिळत्यात परत्येकाला. चालवायचं त्येच्यावर कसंतरी नाटानिटीइनं, जुगूतुगू! काय करायचं जी मग, प्वाट हे एक लावलंय देवानं!''

मंजे, सगळ्या वाटा कशा पोटाकडं पळत असत्यात! ह्येंनला पोटाचा घोर लागलाय, नि माजं पोट भरलंय, भरतंय म्हणून मला ह्यो असा फुलीचा घोर लागलाय का? मंजे माणूसच आदमानी बेन्याचं म्हनायचं का? पोटाची वडाताण व्हाय लागून कडासणं लागलं, की पोटाचा घोर नि प्वाट भरल्यावर मग दुसऱ्याच गोष्टींचा घोर? सावकार असूंदे न्हायतर गरीब असूंदे, सगळ्यांच्याच बोकांडीवर ह्यो

घोर बसून असतोय का? मग सुक सुक म्हणायचं कशाला नि मिळवायचं कसं? गरीब माणूस प्वाट भरावं म्हणून असा ह्यो पैशाच्या फिकिरीत नि सावकार माणूस प्वॉट भरल्यालं आसूनबी दुसऱ्या कैक गोष्टींच्या किरकिरीत... मंजे सुक मिळवायसाटनं माणूस आसंच पळ पळ पळत ऱ्हाणार का– पानी पानी म्हणून झळाझळानं हारीनं पळत ऱ्हातंय तसं?

ते तिघं कुप्पात आसंच हुडकत फुडं निघून गेलं, खरं मलाबी आसं इचारात टाकून गेलं!

इचाराचा ह्यो दुसरा पदर गावताच फुलीबद्दलच्या इचाराचा ताण किती कमी झाला माज्या मनावरनं! ताप चढल्याल्या मान्साला उताराचं औसीद मिळावं, तसं झालं...

पाऊस उगंच झिरंबाटागत कवा पडायचा, कवा न्हाई, अशा नुस्त्या गुल्याच दाखवत हुता. आता आता तर त्यो ठारच पडायचा थांबला... पोत्याची भाळ मारून ऱ्हायलं तरी पोतं फुटावं, असा पाऊस ह्या दिवसांत पडायला पाहिजे, तितं चैत-वैशाकावानी ऊन पडाय लागलं हुतं... पिकास्नी तर कवाच आकडी लागल्याली... पानबुड्या रानातली पिकं कशीतरी आतल्या वल्लाव्यावर तग धरून हुती, ज्येंच्या हिरी हुत्या, ती हिरीच्या पान्यावर हिरवी दिसत हुती, न्हायतर सगळीकडं वळून-करपून पिंजार व्हाय लागलं हुतं... जुंधळ्याला पोटरी पडायचं, भात पोसवायचं, शेंगाच्या येलांची पिवळी फुलं गळून पडून आत शेंगा धरायचं हे दिवस– अशामंदी पाऊस न्हाई मंजे काय! आप्पाच्या वाडीची यंदा भाकणूकबी तशीच हुती म्हणं... ह्या पाऊस-पान्यानं लोकांच्या तोंडाचं पानीच पळवून टाकलं...

गावात गेलो हुतो. नामू शिंप्याच्यात बसलो हुतो. त्येच्याकडे मुंडं शिवाय टाकून पंद्रा दीस झालं हुतं. 'आज देतो उद्या देतो' अशी चालढकल करत त्येनं आणलं हुतं. तवा आज त्येच्या खनपटीस बसून शिवून घ्याचंच म्हणून आलो हुतो. त्येनंबी कापडाची फाडाफाडी करून, 'पाच मिंटात देतो' म्हणून त्ये मशिनीवर शिवायसाटनं घेटलं हुतं. मशीनची खिरखिर सुरू हुती, नि दुकानातला टांझिसटर 'मेरा यार'चं गाणं म्हणत हुता. मशीनची खिरखिर नि गाण्याची किरकिर इरंसरीला पडल्यावानी एकमेकांवर आवाजात ईर्ष्या करीत हुती. दुकानात गावातली आनि दोनेक उडापी मान्सं हुती. नामज्या शिप्पी लोकांच्या कापडाची मापं काढायचा धंदा करीत हुता, तर हे लोकांची मापं काढायचं काम करीत हुतं, निदान आताच्या त्येंच्या बोलण्यावरनं तरी ह्येच्याशिवाय त्येनला दुसरा धंदा नसावा, असं वाटत हुतं.

एवढ्यात गल्लीस फुली येत्याली दिसली! फुली! खुळी फुली!

तिच्या लगनापास्नं आजच मी तिला असं पयल्यांन डाव बघिटलं नि मी बसल्या जागंलाच चिकटलो... मान्साला खूळ लागूंदे, व्हाव् तर आनि काय तरी

हुंदे, त्येच्यात एवढा नि इतका फरक हुतोय हे कुणी सांगितलं असतं, तर मला खरं सुदून वाटलं नसतं, इतकी फुली हडसली हुती. वाळली हुती. ठकली हुती. उनातानात राबराबून गोऱ्यापान रंगाच्या मान्साला जशी कळा येती, तशी तिच्या केवड्याच्या पातीवानी असल्याल्या रंगाला आली हुती. जळल्या-करपल्यावानी त्यो रंग वाटत हुता. एकांद्या तयार बापयगड्यावानी घणसर असणारी बावडी आता निम्म्यावर आली हुती. तिनं जांभळं पाताळ नेसलंतं– कासुटा न्हवता, गोल असं. हातात तेलाच्या बाटल्या दिसत हुत्या. मंजे ती किराणी दुकानाकडं आली हुती जनू... बाजूलाच जिनगराचं किराणी दुकान हुतं, तिकडंच तिची चाल दिसत हुती... तिच्या पाठनं हीऽ पोरंटारं! गावात आस्वाल यावं नि त्यापाठनं पोरं लागावीत– आता हे काय करतंय, कुठं जातंय, कसं वागतंय, हे कळून घ्यायसाटनं डोळं ताणल्यालं... तशीच ही पोरं दिकून वाटत हुती. एखांदं माणूस जरा खुळं, आर्धवट खुळं असलं, मंजे त्येला ही असली नल्यागबेनी ठार खुळं करून टाकायची! त्यास्नी बघून अस्सा राग आला, वाटलं एक एक कारट्याला मसन-काठात न्हिऊन पुरून टाकावं– जित्तं! न्हाईतरी ह्या गावात डुकराच्या पिल्लावळीवानी पोरं बचबचून गेलीती, तेवढी कमी झाली असती, तरी दुनया काय ओस पडत न्हवती काय न्हवती!

किराणी दुकानाफुडं बामनांची चार घरं हुती, त्यातल्या मधल्या घराच्या दारात जोश्याची येसोदाकाकू बसली हुती. गाव काकू म्हणून जरी तिला वळखत हुतं, तरी ती आजून चाळिसीच्या आतलीच हुती. तोंडावर अजून टवटवी नि डोळ्यांवर च्येस्मा.

गर्दीतली कोण तरी पोरगी म्हणाली,

"फुली, फुली, बामणाची काकू बलीवतिया बघ तुला!"

आनि खरंच, काकू हाक मारीत हुती... यावर फुली फाटदिशी बोलली,

"म्हाईत हाय मला काकू नि फिकू! भाईर डेबाजा मिरविती नि घरात म्हाताऱ्या सासऱ्याला जेवायला दिकून धड वाढीत न्हाई! दाल्लाबी ह्या बयेच्या आरी चांगला गेलाय्! बाला ही इतक्या शिव्या देती सवरती म्हणून त्यो कधी रागानं बोलून पेकाटात लाथ हाणलाय का हिच्या? नाव कशाला! मंगळून बाकडानं तेवढी सई करून घेटली नि लिप्पाणीतलं घर इकून टाकलं नि त्या पैशानंच लगनाआदी गरवार हून पोटचं पाडल्याली श्याली वारंमाप हुंडा दिवून खपीवली..."

आनि अशीच फुली बोलत हुती. नि बोलतच राहिली... आनि हिकडं दुकानात सुरू झालं,

"हे असंच पायजे! ह्या बायका तरी कशा असत्यात बघा की! फुलीला बलीवत्यात नि तिला न्हाई त्ये इचारून फिदीफिदी हसत फुकटच्या फाकट सोताची करमुनी करून घेत्यात!"

"राईट! फुली बी कवा गप्प बसती नि कवा असं बोलून चांगलाच इंगा दावून आब्रू काढती! गावातलं कुठलं घर कसं, कोण कसं, कोण कशी– सारीच बघत्यात, साऱ्यास्नीच म्हाईत हाय... समजायचं ते समजून कोण कधी तोंडावर बोलून दावत न्हाई, वळ्ळी भांडणाची पाळी नको म्हणून! खरं ही फुलीमतोर फाड्दिशी असं काय तरी बोलती नि मान्साला निसनागडं करती! खुळं म्हणून कोण काय करत्यात, गप्प बसत्यात झालं!!"

असं दुकानात चालल्यालं. भाईर फुलीची टकळीबी चालल्यालीच हुती... तंवर कुणीतरी इच्यारलं, "फुली, पाऊस का पडंना?"

"पाऊस पडंल कसा?" फुलीनंबी असं ताडदिशी उलट इच्यारलं, नि मग म्हणाली, "गावातल्या अधिक माप् बायका तंबाखूच्या खळ्यातनी कामाला म्हणून लिप्पाणीला जात्यात नि त्यातल्या निम्म्याआरध्या दिवाणजी, हमाल, मालक लोकांखालती पडून येत्यात!! आसं पाप वाढलंय पाप! मग पाऊस कसा पडंल? ह्यो तंबाखू पिकल्याला कडुपाल्याचा भाग, लोकंबी अशी कडू झाल्यात, मग कसा पडंल पाऊस...?"

वल्ल्या मिरच्यांच्या खरडा करतानं त्या तेलात चांगल्या तळून पाट्यावर घिऊन मग वरूट्याखाली खसाऽसा वाटायच्या असत्यात, मंजे खरडा हुतोय... साऱ्या गावाचा, गावातल्या लोकांचा फुलीनं आसाच खरडा केला... आनि त्यो ज्येला त्येला वाटीतच ती आली, तशी निघून गेली... पोरांचं लेंढारही तसंच पाठनं...

जातानं तिच्या वरूट्याखाली येणाऱ्या घराची आब्रू काढून खरडा करीत ती गेली असणार, ह्येची मला पक्की खातरी हुती!

खूळ लागल्यालं ऐकणं नि खूळ लागल्याला मान्साला परत्येक्ष बघणं यात किती फरक असतोय्. मी सुन्न झालो. मेंदूला मुंग्या आल्यागत झालं...

फुली कशी हुती नि तिची काय हालत झाली...

शिवल्यालं मुंडं घिऊन मी उठलो नि मळ्याकडं चालाय लागलो... तरी मनात ह्येच गिरमीट फिरत हुतं– फुली कशी हुती नि तिची काय हालत झाली... कशी हुती नि काय हालत झाली...

तेरा

अजूनबी पाऊस पडत न्हवता. लोकं हवालदिल झाली हुती. गरिबी नि म्हागाई ह्येंच्या कैचीत गवसल्यानं आधीच त्येंचा जीव घयंगटून गेला हुता. त्यात आनि या साली पाऊस न्हाई मंजे फुडचं साल रेटायचं कसं? पिकलं न्हाई तर खायाचं काय? आताच धान्याचं भाव वाढाय लागल्यालं. पाच-धा पैसे कमी रुपयनं किलो जुंधळा हुता, तर आता रुपयवार तितकंच पैसे चढ बसत हुतं किलोमागं, भाव आसं आभाळाला भिडाय लागल्यावर मग लोकांनी करायचं तरी काय? इत्का म्हामुरी पैसा आनायचा तरी कुठनं? ह्या नव्या आल्याल्या किलोकिलोनं लोकास्नी 'मेलो-मेलो' कराय लावलं हुतं!

हे असं कायतरी झालं मंजे मान्साला देव आठवाय लागतोय! गावातल्या मारुतीला, म्हादेवाला, अंबाबाईला पानी घालून झालं... 'पाऊस पडूंदे देवा, पाऊस पडूंदे देवा–' लोकं म्हणाय लागली... पाऊस पडला न्हाई... लोकांच्या म्हंन्यापरमानं वागाय त्यो काय गडी न्हवता येंचा! मग एका दिवशी मारुतीला नि म्हादेवाला पाण्यात कोंडलं... तरीबी पाऊस पडला न्हवता... हाटमुरं माणूस रुसून बसावं तसा त्यो बसला हुता... किती समजूत काढली, तरी त्यो मानत न्हवता.

मग एका दिवशी रंगरावानं वास्कराचं एक बेनं नि कदमाचं एक कार्टं हाताशी धरलं. त्या तिघांनी एक गाढाव धरलं. नि त्येला हार-गुलालानं सजवून त्येची मिरवणूक काढली. मिरवणुकीफुडं गावातलं 'प्यां ढबाक्' हुतं, लेझीम हुती, हालगी कडाडत हुती... घराघरातल्या सव्वासनी त्या गाढवाफुडं पाण्याची घागर रिकामी करीत हुत्या, आरती वव्वाळत हुत्या, त्येच्या कपाळावर हाळद-कुक्कू लावत हुत्या, आनि पाच-दहा पैसे पुढ्यात टाकत हुत्या.

ही मिरवणूक गावातल्या गल्लीतनं फिरली, नि मग तशीच लिप्पाणीला गेली... तितंबी बाजारपेठेतनं, रस्त्यातनं, गल्लीतनं फिरली... गाढवामदीबी देव असतोय, त्येला नारायण म्हंत्यात– हे पाऊस पडला न्हाई म्हणून लोकास्नी समजाय लागलं!

लिप्पाणीच्या फेरीतच तीस-चाळीस रुपये जमलं... बाया-बापड्यांनी वव्वाळणी

करून टाकल्यालं... सारं वाजपी, लेझीमच्या ताफ्यातलं लोक, नि हे तिघंजण लिप्पाणीस्नं येतावख्ती दारू पिऊन लास हूनच आलं... मिरवणीचा जमल्याला पैसा असा आखिरला दारूच्या दुकानातल्या गल्ल्यात जाऊन पडला... दारू प्यायची खाज लोकांनी भागिवली ती अशी, नि गावात येतावख्ती कुत्र्यावानी एकमेकांवर 'वार्र-वास' करत, पैशाच्या हिशेबापायी भांडतच सारीजणं आली...

ह्या साऱ्यामदी त्या गाढवामतोर गवताची एक पेंडीबी इकत घिऊन कुणी घाटली न्हाई!

मान्साच्या ह्या अशा कारतुकीनंच पाऊस पडंना झालाता का? मला तर आता आता वाटाय लागलं– व्हय, आसंच आसंल, आसंच! मान्सं बदलल्यात, बदलली, तर पावसानंबी तसं का बदलूने?

पाऊस न्हाई पडला मंजे शेतकरी तेवढं हैराण व्हायचं. नोकरीचाकरी करणारंमतोर आपापल्या तालात असायचं. खरं आताच्या ह्या वाळपीची झळ ह्या नोकरीवाल्यांस्नीबी बसू लागली हुती. कारण नाव नाव धान्याचं भाव वाढत वाढत हुतं, आनि ह्यंच्या खिशाला चाट बसत हुती, मग करत्यात काय? गावातल्या साळंतला चव्हाण मास्तर कधीमदी लिप्पाणीला गेला, मंजे संगट येतावख्ती त्रिकाळ आनायचा नि त्यातल्या बातम्या घडाऽडा लोकांस्नी वाचून दावायचा. तसं त्रिकाळाचं गावात काय आप्रुबाई न्हवती खरंन्, तसा त्यो शिदगौंड पाटलाकडं, बनकराकडं, किराणा दुकानवाल्या बामणाकडं... असा कुणाकुणाकडं यायचा, खरं कुणी वाचून दावा म्हटल्यावर ही सारी कावून-कदरून जायची नि इचारल्यावर खॅस मारायची! खरं मास्तराचं तसं न्हवतं. साळंत पाढं म्हणावं, तशा खड्या आवाजात त्योमतोर हौसंनं वाचून दावायचा. तर बातम्याबी काय असायच्या– आज ह्या गावात दुकाळ पडला, तर उद्या तमका तालुका दुसकाळी भाग म्हणून जाहीर करा, असं लोकांनी वरती कळीवलंय, तर परवा...

पाटलाच्या टरकवरचा डायवर श्यामा डवरी माल भरून मुंबैला गेलता, येतावख्ती इसलामपुरास्नं त्येनं एक ज्यायरात आणलीती. त्यात हिरव्यागार कागदावर कामेरीच्या एका म्हाराजाचा फोटु छापलाता. आनि खाली लिवलंतं... ह्या अमुक तारखीपतोर पाऊस पडला तर बरं, न्हाईतर ह्या जगात देव न्हाई असं समजून हे म्हाराज अगनीत शिरून सोताला जाळून घेणार... तर आनि कोण म्हणत हुतं, त्या फलान्या गावातला त्यो अमकातमका माणूस म्हादेवाच्या पिंडीला मिठी मारून बसलाय, पाऊस पडल्याशिवाय मिठी सोडणार न्हाई म्हंतोय!

असं कायबाय कानावर ईत हुतं... आनि वारवारभर बोलायला लोकास्नी ते फुरं हुईत हुतं!

गावातल्या लोकानीबी एक क्याट काढलं. म्हणाली– लिप्पाणीच्या म्हादेवाला

नि दस्तगीरला पानी घालाय जायाचं. सगळ्यांनी यायलाच पायजे... आनि मग असं म्हनल्यावर मिरवणी निघायला कितीसा उशेर?

गावातल्या झाडून साऱ्या बैलजोड्या हजर हुत्या. पाटलाची बैलगाडी सजली हुती. बावकाडास्नी ऊस बांदलंतं. त्येंचं शेंडं एकमेकांत गुतापून हिरव्या कमानी उभ्या केल्याला. गाडीत पाण्यानं भरल्याला हौद. बेंदराला सजिवत्यात तशी सगळ्यांनी बैलं सजिवल्याली. रंगानं, कावंनं, कुणी यल्लम्माच्या जत्रंस्नं आणल्याला आयनेवाल्या झुली घाटल्याला, तर कुणी शिंगास्नी शेंब्या घाटल्याला, तर कुणी शेंब्या घालूनच्या घालून वर आनि रंगीबेरंगी रिबिनीबी बांदल्याल्या. जानुदाचं सुबास म्हंत्यालं एक प्वार लिप्पानीच्या हायस्कुलात शिकत हुतं. ते धोटा मागायला मळ्यात आलं. मी त्या वख्ताला बैलास्नी रंगवीत हुतो. भेंडी आडवी चिरलीती नि कागदावरनी शिक्कं मारल्यागत मी ती भेंडी रंगात बुडवून बैलांच्या पाठीवर मारत हुतो. एवढ्यात सुबास आला. म्हणाला, "जैसूमा, बाबानं धोटा मागितलाय तुज्याकडला!" ह्यावर मग मी इचारलं, "मंजे, जानुदा अंडी पाजिवनार म्हण की, बैलास्नी!" त्यो म्हणाला, "व्हय!" मग मी हसून म्हणालो, "जोर हाय गड्या मग!" आनि धोटा हुडकायसाठनं आत गेलो... धोटा घिऊन मोठ्यात आलो. तवर सुबासनं कावंत बोट बुडवून बैलावर इंग्लिसमदी अक्षरं काढल्याली! मी इचारलं, "हे रं काय, माजं नाव लिवलंस व्हय बैलावरनी?"

"तुजं नाव कशाला लिवू जैसूमा, हे आपल्या गावाचं नाव हाय. मिरवणी लिप्पाणीला गेली मंजे बिन इचारता लोकास्नी समजावं कोंच्या गावची लोकं हैत ते!"

दुपार कलंडली नि मिरवणूक लिप्पाणीला जायला निघाली. समोर लेझीमचा ताफा, सहानगी-शिणगी, मागं डुईवर पाण्याच्या घागरी-बिंदग्या घेटल्याल्या गावातल्या बाया-पोरी, त्यामागनं बैलजोडीची रांग नि शेवटाला पाण्याच्या हौदाची पाटलाची गाडी– अशी मिरवणूक लिप्पाणीला यिऊन थडकली, नि मग रस्त्यारस्त्यातनं मिरवत निघाली.

फुडं बायकांच्या जथ्यात अंजीबी हुती. आज तिनं जरासं धड असं अंजिरी वाणाचं आंगभरून लुगडं नेसलं हुतं. रोज कामावर येतावख्ती ती कसलंबसलं जुन्यार नेसायची– निम्या-आरध्या पिंड्या उघड्या पडल्यालं; पन आज तिनं आसं आंगभरून अकबंद लुगडं नेसल्यानं ती किती गोजरी दिसत हुती, आनि मोठीबी! डुईवर चुंबळ, चुंबळीवर पान्याची बिंदगी, बिंदगीचा तोल हातानं न्हवं तर चुंबळीनं सावरल्याला, आनि हात हलवत तालात ती चालल्याली–जथ्यातनं.

मला किती बरं वाटत हुतं, किती चांगलं वाटत हुतं, किती निर्मळ वाटत हुतं...

आनि मग असंबी वाटत हुतं – लोकं इतकी तळमळत्यात पावसासाठनं, तितनं हितवर येत्यात पेकाटं ढिल्ली हुस्तोंवर, भरल्याला घागरी घिऊन येत्यात, ह्येची तरी पावसाला जराबी दया येऊने? न्हाई, न्हाई... दया यायला पाहिजे... दया यायला हवी... पाऊस पडायलाच पायजे... पडायलाच पायजे...

फाटंच जाग आली ती जात्याच्या घरघरीनं... घरघर कानावर पडली, नि मागनं बाईचा घोटीव आवाज कानावर आला :–

सासरी जाती बहिना फुडं बंधुजी मागं दीर
माझी ती बहिनाबाई मधी फुलली कोतिंबीर
सासरी जाती बहिना जाती नदीच्या किनाऱ्यानं
शालू भिजला दहिवरानं बंधू पुसतो रुमालानं
सासरी जाती बहिना, घोडं लागलं चढणीला,
माझी ती बहिनाबाई, देती निरोप गडणीला...

बाईचा आवाज घटल्याला हुता. गाणं म्हणून म्हणून आवाज कमावल्यालं माणूस असतंय तसा हुता... कष्टाला यिऊने, कामाचा शिणभागुटा जावावा म्हणून तंबाकूच्या खळ्यातनी काम करणाऱ्या बायका गाणं म्हणत असत्यात, तंबाकू पाखडतानं, चाळन घालतानं, मुंगलीनं काड्या चेचतानं... ह्यामुळं आसंल, बाईचा आवाज घटल्याला हुता. मी हांतरुनावर पडल्यापडल्याच इचारलं,

"आक्का, आज दळणाचं घरात काढलीयास काम?"

बाईचं जातं थांबलं. माज्याकडं बघिटल्यागत करून ती बोलली,

"आज सरावणाचा सोमार न्हवं? म्हणून तर..." बोलून परत ती जातं फिरवाय लागली नि त्या घरघरीत परत तिचा सूर उमटाय लागला : –

'दिवस उगविला आधी उगव माझ्या दारी
माझ्या नि बंधुसंगं दही-भाताची कर न्हारी
दिवस उगविला आली किरणं टपाटपा
माझ्या नि बहिनाबाई ऊठ चांदणी लोटी सोपा
दिवस उगविला माझ्या सोप्या नि आला नीट
माझ्या रे बंधुराया बारा बैलांच्या धन्या ऊठ...'

"मंजे सरावन सुरू झाला तर" मी आसं मनाशी बोलून बाईला इचारलं, "आसंना का सरावणाचा सोमार. म्हणून घरात दळावं आसं कुठं हाय?"

जातं थांबवत बाई बोलली, "मी सोमार धरतो. सोमारला गिरणीत दळल्यालं गहू चालत न्हाईत."

"न चालाय काय झालंय? सांगिटली असतीस तर दळून आणलं असतं की, परवा लिप्पाणीला गेलोतो तवा. तितं माप ठेचंला एक गिरण झालीया..."

"ते तर खरं, पर सोमारला गिरणीवर दळल्यालं चालत न्हाई मला. जुंधळ्या-फिंदळ्याचा घास न्हातोय गिरणीत, त्येच्यावर दळल्यालं कसं चालंल? मग सोमार धरून काय उपेग, भाकरी खाल्ल्यावानीच न्हवं?"

"हा ऽ रे हा! तेबी खरंच हाय!"

मी म्हणालो, आनि मग परत जातं फिरू लागलं नि गाणं पाझरू लागलं :–

'बंधुचं लगीन गावा घाटिलं गाऱ्हाणं
बत्तीस नारळांचं वेशी बांधलं तोराण
सांगूनी मी का धाडी, धाडी लिप्पाणीच्या सोनाराला
सोन्याची साखळी बंधू माझ्याच्या घड्याळाला
सांगून मी का धाडी, धाडी लिप्पाणीच्या कुंभाराला
सोन्याच्या खापरी बंधू माझ्याच्या घुग्गुळाला
सांगून मी का धाडी, धाडी लिप्पाणीच्या बुरडाला
सूपं नि दुरड्या बहिणा माझीच्या रुकवताला
सांगून मी धाडी, धाडी लिप्पाणीच्या आत्ताराला
तेलाच्या बाटल्या बंधू माझ्याच्या लग्नाला
सांगून मी का धाडी, धाडी लिप्पाणीच्या सुताराला
फळ्या दिल्यात माचायाला, बंधू माझ्या बसायाला...

हांतरुणावर पडल्या पडल्या बाईचा सूर कानावर पडत हुता, नि माजं मन घुसळून काढत हुता– रवीनं ताक घुसळावं तसा... काय काय आठवत हुतं! किती तरी आठवत हुतं! कि-ती-त-री...

बाई बंधूवरनं गाणं म्हणत हुती नि मला माझा बंधू आठवत हुता... माझा बंधू! माझा दादा...! पाठीवर पाठ मारून आल्याला आपलाबी एक भाऊ हाय, आपल्या बायकूच्या जाचणुकीनं पोटासाठी धा वाटंची माती तुडवत त्यो भाहीर पडलाय... आता त्यो कुठं आसंल, काय करीत आसंल, कशा तऱ्हंत आसंल– ह्येचा ईचार दादाच्या मनात ईत आसंल का? जरा जरा कळत हुतं-न्हवतं अशा वयाचा हुतो तवा आई-बा मेल्यालं. भन न्हाई. दोघंच. राम-लक्ष्मनासारखं. खरं रामासारखं वागीवला का मला त्येनं? रामाला आनि एक भरतबी हुता, भरतावर-लक्ष्मनावर त्येनं सारखीच मय्या केली... मी तर एकला एकच भाऊ हुतो. तेवढी न्हावूं दे; खरं जरा तरी मय्या करायची हुती त्येनं माज्यावर! एकला एक बंधू म्हणून हातावरच्या फोडागत जपाया पायजे हुतं, वाढवाय पायजे हुतं, शिकवाय पायजे हुतं– बालिष्टर करणार माज्या भावाला, अशा हिमतीनं! ते न्हायलं बाजूला, नि कुठली एक भोरडी, चार लोकांनी डोस्कीवर आक्षदा टाकल्या म्हणून घरात आल्याली, आनि आपल्या भावाला जाच सुरू केलाय तिनं म्हणून दादानं तिच्या पेकाटात चार लाथा घालाय

पायजे हुत्या, पुन्ह्यान् डाव भावावर त्वांड सोडलीस, तर खुबा निखळून ठेवीन म्हणून तंबी द्याय पायजे हुती. त्ये ऱ्हायलं बाजूला, आनि मी घरातनं भाईर पडलो, तरी ह्यो गडी आपला तोंडाला मुस्कं घाटल्यावानी गप्पच! तसला बाईलभाड्या माणूस मी बघाया न्हवता! त्यो माजा थोरला भाऊ असूनबी त्येनं मला काय काय द्याय न्हवतं! काय सुदुक द्याय न्हवतं! काय सुदुक! भाऊ जित्ता आसून, वैनी जित्ती आसून एक बेवारशाची जिनगानी असावी, तसा जगत आलो हुतो आजपतोर... जनू आई-बाचा पत्त्या न्हाई, भन-भाऊ म्हाईत न्हाईत, नात्यागोत्यातल्यांचा दोरवा न्हाई– असा मी एक बेवारशी हुतो, आनि इनामदारांच्यात तुकडं मोडीत वाढलो हुतो– हुडागत वाढलो हुतो, उकिरड्यागत वाढलो हुतो... आनि आता असा ह्यो कुठल्या कुठं ईवून पडलो हुतो!

बाईच्या गाण्यानं ते सारं मनात भिरंबिटाय लागलं नि उगंचच मला एकटं एकटं वाटाय लागलं... ही इतकी मोठी दुनिया हाय, ह्यात मला 'माजं' म्हणणारं कुणीबी न्हाई... मी किती एकटा हाय, एकमुडा हाय, एकाकी हाय!– ह्या एकाच इचारानं जास्तानाला बसल्यागत शांत बसल्यालं माजं मन हलून गेलं, गलगलून गेलं, गदगदून गेलं, आनि मग माज्याबी नकळत माज्या डोळ्यांत झारझार पानी भरलं... भरू लागलं...

सरता सोमवार, सरावणाचा. बाई म्हणाली, "आज आडीमल्लय्याची जत्रा, डोंगराला जावावं म्हंतो..."

"मग जाऊया की, गाडी जुपू का?" मी इचारलं.

यावर बाई म्हणाली, "जरा गावात जाऊन येतो, आनि कोणकोण जणी येत्यात बघतो. त्येंच्याबरोबर कामाला जायाचं-याचं, राच्यंईरचं, तवा त्येंची आनि नाकं फुगून डुम्म व्हाय नकोत– घरची गाडी आसूनबी हिनं फुकटच्या तोंडानं बलीवलं न्हाई म्हणून!"

"बरं तर या जावा बघून साटक्यान्... येरवाळीच जुपूया बैलं म्हंजे या थंडीच्या पाऱ्यात पल्ला गाठाय बरं..."

आनि मग बाई गावात निघून गेली, आनि मी हिकडं तयारीला लागलो. पयल्यासूट आंगुळफिंगुळ केली, मग बैलास्नी वैरणकाडी दावणीत टाकली, पानीफिनी दावलं. गाडीतल्या कांबटावरनी चार-पाच पेंड्या गवात पसरलं, त्येच्यावर एक घोंगडं घडी करून हातरलं.

वाढून करून मग बाई गावातनं परत आली... ल्हाया, भिजानं, ल्हायपीठ– असलं फराळाचं काय-बाय बांधून घ्यायच्या तयारीला लागली... मग मी बी गोठ्यात आलो नि बैलांच्या गळ्यात घुंगूर बांधू लागलो... आसं कुटं गाडी जुपून जायसवरायचं आसलं मंजे बैलास्नी घालाय आसावंत म्हणून मोट्या हौसंनं एका बेस्तरवारी

लिप्पाणीच्या बाजारान्सं हे घुंगुराचं जोड आणलंतं. त्येंना त्यालबील लावून ठेवलंतं, आनि आता पयल्यांदाच काढत हुतो वापरायसाठनं. त्येलानं त्यांचं चमडं मऊशार झालं हुतं, नि काळंकरंदबी दिसत हुतं. हातात घिऊन हालिवलं मंजे खुळूऽळा नाद तरी किती चांगला निघत हुता! कानाला किती ग्वॉड वाटत हुता! आज फौजदाऱ्या नि सायब्या ह्येनं नटणार हुतं.. 'खळांग् खुळुंग' वाजवत पळणार हुतं... त्या आवाजाच्या नादावर पल्या गाठणार हुतं... मल्लयाच्या डोंगराचा पायथा जवळ करणार हुतं...

...आनि मग रस्त्यावरनं घुंगरू वाजवतच गाडी न्हाटाय लागली... नि तासाभराच्या आतच मल्लयाचा पायथा आला. गाड्यागिड्या, यस्टी-मोटारी, सायकली नि माणसांनी रस्त्यापास्नं पायथ्यापतोरचा माळ ऊतू आलाता, गजबजून गेलाता... आमच्या गावातल्या गाड्या कोंच्या बाजूला हैत हेचा अदमास घेत मी गर्दीतनं फुडं गाडी दबावली आनि गावच्या गाड्याजवळनी आणून सोडली... बाजूच्या गाडीत सखा तोडकर बसलाता, त्येला गाडी-बैलाकडनी जरा नदर ठेवायला सांगिटलं आनि डोंगरावर जायला निघालो...

मी बैलं सोडता वख्तीच गाडीतल्या बायका नि बाई खाली उतरून डोंगर चढू लागल्या हुत्या... खालनं त्या किती बारक्या, एवढ्या एवढ्या दिसत हुत्या! डुईला टण्णू यावा, तसा ह्यो डोंगर एकांडाच भुईतनं वर उठल्याला. आनि कुणाची संगत सोबत न्हाई, एकट्यापनीच उभा असल्याला... जेजुरीच्या डोंगराला नऊ लाख पायऱ्या हैत असं खंडोबाच्या गाण्यात तरी असतंय. तशाच ह्या डोंगरालाबी पायऱ्या खालपास्नं वरपतोर. आता त्या नऊ लाख हुत्या का न्हवत्या कुणाला दक्कल, खरं लै हुत्या ही गोष्ट खरी... वर चढणारी मान्सं पायथ्याच्या उतारतीवर लगुऱ्या लावून वर चढत हुती... शिवारात ईतईतभर पीक उभं ऱ्हावं, तशा ह्या उतारावर लगुऱ्याचं पीक आल्यालं दिसत हुतं... मीबी पाच-सात दगडं जमा केली नि ती एकावर एक, उतरंडीवानी ठिवून लगुरी तयार केली नि पायरीवर पाय दिला. डोंगर चढू लागलो... आभाळालाच उच्चच्या उच्च शिडी लावावी, नि तिचा एक एक पायंडा चढत जावं मंजे खालच्या धरतीचं चित्तार दिसंल, तसं आता दिसत हुतं. खडा कडा असल्यागत डोंगर नि त्यो खिसत-खीत न्हिवून पायऱ्या केल्याल्या... एकेक पायरीवर चढत हुतो नि भोत्याभोरचा टापू नजरंच्या टप्प्यात येत हुता... थेट लिप्पाणीच्या पल्याडच्या रामलिंगच्या डोंगराच्या तटबंदीवर नजर जावून तटत हुती नि तितनं हितवर पसरल्याली गावं, झालं तर केसात भांग पाडल्यावानी दिसणारी त्रिकुटा नदी, झालं तर उगावतीकडं गलदगा, कुन्नूर आदी समोर कागलची नदी– डुईत पिकल्याला केस असावा अशी पांढरीखिंड दिसणारी, चमकणारी, जवळीच कोगनुळी, हंचनाळ, जैनवाडी आदी मावळतीकडं सौंदलगा, कुर्ली, हमदंवाडा, निंगनूर... असं सारं कसं

आभाळातनं बघितल्यावानी दिसत हुतं! बघता बघता हारकून पानी हुईत हुतं मन!

हे सारं बघत, रमतगमत शिस्तात मी वर चढलो... ह्यामंदी गाडीतनं आल्याल्या बायका नि बाई वर कवा गेल्या नि वरच्या गर्दीत जाऊन कवा गुतावल्या ते कळलं न्हाई...

बाईची नि माजी अशी चुकामूक झाली, नि मी ह्या डोंगरासारखाच एकांडा पडलो– आपल्या गोतावळ्यातनं तुटल्यासारखा... असा एकांडा पडलो, जत्रंत चुकलो म्हणून भांबावून जायला मी काय वयात आल्याली पोरगी न्हवतो, तरीबी भरल्या जत्रंत एकट्यानं वनावना करत हिंडल्यासारखं दुसरं दुकू नसतंय. जरा वाईट वाटलं ते ह्याच एका गोष्टीचं... डोंगराची शेवटची पायरी संपत हुती तितनं पार देवळाच्या कमानीपतोर दुतर्फा दुकानं... नाना नमुन्यांची, नाना तऱ्हंची... शिवाय गिरगिरं हुतं, पाळनंबी... जत्रंत जे जे नि जसंजसं असतंय, ते सारं हुतं, त्याशिवाय एक और मज्जावालाबी हुता 'ये बम्बई देखो, ये नागवी बाई देखो' असं बरंच कायबाय तोंडानं म्हणत आपल्या पुढ्यातल्या पेटीवर हातातली थाटी झणाझणा वाजवत हुता... डोंगराच्या मानानं हे वरचं टप्पार किती दांडगं दिसत हुतं! आनि हे सारं मान्सांनी फुलून, फुलारून गेलं हुतं.

दुकानाच्या वळीतनं वाट काढत, बापयांचं नि बायकांचंबी धक्कं खात खात नि देतबी मी कमानीजवळ गेलो, तितं नारळ-कापूरवाला हुता, एक का तसं म्याप पा-साजण हुतं, एक बाई दिकून हुती.

मी नारळ-कापूर घिवून कमानीतनं आत गेलो. देवाळाफुडलं आवार बाया-बापड्यांनी खच्चून भरल्यालं... त्यातनं वाट काढत मी देवळाच्या गाभाऱ्याकडं चाललो हुतो. एवढ्यात माजा बाहुटा धरून मला कोणतरी वडलं. मला वाटलं, मला मागं सारून आपण फुडं सरकाय कोण तरी असं केलं आसंल, म्हणून गार्रदिशी मागं मान वळविली नि तोंडातनं आता शिवी देणार, एवढ्यात अंजी दिसली! अंजी दिसली नि शिवी तोंडातल्या तोंडात जिरून गेली! अंजीनंच, व्हय अंजीनंच माजा दंड असा वडून मला रोकलं. त्या गर्दीत, त्या दाटनीत ह्याबद्दल मला तसं काय वाटलं न्हाई, खरंन मागाहून ते सारं आठवाय लागतानं आचीटच वाटत गेलं... पण हेबी खरं की, दाटनीचं नि दाटनीत असणाऱ्या मान्सांचं मनबी निराळं असतंय. त्या वख्ताला मानूस कसं वागंल, ते काय सांगता येत न्हाई!

तिला अशी पाहताच फुडं जात्याला मी असा मागं फिरलो नि म्हणालो,

"अंजी तू!" हे एवढंच बोलल्यावर माजं आचीटपन कितीतरी कमी झालं. मग मीच म्हणालो, "ह्या गर्दीत कशाला आलीस– खुळ्यानदेवरा कुठली! चल चल, भाईर चल ह्या दाटणीतनं, चिंगरून चपाती हुईल तुजी हितं!"

अंजीबरोबर पाच एक वरसांचा भाऊबी हुता– तुक्या नावाचा... त्या दोघास्नी

मी हे असं फुडं अंगाबरोबर घेटलं नि गरुडपंखावानी माज्या दणदणीत बावडीचा आसरा देत गर्दीतनं भाईर आणू लागलो.

अंजी म्हणत हुती,

“नारळ वाढवायचा हुता, देवदर्शन करायचं हुतं...” आनि असंच सुरू हुतं तिचं...

मी तसंच दाबत तिला भाईर आणलं नि म्हणालो, “ह्या असल्या जत्रंतनी देवदर्शन करण्यापरास बाया-पोरीस्नी धक्कं मारणारीच मान्सं जास्त येत्यात म्हाईत हाय तुला! तुझ्यासारख्या तरण्याबाण्या पोरींनी अशा दाटनीवाटनीत जाऊ ने, समजलीस! काय म्हंतो?”

“पर देवदर्शन... आनि नारळ वाढवायचं...”

“नारळ काय मी जाऊन वाढवीन आनि देवदर्शन काय, हितनं भाईरनं पाया पडाय ईत न्हाई व्हय? काळजात भाव-भक्ती आसली मंजे झालं, कुठनंबी हात जोडलं तरी आपल्या मनातलं सारं देवापतोर पोचतं हुतंय.” आनि मग तिच्या हातातला नारोळ हिसकून घेतच म्हणालो,

“आण हिकडं मी वाढवून आणतो नारोळ, तवर तू हितंच उभा ऱ्हा!”

आनि मी गर्दीतनं सटाऽटा देवाच्या दरबाराम्होरं गेलो... पुजाऱ्याकडं नारोळ-कापूर दिलं. नारोळ वाढवायची दक्षिना दिली, आनि हात जोडून मनात मागून घेतलं, “देवापरमिसुरा, पाऊस पडू दे. धो धो पाऊस पडू दे. मुसळधार पाऊस पडू दे. वाळुसरा पडून वाळून चालल्याली धरणी पुन्हान् डाव हिरवी चार हुंदे... मायाकडं पाच नारळांचं तोरण लागू झालं... पाऊस पडल्याबरोबर हे तोरण आणून तुज्या दरबाराच्या दारावर बांधीन!”

पुजाऱ्यानं फोडल्यालं नारोळ घेटलं, बाजूच्या कुंडातली अंगाऱ्याची चिमूट घेतली आनि मी भाईर आलो.

...अंगारा तुकाच्या कपाळाला लावला आनि अंजीच्याबी. लावता लावता मनात काय तरी झळाळून, झणाणून गेलं... काय ते समजलं न्हाई तेवढं काय, खरं झणाणून गेलं, हेमतोर खरंच...

मग आम्ही जत्रंत फिरायसाटनं निघालो.

अंजीची भुणभुण चालूच होती.

“तितनं हितंवर आलो, खरंन देवदर्शनमतोर झालं न्हाई ते न्हाईच...”

तिच्या मनी हीच एक रुखरुख लागल्याली...

यावर मी म्हणालो, “अंजी, हीच जर का तुला टोचणी लागली आसंल, तर फुडल्या सोमारी आनि ये म्हणंस की...”

मी असं म्हणालो नि ती शहाणीसुरती पोरगी बारक्या पोरीगतीनं डुम्म फुगली!

गाल फुगवून नि आपल्या लांबट नाकाचा शेंडा उडवून म्हणाली,

"सगळंच सोमार काय सारखंच नसत्यात!"

"सारखं नसत्यात तर सोमार आला की 'सोमार' म्हणणारी लोकं खुळीच हैत म्हणंनास!"

यावर मग तर काय– तिचं गाल आणिक फुगलं! ती अशी रुसल्यानं, रागावल्यानं किती देखणी दिसत हुती! आजबी तिनं मिरवणुकीच्या दिवशीगत अंजिरी वाणाचं आंगभरून लुगडं नेसलंतं... नि हिर्वी फुलं असल्यालं सादं चिटाच्या कापडाचं झंपर तिच्या अंगात हुतं... आनि तुकाच्या डोस्कीवर तर जरीची टोपीच हुती... तिच्या कानाकडल्या दोन्ही बाजूंना किस्नाचं दोन फोटु गुंडगळ्या वर्तुळात बसीवल्यालं...

कमानीतनं भाईर पडल्यावर फुडल्याच अंगाला दोन्ही बाजूंस मेव्याची– चिरमुरं, बत्तासं, पेडं ह्येची दुकानं... मी तर सडाच आलो हुतो. हातात ना पिसवी-फिसवी... तरीबी एका दुकानाफुडं उभा ऱ्हायलो नि दुकानदाराला म्हणालो,

"आडीसरी चिरमुरं द्या हो!"

त्येनं आडीसरी भरली तशी मी अंजीला एक गचवांडा देत म्हटलं,

"येऽ, खुळ्यान्मगनं– पिशवी कर की फुडं, चिरमुरं कशात घेणार?"

माजा गचवांडा बसल्यानं खोट्या रागानं तिनं माज्याकडं नजर टाकल्यागत करीत हातातली पिशवी म्होरं केली... त्यात चिरमुऱ्याची आडीसरी पालथी घालता घालता दुकानवाल्यानं इचारलं,

"आनि बत्तासं-फित्तासं नको व्हय हो?"

"नको कसं हुईल– द्या की आठ आण्याचं!"

आनि असंच आम्ही जत्रंतनं फिरलो... फिरता फिरता तुकाला एक रंगीत चष्मा घेटला. बैलास्नी नव्या क्वीक येसनी घेटल्या आनि एक रिबीनबी वारभर. गुलाबी रंगाची. ते बघून अंजीनं ईचारलं,

"आनि ही रिबिन कुणाला हो ही?"

"रिबिन काय पोरींनीच घालावी असं काय हाय का?"

"मग पोरंबी आपल्या झिपऱ्यातनी बांधत्यात का?"

"आता जरा डोळं उघडून बघ तर आजूबाजूला, जग किती फुडं गेलंय. दुनिया किती फुडं गेलीया. आनि अशामंदी पोरीच जर पोरासारख्या वागायला लागल्या, तर पोरांनी तरी पोरीवानी का वागूने?" असं म्हणून मी मन लावून हसलो आनि मग म्हणालो, "आमी काय तसं काय करायसाटनं नसलं, तरी आमच्या बैलासाटनं घेटलीया रिबिन शिंगास्नी बांधायला!"

असंच आनि थोडा वेळ हिकडं-तिकडं फिरून जत्रा बघिटल्यावर मग अंजी

म्हणाली,

"चल, जरा जरा फराळ करूया..."

"माजा काय तुझ्यागत सोमार न्हाई..."

"नसंना का, संगं संगं वाईच– थोडा फराळ करायला काय बिघडतंय?"

तरीबी, 'कशाला नको बा, कशाला नको बा' असं थोडा वेळ मी केलंच, आनि मग तिच्याबरोबर फराळाला बसलोच... कागलकडल्या बाजूची घसारत... घसारतीवरचा झाडझाडोरा, हितं-तितं आडुशानं मान्सं बसल्याली. कोण जेवत्याली. कोण फराळ करत्याली... आम्हीबी अशाच एका झाडाबुडी बसलोतो. ल्हाया, भिजानं, थालीपीठ हांदलत हुतो, वल्ल्या खोबऱ्याबरोबर चिरमुऱ्याचा बकाणा भरीत हुतो. तुक्या मंदीच म्हणालं,

"आक्का, पानी?"

"जा वर हाटीलात नि पिवून ये जा." मी म्हणालो.

"आनि हाटीलवाल्यानं 'न्हाई' म्हटलं तर?"

"तसं म्हटलं तर हे घे पैसे, ह्येची भजी घे नि पानी पिवून ये," आनि त्येनं पैसे घेटल्यावर मी म्हणालो, "हे बघ, हे बेलटंबी घे नि येतावख्ती ह्यातनं आम्हास्नीबी पानी आण."

भकलाचं खोबरं चिरमुऱ्याबरोबर खाऊन खाऊन आता नुस्तं बेलटंच उरलं हुतं. ते पानी आणायसाठनं तुक्याच्या हातात दिवून मी म्हटलं,

"हे बघ, असाच सब्बळ ये खाल, ह्या झाडाची वळखन् धरून. काय म्हंतो, न्हायतर चुकशील!"

"नाय बा चुकत," तुका बारगीच्या माणसागत बोलला, "मी चुकाय काय बारकं प्वार हाय अजून! मी न्हाई चुकत घ्या!"

तुका गेल्यावर अंजीनं इचारलं,

"एकटंच आलायासा का?"

"एकटंच कुटलं, संगट बाई हाय, बाईच्या मैतरनी हैत. गाडीच घिऊन आलोय नि काय!"

"मंजे आमास्नी दूम लागू दिला न्हाई म्हणा की! आमी जड हुईत हुताव व्हय तुमच्या गाडी बैलास्नी?"

"तसं न्हवं अंजी... माज्या तर कुठं हे सारं ध्यानीमनी हुतं? आज मल्ल्याची जत्रा हाय हेबी कुटं म्हाईत हुतं मला? आनि आसली तरी तू जाणार हैस हे तर कुठं ठाऊक हुतं? अवस्थीच बाईनं हे क्याट काढलं नि यावं लागलं म्हणंनास!"

"तुम्ही सारी हिकडं आलासा, खरं मळ्यात राकुळीला कोण?"

"आबा देसाई हाय की शेजारचा. त्यो बैलं चारवत हुता बांधानं, म्हणालो,

'गड्या, हैस न्हवं सांजपतोर शेतात?' तर त्यो 'व्हय' म्हणाला. मग त्येला बोललो, 'मी चाल्लोय आडीमल्लय्याला, जरा मळ्याकडं ध्यान आसू दे... व्हाव तर दुपारच्याला फडातलं वाडं काढून घे बैलासाटनं, खरं जरा आपलं समजून ध्यान न्हावू दे.' यावर त्यो म्हणाला, "तुम्ही बिनघोरी जाऊन या, मी हितं हाय तंवरका मळ्यातलं कस्पाट दिकून हलणार न्हाई!' आनि मग बोलायचं तेवढं बोलून संपलं, सांगायचं तेवढं सांगून झालं, असं समजून मी मग मुंड्याच्या खिशातनं मघाशी घेतल्याली रिबिन काढली नि ती तिच्या म्होरं धरीत म्हणालो, "हं, हे घे तुला!"

माजं हे बोलणं ऐकून आधी तिला आचीट वाटलं. तिचं डोळं एवढंऽ झालं! झालं नि एखाद्या कवळ्या पिल्लानं पख्खाची फडफड करावी, तशा तिच्या पापण्या फडफडल्या... भराभरा उघडल्या-मिटल्या उघडल्या... आनि मग तर तिनं लाजून तोंडच फिरिवलं, नि असं तिनं आपलं तोंड फिरविताना तिचा डुईवरचा पदर घसरून खांद्यावर पडला. पडला नि मला कसं सुचलं नि मी काय केलं ते माजं मला कळायच्या आत माजं हात फुडं नि तिच्या बुचड्याला ती रिबिन गुंडाळून गाठ मारून मोकळं झालं! बुचड्याला बांधल्यालं लुगड्याच्या धांदोटीचं चिंधुक त्या नव्या गुलाबी रिबिनीखाली दडून गेलं! आनि माझ्या हातानं केल्याली ही कामगिरी माजी मी डोळं भरून बघायच्या आत पदराच्या पडद्याआड बुचडा झाकला गेला नि त्यो झाकणारीन् आणिक लाजून म्हणाली,

"जावा बा तिकडं, कोण बघिटलं-बिघिटलं म्हंजे, न्हाई ते व्हैक!"

आनि ती बोलल्याची परचिती म्हणून का काय कुणाला दक्कल व्हैक झालंच! जणू भुईतनं उगवावा तसा एक खेडमा माणूस समोर टुप्पदिशी उगवला नि कुगरूमीपनानं म्हणाला,

"वा: वा:! देवाच ठिकाणला यिऊन ह्ये लक्क धंदं चालल्यात की तुमचं!"

त्यो असं म्हणाला नि मी तिरमिरीनं उठलो आनि त्याच भिरंबिटीत फाडदिशी त्येच्या कानाखाली एक आवाज काढला! दुसरा आवाज काढावं म्हटलं तर ते जाग्यावर उभंच न्हायलं न्हाई, भेलकांडत-तिरपाटत बाजूला लोळागोळा हून पडलं, पडलं नि तुरमुंडी दिवून उठाय बघाय लागलं. एवढ्यात मी त्येला भिडलोच आनि 'तुला कशाला गावाची म्हारकी कराय पायजे रे उंडगीच्या!' म्हणत त्येला घोसळू लागलो. एवढ्यात अंजी पळत पळत जवळ यिऊन माज्या अंगाला येंगली नि आपल्या आंगात आसंल-नसंल तेवढ्या ताकदीनं मला त्येच्यापास्नं वडून काढाय लागली, भांडान सोडवाय लागली, 'अहो, अहो– असं काय ते, सोडा, सोडा बघू!' म्हणाय लागली. आनि मग तिची ताकतच जवा कमी पडाय लागली, तवा अगदी रडकुंडीच्या आवाजात ती म्हणाली, "सोडा, सोडा त्येला! माजा दाल्ला हाय त्यो!!"

आनि कुणीतरी मस्तकात फटका मारावा तसं झालं! अंगातली ताकदच झारझार उतरल्यागत झाली, माजं हात लुल्लं पडलं आनि मी त्या माणसाच्या छाताडावरनं कवा उठलो ते माजं मला दिकून नीटसं समजलं न्हाई...

खाल पडल्याला अंजीचा दाल्ला उठला. "बरं हाय गब्रू, ह्येचाबी वजावट्टा काढीनच कवाबी. मलाबी म्हाकवंकर म्हंत्यात!" आसं वटवटत निघून गेला...

...त्यो बोलतानं भसाभस दारूचा वास ईत हुता त्येच्या तोंडाचा... भेलकांडत हेलपाटत कसातरी त्यो निघून गेला...

...आनि मीबी तसाच कसातरी हेलपाटत झाडाच्या बुडख्याशी आलो नि माट्दिशी खाली बसलो...

अंजीचं लगीन झालंय... तिलाबी एक दाल्ला हाय, आनि त्येच्या नावाचंच डोरलं तिच्या गळ्यात सदान्कदा हलत-डुलत असतंय... रोज रोज एखांदी गोष्ट डोळ्यानं बघूनबी त्यामागला आरथ माणूस कसं इसरून जातंय!

मी बी हे सारंच कसं इसरलो होतो...! तिला रोज बघत हुतो, तिचं डोरलंबी बघत हुतो, आनि तिच्या दाल्ल्याला मतोर कसा इसरलो हुतो...!

मनात असं नि असलं कायबाय भिरभिरूनी जाईत हुतं... जाईत हुतं नि मनाला मुंग्या याव्यात तसं सारं सुंद्यावल्यागत जड जड वाटत हुतं...

आनि अंजी रडत हुती... अंजी रडत हुती... रडतच हुती...

चौदा

दिवस उगवतोय-मावळतोय, त्यो संपला की दुसरा, तिसरा... सारखं चक्कार चालूच असतंय हे... त्ये कुणासाटनं थांबत न्हाई... अंजी रोजच्यावानी मळ्यात कामाला ईत हुतीच. सरत्या सोमारचं आईमल्लय्याच्या डोंगरावर घडल्यालं ते सारं तिनं मनात कुठं तरी खोलखोलवर दडवून, गाडून टाकलं हुतं. आनि मीबी... मी काय काय इचार करीत हुतो, ठरवीत हुतो, नि ते सारं परत मनातच जिरवून टाकत हुतो.

असंच दिवस आलं नि गेलं नि गवर-गणपतीचा सण आला... गणपती आणत्याल्या दिशी मास्तर आलाता. बायकूपोरं संगट हुतीच... नव्या नवलाईनं साऱ्यांनी आपला फुलल्याला मळा बघितला. गावातनं गणपती आणून मास्तरनं फुडल्या आकणातल्या दिवळीत बशीवला. पावसुळा असला, तरी पाऊस न्हवता, म्हणून बाईचं तंबाखूचं काम बंद व्हाय न्हवतंच. तरीबी गणपती आणल्याला दिवशी बाई घरात न्हायलीती.

गणपती घालवंस्तवर ऱ्हायसाटनं मास्तरला मी आग्रेव लावलाता. खरं त्येला तेवढी रजा न्हवती, आनि शिवाय सासुरवाडीलाबी जायाचं हुतं... बेनाडीला... ती बी हितनं जवळच हुती. तवा आल्या आल्या तिकडं जावावं, असं मास्तराचं म्हन्नं. मळ्यात ऱ्हाण्यापरास सासुरवाडीत जावून सुट्टीचं तीन-एक दिवस तळ ठोकण्याकडं मास्तरचा कल दिसत हुता. मास्तरीनबाईची तर ह्या गोष्टीला फूस हुतीच. आनि मास्तरबी लैते करून तिच्या अंकीतला, आरी गेल्याला दिसत हुता. दाल्ल्यावर हुकमत गाजिवणारी हिकमती बाई हुती ती. तशी नि तेवढी पावर नक्कीच तिच्या अंगात हुती. न्हाईतर ऐन सणाच्या तोंडावर आपल्या दाल्ल्याला त्याच्या सत्तंच्या मळ्यातनं, घरातनं भाईर उस्कलून बाच्या गावाकडं कशाला धिंड काढली असती तिनं?...

ती सारी जाताना मी त्येंच्याबरोबर मळ्यातलं काई थोडं माळवंफिळवं बांधून दिलं आनि तिठ्यापतोर त्येनला पोहोचवून, बेनाडीकडं जाणाऱ्या यस्टीत बसवून आलो.

असाच गौरीचा दिवस उगवला. येरवाळीच उठून, हिरीत जावून बाईनं गवर भरली, आत आणून गणपतीजवळ पूजली, आनि मग रोजच्यासारखी ती कामावर लिप्पाणीला निघून गेली.

उगावतीस्नं दिवस कासराभर वर चढला, आनि हिरीवर गवर भरायसाठनं बाया-पोरींची रीघ लागली.

'ये ग गवराई, येत्याली हुती
आंब्याच्या बनी गुतली हुती
आंब्याचं आंबं तोडीत हुती
गणेश बाळाला खेळवत हुती
गणेश बाळाचं काय काय लेणं
अंगी टोपडं पिवळं वाणं...'

बैलास्नी कवळाभर गवात कापावं म्हणूनसाटनं मी बांधावर बसलोतो इळा घिऊन. खसासा गवात कापत हुतो नि कडप्या मागं टाकीत चाललो हुतो... गाणं कानावर पडलं, नि माज्या हातातली मूठ हातातच ऱ्हायली. गाणारणीचा आवाज किती ग्वाड लागत हुता कानाला. आनि... आनि वळकीचाबी वाटत हुता! कुनाचा बरं...? अंजी...? व्हय, अंजीच गाणं म्हणत हुती आनि तिच्या मैतरनी तिला साथ देत हुत्या...

गवर आली शेतापाशी
शेतवाल्या ईच्यारीत
का गं गवराई एकली
मी का होईन एकली
पुढं गणेश बाळ हाय
मागं शंकर भरतार
गवर आली वेशीपाशी
वेसवाल्या इच्यारीत
का गं गवराई एकली
पुढं गणेश बाळ हाय
मागं शंकर भरतार
गवर आली घरापाशी
घरवाल्या ईच्यारीत
का गं गवराई एकली...

अंजी गाणं म्हणत हुती, नि माज्यावर भूल पडत हुती. म्हव्वनजाळ्यात गावावं तसं हून गेलं हुतं...

साऱ्याजनी हिरीत उतरल्या नि तिनं गवर भरता भरता त्येंचं दुसरंच गाणं सुरू झालं :–

आगाशी पुनवंला, दिवस कुनीकडं मावळला
मी बघते चांदाला, पदर माज्या खांद्याला
गवरीच्या सणाला, बंधू आल्यात बलवायला
चिलीम वडत्याला मामानू, जावू काय मी म्हायेराला
मला काय ईच्यारतीस, ईच्यार तुझ्या सासूला
सोन्याची रवी, रुप्याचा दांडा,
ताक करत्याल्या आतीनू, जावू काय मी म्हायेराला
मला काय ईच्यारतीस, ईच्यार तुझ्या जावंला
सोन्याचा खराटा, मारीती फराटा
दार लोटत्याल्या आक्कानू, जावू काय मी म्हायेराला
मला काय ईच्यारतीस, इच्यार तुझ्या दिराला
सोन्याचा दांडू, रुप्याचा चेंडू, खेळत्याला दाजिनू
गवरीच्या सणाला बंधू आल्यात न्हियाला
जावू काय मी म्हायेराला...

असं गाणं म्हणतच त्या साऱ्याजणी निघून गेल्या. मंजे आज गौरीसाठनंच अंजी कामावर आली न्हाई तर! ऱ्हावूंदे ऱ्हावूंदे, तूपपोळी खावूंदे, मोठीधाटी हुंदे हुंदे, मगसन् यिऊंदे यिऊंदे... माज्याबी मनात एक गाणं सुरू झालं... तोंडात लिमलेटची गोळी घोळावी तसं घोळू लागलं... त्या नादातच दंग हून मी गवात कापत हुतो... एवढ्यात कानावर हाळी आली,

“रैत, अवो रैत!”

आवाजाच्या दिशेनं नदर टाकली– तर फुली उभी हुती... फुली! खुळी फुली!

“का आलीस फुली?” मी असं तिला इच्यारलं नि माझं मीच माज्या थोबाडीत मारून घ्यावं तसं झालं. तिला खूळ लागलंय् म्हणून आपुन असं इच्यारलं... तिला खूळ लागलं नसतं, तर आपुन असं इच्यारलं असतं का...? मंजे धाजण तिला जसं बोलत्यात, वागिवत्यात तसंच आपुनबी? एवढं तिचं–आपलं परकंपन हुतं? एवढं...?

माज्या बोलण्यावर ती खदखदून हसली... एक खुळी चमक तिच्या डोळ्यांत चमचमू लागली... मग ती म्हणाली, “का बा ऽ ह्यो मळा काय खंडून घेटलाईस तूनं? का मनाई केलीयास हितं कुणाला यायची? पैलं कसं ईत हुतो...? ईत न्हवतो...?”

“ईत हुतीस की...”

“हंम् बघ! आसं खऱ्यानं बोलावं मान्सानं, खऱ्यानं वागावं, खऱ्यानं चालावं...”

एखांद्याची चेष्टा करताना, टर उडिवताना माणूस जसा सूर लावतंय तसाच तिच्या साऱ्या बोलण्याचा सूर हुता. वाटत हुतं, माजीच न्हवं तर साऱ्या दुनयेचीच तिचा ह्यो सूर टर उडवाय लागलाय!

टर उडीवल्यावर माणूस मनातनं न्हाई म्हटलं तरी चिडाय लागतंय, आनि अशी चिडणाऱ्याची समजूत काढणं हे तर मग चिडीवणाऱ्याचं कामच असतंय. मग ती बोलू लागली नि मला वाटाय लागलं– ही आपली समजूतच काढाय लागलीया! खुळं कोण हुतं...? ती..? का मी? श्यानं खुळ्याला नि खुळं श्यान्याला खेळवावं तसंच सारं चालू हुतं... ह्यात खुळं कोण हुतं...? आनि श्यानं तरी कोण हुतं?

"मी आलतो गवर भराय... का यिऊ ने?"

असं मलाच इच्यारून मग आपुनच ती म्हणाली, "मला गवर पायजे हुती... उसाच्या कडंवडनं उगवलिया?"

"बघाय पायजे," आनि मी बोललो, "तुला पायजेच असली, तर बघू या व्हाव तर..."

"हे मतोर खुळ्यागत बोलणं हं तुजं!" नि मग परत खुळं हसू हसत ती म्हणाली, "पायजे म्हणून तर आलोय..."

"बरं, बघूया चल तर..." आनि मी उठलो नि उसाच्या फडाकडं चालू लागलो...

माज्या मागोमाग तीबी...

फडाच्या कडंकडनं, पानी जात्याल्या पाटाच्या बाजूनं आम्ही बघत हुतो... गावातल्या बायाबापड्यांनी गवर उपडून न्हेल्याल्या खुणा कुटंकुटं दिसत हुत्या... कुटंकुटं गवरीची तांबूस फुलं पडल्याली दिसत हुती... गवर कुठं औषीदाला दिकून कुणी राकाय न्हवती! असंच फिरत, हुडकत फडाच्या बाजूनं आम्ही घराच्या परड्या आंगाला आलो... सोताचा सवता सुबा सवतं जग असल्यावानी बाईनं हितं-तितं आल्यापास्नं परड्यापुरती बाभळीची शिरी नि कांटकोळसुंबं ह्येचं कुप्पन घाटलं हुतं... आनि परड्यात तिनं कुठं दिडका तर कुठं दोडका, कुठं भोपळा– असलं कायबाय घाटलं हुतं...

"ती बघ, तितं हाय गवर!" फुली म्हणाली.

ती दावत हुती तिकडं मी बघिटलं...

कुप्पनाच्या सांदाड्यात गवर फुलल्याली दिसत हुती. लगीन ठरवायासाटनं मान्सं आल्यावर एखादी पोरगी लाज लाज लाजावी, सांदाड्यात दडून बसावी, तशी दिसत हुती ही गवर. त्येनंच आसंल अजून ती लोकांच्या नजरंत पडली नसंल...

"अरेच्या मारी– व्हय की! चल देतो उपडून!"

मी म्हणालो आनि माझ्या मागोमाग ती घरात शिरली... आसंच आम्ही माळीत

आलो नि तिनं आल्यावर गाप्पदिशी मला मिठीच मारली!

त्या मिठीनं माजा बरफ करून टाकला. तरी तिला एक वास हुता घामाचा... सणाची तिनं अंघुळ केली हुती, तरी सकाळचं ऊन– उन्हाळ्यागत पडल्यालं, आनि ती तितनं हितवर आल्याली– उनात.

मिठी मारल्यावर ती म्हणाली, "जैशिंग!"

मी तिच्या डोळ्यांत बघितलं – तिच्या डोळ्यांतल्या खुळ्या चमकीवर आंधळ्या वासनेची सावली पडली हुती... वासना! आंधळी तशीच खुळीबी!

"असं काय हे फुली– काय म्हंतीस तू?" तिची मिठी सोडवायसाठनं मी धडपड केली.

"झोप माझ्याबरोबर तू!"

"काय बोलतीस तू! डोस्कं फिरलंय का तुजं?"

"आदी एकदा झोपला हुतास, ते कसं?" आनि अशी मलाच चपराक लगावून ती बोलली, "त्या येळंला कुणाचं फिरलंतं डोस्कं?"

मनात आलं– खरं हाय फुली तुजं! त्या येळंचं जग किती निराळं हुतं– तुजं नि माजंबी, आनि आता...? आता किती फरक पडला हुता दोघांत, दोघांच्या मनात, भावनांत, इच्यारांत, वागण्यात... कुठल्या कुठं भिर्काटलो हुतो दोघं... किती जवळ आलो हुतो आपुन नि किती दूर जाऊन पडलो हुतो! का? कुणामुळं? कशासाटनं...? असंच व्हायचं हुतं, तर ती आपनला भेटली तरी का? देवाच्याच मनात का हुतं– अशी माझ्या उराला वाळू लावावी नि तिच्याबी जिनगानीवर वाळुसरा पाडावा...?

"डोस्कं शांत ठेव फुली! डोस्कं शांत ठेव!" मी तिला समजावीत हुतो, समजूत घालीत हुतो...

"डोस्कं शांत ठेवाय डोस्कं काय भडकलंय माजं?" आपली मिठी सोडत ती म्हणाली, आनि आपल्या दो हातांच्या वंजळीत तिनं माजं त्वांड पकडलं नि माट्‌दिशी माजा मुका घेटला... मग हसत सुटली... हसताहसताच मध्ये म्हणाली, "खुळा कुटला! डोस्कं शांत ठेवायचं, काय करायचं, कसं वागायचं मान्सानं?"

काय करायचं? कसं वागायचं? माजं मीच मनाशी माजं मलाच हे सवाल ईच्यारत ऱ्हायलो.

अजूनबी ती हसतच हुती... तिचं ते खुळं हसू ऐकून माजंबी डोस्कं फिरतंय का काय, असं वाटत हुतं... तिच्याबरोबर काय बोलावं, कसं वागावं, ह्या सवालांचा तिडा आता मलाच पडाय लागला...

आनि मग तीच म्हणाली, "घाबरलास? अगदी सशाचं काळीज घिऊन जन्माला आलाईस बघ! मी काय तुला खाईत न्हाई, का गिळत न्हाई... चल गवर दे चल..."

परड्यात मोकळ्यावर आल्यावर मलाबी किती मोकळं मोकळं वाटलं!

गवर उपडून तिच्या हातात दिली. ती हातात घेत ती म्हणाली, "चाफ्याची पानंबी पायजे हुती!" आनि तिनं आळवाजवळ उगावल्याल्या पांढऱ्या चाफ्याकडं बघिटलं...

"तुजी उसाभर कराय सस्तर एक माणूस ठेवाय पायजे बघ फुली!" मी थट्टंगतीचा सूर काढीत म्हणालो...

"तू असल्यावर आनि माणूस ठेवायची काय जरूर?" पयल्यांदाच श्यान्या मान्सागत ती बोलली... नि मग श्यान्यावानीच खुदकन हसली!

ती असं बोलली, नि माज्या मनात आलं, ही एकदा असं बोलती, एकदा तसं बोलती, हिला खुळ लागलंय म्हणायचं तरी कसं? माजं मलाच समजंना– खरंच फुली खुळी झालीया का जादा श्यानी झालीया...? मी त्या चाफ्यावर चढलो नि भराऽरा पानं खुडू लागलो.

"फुरं फुरं!" खालनं ती म्हणाली, "फुरं, उत्तर खाली आता, झाली तेवढी मनगंड झाली..."

मी खाली उतरलो, मुठीतली पानं तिच्याकडं दिली. ती घेताना तिच्या कोपराकडं सबगती ध्यान गेलं. तसाच तिचा हात धरत इच्यारलं,

"काय गं हे?"

"कोण दगोड मारलंय जनू... मगाशी हिकडं येतावख्ती..."

ती असं बोलली नि गर्रदिशी सारी दुनिया फिरल्याचा भास मला झाला... मंजे... मंजे गावातली पोरंटारं दगडं मारून हिला पिडसाय लागली तर! खरंच कळवळलो ते बघून मी. म्हणालो,

"थांब, टिक्याचा पाला आणतो– रस पिळूया लागल्याल्या जाग्यावर..."

आनि मी टिक्याचा पाला हुडकू लागलो. त्या परड्यात– हिकडं, तिकडं नजर भिरभिरली... दिसला! दिसला! कुप्पात एक याल म्हवरल्याला दिसला. असा पसरला हुता नि टिचभर देठ वर वाढून त्यावर एवढंएवढंसं पिळंधमक फूल लागलं हुतं... मी झराऽरा येलाजवळ गेलो. पाला वरबडला नि तसाच तळहातावर रगडत-पळत मागं फिरलो– बघतोय, तर फुली आत निघून गेल्याली... "अगं, अगं, अगं, हे काय! थांब, थांब!" म्हणत तिच्या मागोमाग पळालो...

मी पळत येत असल्याला बघून ती थांबली, नि एखादं माणूस हुंदका दिवून रडावं तसं गद्कन् हसून म्हणाली,

"कशाला त्यो टिक्याचा पाला? आनि त्यो कुठं कुठं लावणार हैस जैसिंग? हितं...? हितं...?" बोलत बोलत तिनं माज्याकडं पाठ फिरिवली नि पोलक्याच्या गुंड्या सोडून सार्रदिशी पोलका मानंपतोर वर उचलला!

तिची ती गोरीपान पाठ वळानं भरून गेली हुती– माराच्या! वळ रमरमल्यानं, तरारल्यानं, त्येंच्या दोन बाजूंची जागा लाल लाल झाल्याली!

यवढा घट्ट काळजाचा मी, खरं तो तसला राक्षसी मार बघून मला घेरी मारल्यागत झाली. आधारासाठी मी तिच्या पाठीवर हात टेकलं... टिक्क्याचा पाला मळून जमल्याला तो हिर्वाचार रस तिच्या साऱ्या पाठीवर घरंगळला.

मला आधार देत फुली म्हणाली,

"अंगावरल्या जखमा ह्या रसानं सुकमारतील, खरं काळजावरल्या जखमा सुकमारायचं औषीद सांगशील जैशिंग?" आनि तिनं माजा हात आपल्या काळजावर वडला. ठेवला...

थानच्या पोरानं आम्याकडं बघत ऱ्हावावं तसा मी तिच्या उघड्या छातीकडं बघत ऱ्हायलो... झऱ्याला जिवाळं लागल्यागत माज्या डोळ्यांस्नी जिवाळं लागलं... पान्यानं डोळं डबडबून गेलं नि मग सारंच आंधूक आंधूक दिसाया लागलं...

फुलीचा बाप म्हणून रामू जाधवाला मी तसा वळखत हुतो.. तसं बोलणं-सवरणं नसलं, तरी मास्तरचा नवा रैत म्हणून त्योबी मला वळखत आसंल, न्हाई असं न्हाई... तर ह्या जाधवानं शिदगौंड पाटलाचंच श्यात केलंतं– चौथाईच्या फाळ्यानं. गावच्या शिवंजवळनं जो वडा गेलाता, त्येच्या पल्याड आंबराई हुती. त्या आंबराई लगटच जाधवानं केल्यालं श्यात हुतं.

दोपार झालीती आनि उन्हाळ्यागतीनं ऊन पडलंतं. जररोजीगतच वातावरण– पावसुळ्याचा इसर पाडणारं... मी जाधवाकडं जायाय निघालो. भुईमुगाच्या पट्टीवयल्या नड्यावर घोडं खोप घाटलीती, आनि त्या खोपीत भुईवरच निर्मळवानी जाधव पासललाता. मी हाळी घाटली,

"राममा ऽ आगा ये रामूमा!"

माज्या आवाजानं त्यो उठला नि खोपीच्या मेडीला टेकून चवड्यावर बसत म्हणाला,

"काय गा ऽ लांब लकार्णी मारलीस आज?"

"आलतो तुज्याकडंच."

"माज्याकडं?" त्येचं झोपाळू डोळं सौशवानं गढूळ झालं. "माझ्याकडे काय काम काढलंस?"

"काम जरा खाजगी हाय. 'तुला कशाला पंच्यात' म्हणून पाच पायतानं मारलीस तरी चालंल, खरं आज तुला बोलायचंच म्हणून आलोय! मी बोलणार हाय फुलीबद्दल..."

"फुलीबद्दल...?"

"व्हय. तुमच्या फुलीबद्दल! किती दिवस तिची अशी फरफड चालीवणार

हैसा?''

''फरफड मंजे? तिला काय खाय-जेवाय कमी केलंय का ल्यायनेसाय?''

''आपुन एखांदं जनावर पाळलं की त्येचीबी अशीच निगराई राखतो की, खरं माणूस नि जनावर ह्येच्यात फेर हाय का न्हाई सांगा की!'' आनि मग म्हणालो, ''ह्या गावची कार्टी आनि रांडा ह्येंची करमणूक कराय साटनं फुलीला गावातच ठेवणार व्हय आसंच? तिला ईळभर किती पिडसत्यात बाया-पोरं दक्कल हाय तुम्हास्नी?''

''दक्कल हाय, खरं मी तरी काय करणार? कुणाकुणाच्या तोंडाला हात लावायचा? कुणाकुणाला आवरायचं? आपलंच नाणं ह्ये असलं खोटं हाय! सांगायचं कुणाला?''

''मग अशीच चालढकल करत ऱ्हाणार तर!''

''चालढकल कसली करतोय? आजपतोर ह्येला दाव त्येला दाव असं केलं. रुपय शंभर खर्चलं की... खरं गुण न्हाई, उतार न्हाई, त्येला मी तरी काय करणार तूच सांग!''

''काय करणार मंजे? करण्यासारखं रेट हाय आजून... तिला खुळ्यांच्या हास्पिटलात का ठेवीत न्हाईसा धारवाडला?'' आनि मग म्हणालो, ''भिकार झवन्याचं ह्ये असलं जग झालंय. लोकंबी तसलंच, आनि ही असली जवान पोरगी– अशी भाईर हिंडाय सवरायची. कोणबी फायदा उठवला मंजे पोरगी नासून जाईल का न्हाई सांग की!''

''ह्याच एका इच्यारानं माजंबी डोस्कं भिरंबिटतंय आनि मग रागाच्या भरात हाती गौसल त्येनं मारतोबी तिला ढोरागत... खरं ढॉरबी एकाच जाग्याला कट्टाळून जातंय, ती तर माणूस हाय. घरातल्या घरात कट्टाळून जाणारच– मग भाईर थोडी हिंडती, फिरती ह्या घरात, त्या घरात बस, असं करती...''

''मी बी त्येच म्हंतो की... त्या बायका तिला काय न्हाई न्हाई ते इच्यारून आपली फुकटात करमणूक करून घेत असत्यात. खीः खीः दात काढत असत्यात. हे असं बरं का? दुखणं जरासं हाय तवर दवापानी करावं, त्येच बळावलं, तर हातचं माणूसबी गमावायची पाळी का न्हाई? आता तुम्हास्नीही ठावं आसंलच, मनाला लहर लागंल तशी फुली कशी वागतीया ते? श्यानं माणूस बी तोंडात बोट घालंल अशी कवा कवा ती शान्यागत बोलती-वागती... तर ह्योच एक पाईंट धरता येणार न्हाई का? ती सुदरायची हीच एक आशा मला वाटतीया... तवा माजं म्हन्नं काय तर हास्पिटलात तिला ठेवलं तर ती सुधारंल का न्हाई? ह्या भिकणीशी गावात ऱ्हावून का ती सुधारणार हाय, सांग की! उलट ह्या लोकांच्या, ह्या पोराटोरांच्या कारानं नांव नांव तिचं खुळ वाढतच जाईल का न्हाई...?''

''तू म्हंतोस ते सगळं पटतंय, खरंन पैशाकडनं सगळं गाडं पांगळं पडतंय,

काय करायचं? त्यो इच्चलकरंजीवाला तर सोगा पाडन मोकळा... हिचं लगीन केलं, त्योच बोजा मला लै झालाय म्हंतोस. त्या श्यार गावात बायकू-पोरंदारं घिऊन ऱ्हायाचं मंजे खरच्या मनगंड. त्यो तर काय करणार! आनि मी तर ह्यो कसा! फाटक्या हाताचा, नशिबाचा! आता हे श्यात– माजं सोताचं की गा! खरं इच्चलकरंजीवाल्याच्या लगनात चार हजाराचं रीण काढलं पाटलाचं नि हे श्यात कबज्यागहाण लिवून दिलं– धा वरसाच्या बोलीनं. तीन पोरं हैत राबून-सवरून रीण फेडतील म्हनलं तर तिन्ही तऱ्हांची निघाल्यात. त्येनला शेतीचा नादच न्हाई. शेतीत काय मिळणार हाय म्हंत्यात एवढं वंगून! श्यार गावाचं डॉळ लागल्यात त्येनला. तितला पैसा दिसतोय. पैसा काय, आज हाय, उद्या न्हाई, खरं ही माती... ही माती आपली ती आपलीच ऱ्हाणार असती, हे सांगून पटत न्हाई त्येनला, माजं काय आता धा गेलं, पाच ऱ्हायलं, माज्या हयातीत तर हे श्यात, हे टपनं, माज्या मालकीचं कुठलं आलंय व्हायला... सोताच्या शेतात सोताच रैत म्हणून राबत जलम जायाचा आपला!!''

म्हातारा अशी आपलीच कानी कानी कित्तानी सांगत बसला. तसा मी म्हणालो,

''ते झालं गा रामूमा! सगळ्यास्नी आपापलं सोताचं असं दूक असतंयच... हालवानास रामासारख्या देवमान्सास्नीबी चुकाय न्हाई. तितं आपल्यासारख्याची काय कथा, खरं मान्सानं आपल्याच, आपल्या पोराटोरांचं आपुनच बघायचं असतंय. दुसरं कोण बरं बघणार?''

''भाईरल्या म्हागाईचा ह्यो काच नि घरचा ह्यो जाच ह्येनं मी तर गड्या पार डेंगून गेलोय म्हनंनास! माजी तर कुवत न्हाई बाबा तिला धारवाडला ठेवायची– आता तरी निदान. नशिबात काय हाय तसं हुईल...''

''आता नुस्ता नशिबावर हवाला ठिवून चालत न्हाई रामूमा!''

''मग काय करू म्हंतोस?'' चिडक्या आवाजात रामूमानं इचारलं,

''तुज्याकडं आसंल तर दे पैसे, उसनवार म्हणून– तिला आताच्या आत्ता धारवाडला ठिवून येतो!''

त्यो आसा चिडल्यावर 'पोरं काय माज्यासाटनं काढलाईस का?' म्हणून मलाबी चिडून त्येला इचाराय आलं असतं... खरं अशी चिडाचिडी करून फुलीच्या जिनगानीवरचं साऊट दूर थोडंच हुणार हुतं...? मी त्येच्याबरोबर वाद घालाय आलो न्हवतो, तर फुलीचं काई बरं व्हावं, चांगलं व्हावं– म्हणून काय करता ईल का त्ये बघाय, कराय आलो हुतो, म्हणून मी न चिडता थंड आवाजातच त्येला म्हणालो,

''आसा चिडू नकोस रामूमा! तुला कवा हाव, तवा पैसे घिऊन जा, खरं फुलीचं काय तरी चांगलं करायचं बघ, आसा हातपाय गाळून बसू नकोस!'' आनि मग मी उठलोच. उठता उठता म्हणालो, ''आनि एक लक्षात ठेव– गाववाल्यांच्या मापानं

मला मोजू नकोस. मी लै निराळा हाय. जसा चांगला, तसा वाईटबी... कुणाच्या मोजपट्टीत मावायचा न्हाई, तवा उगच काय तरी मनात आणू नकोस... फुलीच्या जिनगानीची ही धिडवणूक मला बघवंना, ऱ्हावलं न्हाई म्हणून सांगाय आलो... तू काय माजा दोस्त, मैतर न्हवंस, पाव्हना न्हवंस का तुला पाव्हनाबी करून घ्याचा न्हाई... खरं माजं मलाच हे काय बरं दिसंना म्हणून हितंवर वाकडी वाट केली... न्हाईतर मला तरी ही न्हाईती खॉट ऊसाभर करायची काय जरुरी पडलीया सांग की?''

एवढं मी बोलतोय तवर म्हातारा पोरागत रडाय लागला – ढसाढसा... म्हातारं माणूस असं रडाय लागलं की चरखात गावल्याल्या उसातनं पाणी पडावं तसं मला वाटाय लागतंय... बापयाचं हे असलं रडं दुनियेतलं लै मोठं दूकू पचवून अखेर सोसनुकीची ताकदच संपल्यावर हे असं अवस्थी भाईर पडतंय.

त्यो रडत्याला बघून माज्याबी काळजाचं पानी पानी व्हायला लागलं...

म्हणालो,

''गप्प रामूमा, गप्प बस. आसं बायकागत बुळूबुळू रडूने, बापय गड्याला सोबत न्हाई त्ये! निरप डोळं त्ये...''

''मी तुला वळीखलं न्हाई जैशिंग... तुजं बोलणं इसरणार न्हाई मी... तुझ्या रूपानं देवच पावला म्हणायचा!''

''बरं, मी चलतो आता... माजं पैसं तय्यार हैत आसं समज... तू तिचा बा हैस. तिच्या भल्याजोगं कोंचं वाटंल ते कर, सांगायचं करतव आपलं... ऐकणं, न्हाई ऐकणं तुजं काम... पैशासाटनंच सारं नडत आसंल तर मला बेशक हाळी मार...''

आनि मी मळ्याकडं यायला निघालो... थोर तोंडानं मी आसं बोलून आलो, खरं पैशाची काय जोडणी करायची, ह्यो सवाल माज्याफुडं उभा ऱ्हायलाच... सारी सोंगं मान्साला आणता येत्यात, खरंन पैशाचं आनाय येत न्हाई... तरीबी वाटलं, पाटलाकडं मागावं का? मागिटलं, तरी त्यो न्हाई म्हटला नसता, खरं आसं कुणाकडं हात पसरणं, तोंड येंगाडणं माज्या सोबावात बसत न्हवतं... मग काय करावं? पैसा कसा उभा करावा? आनि मग अवस्थी मळ्यातलं सारं माळवं नजरंसमोर दिसू लागलं– वांगी, दोडकं, कांदं, फुलकोबी, टाम्याटु, झालं तर भाज्या, शेवग्याच्या शेंगा... आनि लिप्पाणीचा बाजार दिसू लागला... बाजारात हे माळवं दिसाय लागलं... त्यो बाजार हे माळवं, हे माळवं त्यो बाजार... आनि मग पैशाची जोडणी कशी करावी ह्यो सवालच ढेपाळून, इरगळून गेला... माजी पावलं समाधानानं मळ्याकडे पडू लागली... बाजूंची टपणी, भोत्याची शिवारं, डोस्क्यावरचं आभाळ, आभाळालाच शिडी असावी तसं उच्च गेल्यालं माज्या मळ्यातलं नारळीचं झाड... सारंच कसं समाधानानं निथळाय लागल्यावानी वाटत हुतं...

आनि हे समाधानच माज्या रोमारोमात भिनल्यावानी हून माज्या मूळच्या समाधानात वाढावा हुतोय असं माजं मलाच जाणवाय लागलं.. कळाय लागलं... उमगाय लागलं... आनि एका इचारानं समाधान ह्यात मिसळत हुतं – फुलीनं आपनला सुक दिलं. लै न्हाई, थोडं तरी सुक दिलं... त्या सुकाची भराभरती आपल्या हातानं कशी का आसंना थोडीबहुत हुतीया, हे का थोडं झालं? हे जसं सुक हुतं, तसंच ह्या समाधानाचंही एक सुकच... त्या सुकापारास निर्मळ... चांगलं...

पंधरा

आज सकाळपास्नं अंजीचा न्याराच नूर दिसत हुता... कामाकडंबी तिचं चित न्हवतं... एक कर म्हटलं तर बेक कराय लागायची, कुठंतरी बघत ऱ्हायाची– टकाटका... आखिर ईच्यारलंच, "अंजी, काय झालंय तुला? का फुलीचं व्हारं-बिरं पडलं गं?"

"कुठं हाय काय! काय न्हाई बा..."

"मग अशी का तानामाना कराय लागलीयास बरं? का बरंगिरं वाटंना तुला?"

"न बरं वाटाय काय धाड झालीय मला?" आनि मग आपल्या मनाशीच बोलल्यावानी ती म्हणाली, "धाड झाली असती, तर आनि बरं हुतं, ह्यो जंजाळ तरी कमी झाला असता!"

"एवढं कावून कदरून जायाय काय घडलं असं, सांग की. मला दिकून सांगणार न्हाईस का? एवढा मला परका समजतीस का?"

"परकं समजलं असतं, तर इतकींदी अशी निच्चितानं मळ्यात एकटीच कामाला आलो असतो का?"

"माग सांग– आज असं का? कसली टोचणी लागलीया तुला? कसली काळजी लागलीया एवढी?"

"काळजी कसली – कसली म्हणून आता सांगू तुम्हास्नी? नाटानिटीनं दिवस काढायचं म्हटल्यावर आता एका गोष्टीची काळजी असती का? तसं ईच्यारशीला तर मी आता काळजीच करायचं सोडून दिलंय... कसं हुईल तसं हुईल... काय नशिबात आसंल ते भोगायचं, काळजी करून का भोग चुकल्याला हाय कुनाला?"

"आसं पान पालटल्यावर मूळ मुद्द्याचा इसोर मला पडंल असं वाटलं व्हय तुला?"

"उगंच खो-खोदून तीच गोष्ट ईच्यारत बसू नकोसा! आपलं दुक आपुनच भोगायचं असतंय... ते सांगून आनि तुमच्या सुकाच्या जिवाला दुकाचा बिब्बा घालणं बरं न्हवं!"

"माज्या दुकाचा तू इत्का इचार करत बसू नकोस... आजवर कईएक तऱ्हंचं

सुक भोगलंय तसंच कईएक तऱ्हंचं दुकबी पचिवलंय... तवा हे दुक पचिवणं मला जड जाणार न्हाई... सांग अंजी, सांग, कसला तुला एवढा घोर लागून ऱ्हायलाय? आजवर मळ्यात बघतोय तुला, रोज बघतोय– अशी कधी खचून गेल्यागत दिसाय न्हवतीस... वागाय न्हवतीस... आनि आजच...? का...? कशासाटनं...? तुजं त्वांड तर असं सुकमारून गेलंय– वाटतंय, रातभर सरळ झोप दिकून आली नसंल तुला! सांग की, का असं? कसल्या काळजीनं जळाय लागलीयास अशी?''

''त्येचा कागोद आलाय!''

''कुणाचा...?''

''दाल्ल्याचा...''

तिचा त्यो एकच बोल माजं काळीज कातरीत गेला... दाल्ल्याचा कागोद आलाय... दाल्ल्याचा! आनि मला आडीमल्लय्याचा डोंगर दिसू लागला... नि डोंगरावरचा त्यो परसंग... अंजीचा त्यो दाल्ला... 'बरं हाय गब्रू, ह्येचाबी वजावट्टा, काढीनच कवाबी... मलाबी म्हाकवंकर म्हंत्यात!' आनि भसाभसा येत्याला दारूचा त्यो वास...

तर ह्या दाल्ल्यानं कागोद पाठविला हुता! त्यात काय लिवलं आसंल त्ये कुणी वाचून न दावताच आताच मला समजाय लागलं... तरीबी ईच्यारलं,

''काय लिवलंय त्येनं कागदात...?''

''फुडल्या आठवड्यात मला न्ह्यायला येतो म्हटलाय!''

आनि तिचं डोळं पाण्यानं डबडबून आलं... त्या तिच्या भरल्याल्या डोळ्यांनी सारं काई मला सांगितलं... सारं काई...

तिचा दाल्ला फुडल्या आठवड्यात तिला घिऊन जाणार... हक्कानं नांदवाय घिऊन जाणार... नांदवायला... का आडीमल्ल्याच्या डोंगरावर अजाणता, अवस्थी आपल्या हातनं त्येचा जो पानउतार झाला त्येचा बदला घ्यायला...? नि त्योबी आपनवर न्हवं, तर अंजीवर...? ह्या निस्पाप अंजीवर...? त्या दिवशीच्या आपनवरच्या रागानं तिकडं हिला न्हेवून त्यो हिची कशाकशा तऱ्हंनं जाचणूक करील, करीत ऱ्हाईल, ह्येचं सारं चित्तार माज्या नजरंसमारे दिसाय लागलं...

कुठल्या चुकीची ही सजा अंजीला? मग आपुन काय नुस्तं बघतच बसायचं हात बांधून...?

मंजे, दुक भोगायसाठनंच ह्यो जीव जल्माला आला हुता का...? हितं सवतर आईच्या जाचाखाली काय सुक हुतं हिला? आनि तिकडं नवरा तर असं कराय टपल्याला... मग हिनं कुणाच्या तोंडाकडे बघायचं...? कुणाच्या...?

आनि सांगणाऱ्यानं तरी काय करायचं? नांदाय जावू नकोस म्हणून? नांदाय जायचं न्हाई तर मग काय करायचं लगीन झाल्याल्या पोरीनं...? काय करायचं...?

तिचा बा नि सवतर आई तर हारकून पानी झाली असतील दाल्ल्याकडनं कागोद आल्यावर! पदरातला ह्यो इस्तू किती दिवस, किती काळ सांबाळत ठिवायचा? त्यो जिकडला तिकडं पोचतं केल्याला बरा, म्हणत असतील...

आनि ही अंजी...? ही अंजी काय इच्यार करीत आसंल? काय इच्यार करीत आसंल? आनि...

आनि हिच्या डोळ्यांतलं हे पानी काय सांगतंय? काय सुचिवतंय...?

अंजीला मुकं कढ येत हुतं... अंजी रडत हुती... रडत हुती अंजी...

आनि मी नुस्ता ईच्यारच करत हुतो... नुस्ताच ईच्यार करत हुतो...

नुस्ताच...

अंजीशिवाय ह्यो मळा...?

नुस्ता मळाच...?

छे: छे:! ह्यो मळा नि आपली जिनगानीबी...

आपली जिनगानी!

अंजीशिवाय ह्या दोन्हींची कल्पना कराय ईत न्हवती!

अशी मांजराच्या पावलानं ती आपल्या जिनगानीत कवा आली, नि आसं कवा घर करून बसली...?

काई कळत न्हवतं... काई कळाय न्हवतं...

कागोद आला... अंजी फुडल्या आठवड्यात...

आपुन असं नि इत्कं मनाला लावून घ्यायला कोण लागतीया ती आपनला? कोण लागतीया...?

कोण लागत न्हाई...? कुणीच न्हाई...? पोटासाठनं रोजगाराला धाजणी शेताभातात राबाय जात्यात, तशीच तीबी एक...?

तशीच...?

छे: छे:! न्हवं, न्हवं!

तर मग...?

आनि मग माजा मलाच धक्का बसला! ह्या... ह्या अंजीवर आपलं मन बसलंय...? आपलं? तिच्याबिगर आपुन आपल्या जिनगानीची कल्पना करू शकत न्हाई इत्कं...?

एका फुलावरनं दुसऱ्या फुलावर उडणाऱ्या भुंग्याच्या औलादीचं आपुन, आनि आसं एकाच ठिकाणला रमणं, रुदावणं...? छे: छे:! कसं...? कसं शक्य हाय...?

तसं न्हाई तर आसं का वाटतंय? असं नि एवढं?

का उंडरात फिरणारं मनबी कुठं एका जागंला सरदा ठेवायला बघतंय...? शिकतंय? कुठंतरी भरोशाचा आसरा हुडीकतंय...

...आनि अंजीच्या बाबतीत आपलं असंच घडलंय... घडतंय?

असं नि असलंच काय काय माझ्या मनात भिरंबाटून गेलं कुनाला दक्कल, खरं मी ठाम आवाजात तिला म्हणालो,

"अंजी लगीन करून घेशील माझ्याबरोबर?"

ती एकदम चमकली नि माझ्या तोंडावर हात ठेवत म्हणाली,

"छे: छे:! असं बोलू नकोसा!"

"आता गळ्याला आलं तरी तोंड उघडू नको म्हणतीस अंजी, 'बोलू नको' म्हणतीस?"

"तिनं भुलीवलं, असं व्हायला नको. माझ्यामुळं तुमच्या नावाला काळुकी लागाय नको! एकदा लगीन हून नाकमुडं झालंय माजं, तसं तुमचं तरी व्हाय न्हाई... कोणबी आनंदानं आपली पोरगी दील तुम्हास्नी... काय कमी हाय तुमच्यात...? रूप राजाचं हाय, ह्यो इतकाबला मळा ताब्यात हाय, आनि..."

"तुजं लगीन झाल्यालं मला सांगतीस नि बिन लगनाचं मी काय काय केलंय– ते समजून घेत न्हाईस तू... म्हाईत न्हाई व्हय तुला सारं?"

"असून नसून काय करायचं? तसं वागणं बापयगड्याला..."

"ते काय न्हाई! तुला जावू देणार न्हाई मी तिकडं– जिवात जीव आसूंपतोर! जायाचं असलं तर माझ्या मढ्यावरनं...'

परत तिचा पंजा माझ्या तोंडावर आला. म्हणाली,

"असं वंगाळ बोलू नकोसा! माझ्यावर असा हक्क दावून बांधून ठेवू नकोसा मला! माझ्या नशिबात काय काय हुणार हाय, माजं काय काय धिंडवडं निघणार हाय ते निघू देत!"

तोंडावरचा पंजा बाजूला करीत मी म्हणालो, "न्हाई अंजी न्हाई... आजवर निघालं, तेवढं फुरं झालं, ह्यापुडं निघू देणार न्हाई मी... ह्यापुडं निघू देणार न्हाई..."

"माझ्याबरोबर लगीनहून सल्प वाटलं तुम्हास्नी?"

"कितीबी अवघड असूंदे, मी सल्प करून दावीन! देवदयेनं बोटचेप्या सोबावाचा व्हाय न्हाई मी आजून! परिस्थितीच्या नावानं बोटं मोडत बसणार न्हाई, तिला लिंगडीच्या छप्पीगत चराऽरा वाकवीन, तेवढं मनगटात बळ हाय आजून!"

"सारीच कामं बळानं हुईत असती तर मग कशाला..."

"बळानं हुईत न्हाईत तितं बुद्धीनं हुत्यात, पैशानं हुत्यात, तेबी करीन मी, सोडणार न्हाई!"

आनि मी उठलो. तराऽरा गावात आलो. शिदगौंड पाटलाच्या घराफुडं. हाक मारली,

"पाटील! पाटील हैत का घरात?"

"ये, ये जैसिंग!" आतनं पाटलाचाच आवाज आला, "हुंबराचं फूल आज दिसलं म्हनायचं!"

आत गेलो. नेहमीगतच आजबी पाटलाच्या भोत्याभोर 'व्हय बा' नि 'खाऊ बा' लोकं जमल्याली... पाटील त्या साऱ्यांस्नी आपलं दोस्त समजत हुता... दोस्त आनि दुस्मन ह्यात किती थोडा फरक असतोय! आनि हे काम हे दोस्त लोकच किती चांगल्या तऱ्हेनं करीत हुतं.

पाटलाला हे कितीसं म्हाईत हुतं...? आनि म्हाईत आसलं तरी खा-खाऊन आसं कितीसं खाणार हैत, नि असं आतघुसमी वैर मांडून असं किती नि काय बिघडणार हैत, असा पाटलाचा सरळ हिशेब हुता का?

माणूस आपल्या चितागतीत असलं तरी दुसऱ्याबद्दलच्या इच्याराची म्हारकी कशी करत ऱ्हातंय – कळत-नकळत!

आता माज्या मनात बी असलीच म्हारकी चालल्याली...

"काय आनि जैसिंग, लै दिसानं आलास? काय ईशेस आनि?" आत गेल्यावर पाटलानं ईच्यारलं.

"आलंतो तुमच्याकडंच. काम हुतं वाईच निकडीचं!"

"मग सांग की, अनमान का?"

"काम जरा खाजगीच हाय, वाईच भाईर इता तर..."

आनि पाटील चटाक्क्यान उठला... माज्या खांद्यावर हात टाकून म्हणाला,

"चल..."

पाटलाचा असा खांद्यावर हात पडला नि मला किती धीर आला! त्या हातानं मला धीर जसा दिला, तशी ताकदबी दिली, तसंच 'आमी पाठीशी हाय तुज्या, हो फुडं तू, कसली डर तुला!' अशी 'सूच'बी दिली.

माणूस मान्साला शिवतंय, पर्स करतंय त्यातबी किती किती तऱ्हंचा नि कसा कसा आरथ असतोय!

भाईर आल्यावर पाटलानं, दोघांशिवाय कुणी ऐकतो म्हटलं, तरी ऐकू जाणार ऱ्हाई अशा खाजगी आवाजात इच्यारलं,

"काय पैशाची निकड हुती काय जैशिंग?"

"मला वळीकला ऱ्हाई पाटील तुम्ही आजून? जवळ पैसा नसला, तर तोंडातलं पानी मिळीमिळी गिळीत गप्प बशीन, खरं असा कुणाफुडं हात पसरून तरास द्याय येणार ऱ्हाई मी..."

"माझ्या म्हंन्याचा भावार्थ तसा नव्हं जैशिंग! खरं मान्साचं असं हाय– त्येला पैशाची निकड पडली, की कुणाकडं मागाय जीभ धजावत ऱ्हाई, म्हणून मी तसं इचारलं. खरं तू एक लक्षात ठेवून अस, तुझी पैशाचीच का आनि कसलीबी निकड

आसू दे, माज्या कुवतीनुसार ती भागवाय मी कधीच हयगय करणार न्हाई! माजीबी एक तक्रार हाय जैशिंग, मलाबी आजून तू पुरतं वळीकला न्हाईस!'' एखांद्या बारक्या पोरानं चुकी केल्यावर अनुभवी माणूस हसतंय तसा पाटील हासला, मग म्हणाला,

''सांग, कसलं निकडीचं काम हुतं तुजं?''

''मला गाडी पायजे हुती उद्याला''

''हात्तेच्या भनं, हेच काम व्हय तुजं! खुळा हेस मर्दा तू! इत्कं कचवाचायचं काय ह्यात मग! घिऊन जा की गाडी कवा वाट्टंल तवा!'' आसं बोलून पाटील म्हणाला,

''काय येवढी कामगिरी काढलीस सांगशील तर... मंजे सांगण्यासारखं असलं तर सांग, न पक्षी ऱ्हावू दे– खाजगी हाय म्हनलास म्हणून म्हंतो असं!''

''आता तुमच्यापास्नं लपवायजोगं काय हाय म्हणा त्यात, खरं तुम्हास्नी रिकामा टैम हाय न्हवं ऐकायला सारं? तुमच्या पाठीशी सत्रा इघ्नं नि अठरा कामं लागल्याली असत्यात म्हणून म्हंतो!''

''ती तर बारा म्हैने तेरा काळ लागल्याली असत्यात घे! कामं काय आजची उद्यावर ढकलून चालढकल करता येतीय, खरं अशा नडीच्या कामासाठनं तसं करता येत न्हाई!'' आनि मग त्यो म्हणाला,

''हं, सांग बघू काय ते!''

''हितं सांगण्यासारखं न्हाई ते, वर माडीवर चला. मंजे सारं साजिलवार सांगतो!''

''थांब खा! आतली सारी जत्रा उस्कलून काढतो, मग जावूया माडीवर!''

साऱ्यास्नी वाटंला लावल्यावर दोघं माडीवर आलो... म्हाई रोजी चोरट्याबरोबर झनापनी झाल्याली हीच माडी... हीच जागा... बरोबर माज्या वळखनीत हुती... आज दुसऱ्यांदा हितं येत हुतो... त्यायेळंचं नि आताचं कारण– किती फरक, कितीतरी फेर हुता दोनीत! कारणास जसा फेर पडला हुता तसाच माज्या जिनगानीतबी कसा नि किती फेर पडत गेला हुता! त्यावेळचा मी नि आताचा मी... बिनशिडाच्या नावंगत कुठं न्हाई तिकडं नि नको तिकडंबी भरकटणारी त्या येळंची माजी जिनगानी, आनि नावंला शीड लावल्यागत एका ठराविक दिसंला, एका ठरीव लयीत जाणारी आताची ही जिनगानी... कितीतरी फेर हुता दोनीत... कितीतरी! त्यायेळंला कुणी सांगिटलं असतं– लवकरच एका पोरीवर तुजं मन जडणार हाय, कधी कवा वाटलं न्हवतं असं काय तरी न्यारं, निराळं निराळं असं तिच्याबद्दल तुला वाटणार हाय, जवान पोरी मंजे दो घडीच्या सोबतीन करायच्या वस्तू, आपलं काम साधलं मंजे टाकलं झिडकारून त्यास्नी– आसंच आजवर तू मानत नि वागत आलातास. खरं

हे सारं खोटं असतंय, कितीतरी खोटं असतंय नि रणरणत्या उनात झळा दिसाव्यात तसं किती फसवं असतंय हे पटवून देणारी एक पोरगी तुज्याबी नकळत तुज्या जिनगानीत येणार हाय नि आपल्या पिरतीच्या वागणुकीनं तुज्या एकाकीपणावर गार सावलीची हिर्वी कमान उभा करणार हाय, हे सांगणाऱ्यालाच मी खुळ्यात काढलं असतं. खो: खो: हसून त्येची टरबी उडिवली असती मी!

खरं आज असं घडलं हुतं हे सत्य हुतं, आनि हे सत्यबी किती चांगलं हुतं– जवारी उसाच्या कंडक्यावानी!

माडीवर खुरच्या गिरच्या हुत्या... एका आरामखुर्चीवर पाटील लांबडा झाला. मलाबी एका खुरचीवर बसाय खुणावलं, "कशाला खुरचीवर, मी खालीच बसतो, आमची जागा हीच." असं म्हणून मी कचवचातन् त्येनं हाताला धरून बळनं मला जवळच्याच एका खुरचीत बसवीत म्हनलं,

"दोस्तानीत गरीब-सिरमंत, ल्हान-थोर ह्यो भेद असत न्हाई, हेबी तुला सांगाय पायजे असं काय हाय का?" मग पाटलानं एक सिग्रेट काढली, शिलगावली नि तोंडातनं धुराचं एक नळकांडं सोडीत म्हणाला,

"हं सांगा आता डिटेलवार सगळं!"

"माजं एका पोरीवर मन जडलंय!"

"मंजे लव झालंय म्हणंनास!"

"तसं का म्हननासा... रोज ती मळ्यात असायची, जवळ वावरायची, खरं आपला तिच्यावर जीव जडलाय हे आजवर कळायलाच न्हवतं बघा मला..."

"मंजे साक्षात्कार का काय म्हंत्यात तसलं काय तरी झालंय म्हण की तुला!"

"व्हय, तसंच झालं बघा... तिच्या दाल्ल्याचा कागोद आला, तिला न्हायला येतो म्हणून नि मग मला वाटाय लागलं तिच्यावाचून आपली जिनगानी फुकट हाय... फुकट!" आनि मग म्हणालो, "खरं सांगायचं तर ह्याआदी कैकजणी आल्या नि गेल्या..."

"कैकजणी मंजे गा! दिसायला तर अगदी येडपा दिसतोय की!"

"कैकजणी मंजे अगदी हिशेब लागणार न्हाई इतक्या कैक न्हवं! तसा हिशोब मांडायलाच बसलं तर धापाच तरी भरतील, पन मन कुठं गुंताय न्हवतं, मीबी तसं गुंतून घ्याय न्हवतं..."

म्हणजे गाडी याच ठिकाणाला डेंगली म्हणंनास!

"हम् बघा, त्यातलीच गत झाली! आनि पोर्गीबी तशी गुणाची हाय म्हनंनासा!"

"अशी कोणती– नाव तर सांग!"

"आता तुम्हास्नी ठावं असायला पायजे, उगच गरिबाची थट्टा...?"

"लगनाच्या आदीच नाव घ्यायला लाजाय लागलाईस तू, हे सांगंनास नि थट्टा

कराय लागलोय म्हणून माज्यावरच शब्द ठेव!''

"ती हो ती– खामकराची अंजी, मळ्यात कामाला आसत न्हाई का रोज...''

"हा रे हाऽ, ती व्हय इस्नु खामकाराची ल्येक अंजनी?''

"हां हां तीच!''

"बिन लगनाचा इकींदी थरांबलास, तसं पदरात सोनंमतोर शंभर नंबरी पडलं हं!''

"सोनं कुठं आसं सुकासुकी मिळालंय व्हय पाटील? आजून खेकटं हाय की!''

"कसलं खेकटं आनि...?''

"तिच्या दाल्ल्याचं हो!''

"हां, हां, लगीन झालंय न्हवं का तिचं! मी ईसरलोतोच बघ ही गोष्ट!''

"तर त्यो सुक्काळीचाऽ, तिचा तो दाल्ला, फुडल्या आठवड्यात तिला बलवायला येणार हाय!''

"बलवाय येणार हाय? मग उंडगमल्लीचा इतकी रोज गप्प का बसलाता म्हणं?''

"नांदवून घ्याचं न्हवतं त्येच्या मनात!''

"मग आताच काय हुक्की उठलीय व्हय...?''

"हुक्की कुठली आलीया, आडीमल्ल्याच्या जत्रंत त्येची-माजी जरा झनापनी झाली, तर काय झालं त्या येळंला...'' आनि मग मी डोंगरावर घडल्यालं सारं सांगून मग म्हणालो, "...तर आसं हाय हे सगळं! न्हेत्योय त्ये नांदवाय न्हवं, तर माज्यावरच्या रागाचा वजावट्टा तिच्यावर काढायला! गांडू बेन्याचं कुठलं! खरा मरद असता, तर असा बायकूवर राग काढायचा डाव घालत कशाला बसला असता, माज्याबरोबरच दोन हात केलं असतं का न्हाई त्येनं?''

"बरं हे हुलं झाल्यालं ऱ्हावूंदे आता, फुडं काय करायचं यवजलईस तू?''

"आपुन जरा हुमदांडगावा करायचा!'' आनि म्हणालो, "अशा गोष्टीला उगंच 'यांय् यांय्' करून भागत न्हाई. चार रट्टं द्याय-घ्यायची तयारी ठेवाय पायजे बघा!''

"मंजे काय करणार तरी काय तू?''

"तुमच्या गाडीतनं उद्या म्हाकव्याला जाणार नि त्येला चार दणकं दिवून सोडपत्तर लिवून घेणार!''

"त्यो न्हाई लिवून देत म्हटला तर...?''

"तर आनि चार दणकं द्यायचं!'' दाभणकाठी मिशीचा कंगाल वर चढवीत म्हणालो, "बायली ऽ बघू तर किती उश्शेर तग धरतंय त्ये! ते खेडमं दिसायला हाय उगंच हुंदराच्या पिल्ल्यागतच, च्या भनं, अशी दोन ठेवतो वादाडात...''

"खरं ही गोष्ट लक्षात ठेव, तू त्याच्या गावी चाल्लाईस! तिथं असा दांडगावा

उपेगी पडणार न्हाई. केला तरी चार लोकं जमणार नि त्येचीच कड घेणार. आनि समज, जरी दंडगावा खपून गेला, आनि उद्या त्येनं तुज्यावर फौजदारी केस गुदरली तर...? तू जाशील चिक्कुडीच्या तुरंगात नि हिकडं अंजीला त्यो म्हाकव्याला न्हील ते निराळंच... कितीबी झालं, तरी ती त्येची लगनाची बायकू हाय... जरी तुझं तिच्यावर नि तिचं तुझ्यावर मन असलं, तरी तिच्यावर त्येचाच हक्क लै पोचतोय, आनि कायद्यानं बघिटलं तर तुझंच वागणं चुकीचं ठरतंय!''

''च्या आयलाऽ, आसं सगळं त्यंगाड हाय व्हय!'' मी चित्तागतीत पडलो... कायच सुचंना झालं... सगळंच तिरपागडं दिसाय लागलं... माजी सगळीच सपनं कोलमाटून गेल्यागत झाली... मघापास्नं माजा आवाज किती नि केवढा चढला हुता! आता त्यो तेवढाच पडला... त्याच पडल्या आवाजानं म्या इच्यारलं, ''तुम्ही तर माज्या पायात पाय सोडलासा बघा पाटील, हे सारं सांगून! मला तरी काईच सुचंना, सुद्रंना आता! माज्यापरास धा पावसाळं चढ काढल्यात तुम्ही, जगातलं बरं-वाईट बघिटलंय तुम्ही बरंच! आता तुम्हीच ह्यातनं वाट दावा मला... काय करावं म्हंता? कसं करावं म्हंता? कायद्याच्या कचाट्यात सापडायचं न्हाई, आनि आपलं काम तर झालं पायजे– असला काय तरी पाईंट काढा! बघा काय सुचतंय काय... काय न्हाई काय तरी...''

यावर पाटलानं हातातल्या सिग्रेटचं झुरकं मारत थोडा येळ इच्यार केला... मग शेवटचा एक खोल झुरका मारून सिगरेटचं थोटुक भिर्कावून दिलं नि मग डोळं बारीक करून धुराची कारंजी नाकातोंडातनं भाईर सोडली, आनि मग माज्याकडं झुकून माज्या खांद्यावर आपल्या हाताचा पंजा ठेवीत म्हटलं,

''हे बघ उद्याला जावूया, मीबी येतो संगं आनि झालं तर...'' पाटील सांगू लागला आनि मी जिवाचं कान करून ऐकू लागलो.

दुसरा दिवस. सांज. पाचचा सुमार झाल्याला. आनि माजी पावलं पांदीतनं पडत हुती... भराभरा पडत हुती... जलदीनं पडत हुती... कवा एकदा मळ्यात पोचतो नि अंजीला घडल्यालं सारं सांगतो, असं मला झालं हुतं... कवा एकदा...

वर आभाळ भरलं हुतं... ढग काळसर दिसत हुतं... आनि तशात गार गार असं वारंबी सुटलं हुतं... खरं तर हे पावसाचं चित्र... पण पाऊस पडत न्हवता, हेबी खरंच... रोज आसं चित्र दिसायचं, खरं पाऊसमोतर यायचा न्हाई! काळं काळं ढग बघून वाटायचं– आता हे ढग गळायला लागतील... धो धो पाऊस पडायला लागंल... खरं कसलं काय, कसलं काय नि फाटक्यात पाय! वारं सुटल्यालं असायचं नि ते उस्कलून न्यायचं ह्या ढगास्नी कुठल्या कुठं– मेंढक्यानं मेंढरं ताणून न्ह्यावीत तसं!

वर आभाळून आल्यालं, तसंच माजं मनबी... सकाळपास्नं घडल्यालं सारं सारं

आठवाय लागलं.. एक एक करून... पाटील, मी, लिप्पाणीच्या कचेरीतला एक फौजदार, एक हवालदार अशी सारीजणं मोटारीत... म्हाकवं... पयल्याझूट चावडीत गेलाव... फौजदार, हवालदार आल्याचं समजताच कुठनंसा लगालगा आल्याला तितला पोलीस पाटील... त्येच्याकडनं अंजीच्या दाल्ल्याचा मिळिवल्याला पत्त्या... ती अमुक अमुक गावची, त्या अमक्यातमक्याची पोरगी हितं कुनाच्यात दिलीया, तिच्या दाल्ल्यानं एक आवा ठेवल्याली हाय– मुसलमानाची... आनि असंच... ह्या नमनातच आरधा ध्याडा खल्लास झाल्याला... पत्त्या लागला, खरं त्यो सुक्काळीचा शेतात गेल्याला. संगटच सारं लटांबर शेतावर न्ह्यावं का त्येलाच चावडीवर बलवून घ्यावं, ह्येच्यावर झाल्याला आनि थोडा येळ खल... आनि मग ठरल्यालं– त्येलाच चावडीत बलवून आणायचं... मग निघाल्याली तलाठ्याची तानपट्टी... ह्यो सरकारी हिसका का फौजदारी गचका हाय कुनाला दक्कल, खरं आता काम करणं आलं म्हणून कावल्यालं तलाठी मनोमन... त्येनं अंजीच्या दाल्ल्याला म्होरं घालूनच चावडीत आणलं... फौजदार, हवालदार आल्यात म्हटल्यावर आदीच ते घाबरून-भेदरून गेल्यालं– कसली बैदा आलीया कुणाला दक्कल म्हणून! ते चावडीवर आल्या आल्या फौजदारानं फडाफड दोन आवाज काढलं त्येच्या कानसुलात! मग म्हटलं, "सुक्काळीमनगं, दातावर मास हाय का तुझ्या!"

कुणीतरी दात पाडल्यावानी त्येला झालं! जीभ टाळ्याला चिकटल्यावानी गप्पच बसलं ते!

तसा फौजदार कडाडला,

"नावनिन हाडीऽ बस हतं!"

आनि ते भुईवरच बसलं माट्दिशी!

"कर सही हितं!" आनि फौजदारानं अंगी मुरल्याल्या पोलिशा तिड्यानं ईच्यारलं, "सही तरी कराय येती का?"

"न्हाई सायेब!"

"मग अंगठा उठीव तर हितं!"

आनि म्होरं केल्याल्या कागदावर त्येनं अंगठा उठिवला!

"हे कशाबद्दल ईच्यारलं न्हाईस?"

"कशाबद्दल?"

"अंजी कोण तुजी?"

"बायकू!"

"तर तिच्याशी घटस्फोट घेतल्याबद्दल!"

"आँ! घटस्फोट मंजे?"

"म्हणजे तेच! सांगा हो पाटील, तुमच्या भाषेत ह्याला!"

आनि मग पाटील सांगाय लागला,

"घटस्फोट मंजे काडीमोड, सोडपत्तर...! आजपास्नं तुझ्या बायकूवर, अंजीवर, दाल्ला म्हणून तुजा कायबी हक्क ऱ्हायला न्हाई..."

"मंजे... मंजे हे..." त्यो बोलाय बघत हुता, खरं त्येच्या तोंडातनं धड शबुदबी भाईर पडत न्हवता... नुस्तं 'मंजे... मंजे...' असं बुडबुड तेवढं नि तेवढंच...

"ते 'मंजे नि मंजी' मागनं करत बसायचं! जास्त आवाज करायचं न्हाई! आनि लक्षात ठेव, पुन्हा जर तिच्या वाटंला गेलास, तर हड्डी नरम करून टाकू! काय समजलास? रांडच्यानु बायका करून घेता ते घेता नि त्येनला धड नांदवूनबी घेत न्हाईसा! व्हटावर मिश्या राखता नि इनाकारण एखाद्या पोरगीचं आयुष्य कुजवून टाकता, लाजा वाटत न्हाईत तुम्हाला!"

आनि मग आसंच फौजदारानं त्येला फैलावर घेटलं... पंद्राईस मिंटं त्येची चांगलीच झाडपट्टी काढली... झडाडा वळीव झोडपावा तसं फौजदाराचं बोलणं... त्या माऱ्यानं ते बेनं गार हून गेलं!

मग अंगठा उठीवल्याल्या कागदावर रीतसर सोडचिट्ठी लिवली... पंचांच्या सह्याफिह्या झाल्या...

मी तितं हजर हुतो म्हनल्यावर अंजीची सोडचिट्ठी का घ्यायला आल्यात, ह्येचा मतलब त्येला समजला असणारच...

थोडी तंबी, थोडा दबाव, थोडं वजन ह्या साऱ्यामुळं हे अवघड वाटणारं काम कितीतरी सोपं झालं!

मग परतीची वाट... फौजदाराला लिप्पाणीला सोडलं, काम हुतं म्हणून हवालदार बाँडरीवरच उतरला हुता... लिप्पाणीस्नं मग गाडी गावाकडं धावाय लागली...

ह्या साऱ्यामदी पाटलाची शंभराची एक नोट तरी उडाली असणार! काम झाल्यामुळं, काम झाल्याच्या आनंदामुळं का आसंना खुषीनं साऱ्यांचं हात वल्लं करणं भागच... म्हणून येतावख्ती रस्त्यात मी म्हटलं,

"पाटील, आज झाल्याल्या खर्चाची झळ तुम्ही अंगशी लावून घ्यायची न्हाई; ते सारं पैसं मी परत करणार, आनि त्या वख्ताला तुम्ही ते परत घ्यायला पायिजे, काय सांगतो!"

यावर पाटील हसला नि म्हणाला हुता, "मी म्हंतोय ते काय खोटं न्हवं- तू मला अजून वळीकला न्हाईस पुरतं! तुझ्या लग्नात मला माज्या पोलमीनं काय द्याय-सवराय लागंल का न्हाई; तर ह्यो लग्नातला पेरावा समज, आयेर समज!"

...तर हे सारं अंजीला सांगायचं हुतं... हे सारं कानावर घालायचं हुतं... कवा एकदा मळ्यात जाईन... कवा एकदा तिला सारं सांगीन...

...माजी पावलं पांदीतनं भराभरा पडत हुती... भराभरा... पांदीतल्या काट्याबिट्यांचं, खाचखळग्यांचं मला भान न्हवतं... नद्रंसमारे फकस्त दिसत हुता मळा... नि मळ्यातली अंजी... अंजी... आपली... व्हय आपली अंजी!

निम्मी पांद अशीच वसरली आनि माज्या हातावर पाण्याचा एक ठ्यांब पडला...

पाऊस...? पाऊस पडणार...?

माजं मन आनंदानं नाचाय लागलं...

आनंदात आनंद मिसळला नि सारंच आनंदी दिसाय लागलं... सारंच...

पड बाबा पड! गेलं दोन-आडीच म्हैने कुठं दडी मारून बसलातास... आमावर रुसलातास... लोकांच्या तोंडात राळं वाळाय लागलंतं... पिकं करपून सारी धुळधानी उडाय लागलीती... पड बाबा पड... धो धो पड... सारं पानी पानी हून जाऊं दे...

मी पासा पावलं चालून गेलो अशीन्-नशीन् एवढ्यात सारसारसार ठ्यांब आलं नि टपाऽपा पडाय लागलं... मग तर सरीवर सरी यायला लागल्या... सराऽरा पडाय लागल्या... रोजच्या उनानं तापल्याली माती... पयला वळीव पडाय लागल्यावर मातीचा वास सुटावा, तसा सुटला– खमंग, खमंग आसा!

पाऊस नि वारं... वारं नि पाऊस... एकच झायमिली सुरू झाली.

...मावळतीकडनं उगवतीकडं अशा तिरप्या सरी कोसळत हुत्या आनि वाऱ्यानं त्या सरीतनंबी लाटा उठून त्या वाकड्यातिकड्या दिसत हुत्या...

आखिर पाऊस आला हुता... पाऊस! यंदाचा पावसाळा कोरडाच जाणार नि भुकं मरायची पाळी येणार, म्हणून लोकांच्या तोंडचं पानी पळालं हुतं... खरं आता पाऊस पडाय लागला हुता... वाळल्याल्या, वाळत चालल्याल्या जित्रापास्नी पुन्हान् डाव नवीन फूट फुटणार हुती... लै न्हाई थोडं तरी पिकणार हुतं... कारण पाऊस पडाय लागला हुता... पाऊस...

आनि त्योबी ह्या असल्या आनंदाच्या दिवशी...

खरंच, मला आनंद झाला हुता... लै आनंद झाला हुता... हुरुद् भरून आलं हुतं... थंगांगा नाचावं असं वाटत हुतं... शिटा घालाव्या, आरडावं असं बी वाटत हुतं... आनि कानात वारं शिरल्याल्या वासरागत आता मी पळाय लागलो... दणका पळाय लागलो... आता मळा जवळ आला... आता जवळ आला. आता आनिक जरा...

पांदीतनं वर मळ्यात गेल्याली चढी दरड पार केली, मळ्यात आलो... घराकडं मुरा करून पळणार तवर अंजी वांग्याच्या वाफ्याकडनं घराकडंच पळत येत्याली दिसली. पावसात भिजूने म्हणून ती सटाऽटा पाय उचलत पळत येत हुती– घराकडंच... वाऱ्यानं तिच्या पदराचा फलकोरा फडफडत हुता, आनि ती पळत

हुती... पळतच हुती...

इतक्या लांब पळत ईस्तोवर मला धाप भरली हुती, तरीबी तिला हाळी घाटली,

“अंजी!! अंजी!!”

माजी हाळी कानावर पडताच तिचं पळणं थांबलं... माज्याकडं बघत ती उभाच ऱ्हायली... तिच्या चेऱ्यावर कोंचं-कोंचं नि किती भाव खेळत हुतं!

माज्या हाळीतला आनंद तिनं हेरला का? नि त्यावरनं काय समजायचं ते तिनं समजलं का?

मी पळतच तिच्याजवळ गेलो. ‘अंजी!’ असं म्हणत तिचं दोन्ही दंड धरून गार्रदिशी तिला फिरीवलं–काळ्यामाळ्या घाटल्यासारखं, आनि म्हणालो, “अंजी, सोडपत्तर मिळालं... सोडपत्तर मिळालं! अंजी, सोडपत्तर मिळालं! ते सगळं संपलं, सरलं, आता तू माजी हैस अंजी, माजी हैस!!”

बोलत बोलत मी तिचं दंड सोडलं, तिला कवळा घालून येंगत घेटली, तिच्या व्हटावर व्हट टेकलं. आनि मग तर खुळावल्यावानी मी तिचं मटाऽटा मुक्कच घेत सुटलो...

आनि वरनं पाऊस पडत हुता... पाऊस!

त्या पावसात भिजून अंजी कशी न्हाऊन आल्यागत दिसत हुती– ताजी, टवटवीत नि बाश्या फुलागत! पाण्यानं तिच्या बटा कपाळावर हितं-तितं चिकटल्या हुत्या, आनि ती ज्येच्या नावानं कुक्कु लावत हुती, ते कुक्कु धुऊन, न्हाऊन गेलं हुतं नि त्येच्या खालचं हिर्वं गोंदन किती टळटळीत दिसत हुतं...

आता त्या गोंदनावर मी माज्या नावाचं कुक्कु लावणार हुतो... माज्या नावाचं! ...अजूनबी माजं खुळावलंपन जायाय न्हवतं... मी मुक्कं घीतच हुतो... कवा गळा, कवा कपाळ, कवा गाल, कवा डोळं, कवा भुवया, तर कवा व्हट...

आनंदाचा ह्यो अवस्थी, आकस्मिक शिडकावा... अंजीचा गळा भरून आलाता. त्या आनंदानं आनि आनंदानंच तिच्या डोळ्यातनं झराऽरा पानी ईत हुतं...

...मी तर खुळावून गेलो हुतो...

आनि वरनं पाऊस पडत हुता... ठेंबाठेंबानं, सरीसरींनी, अक्षता पडल्यावानी. व्हय, अक्षता पडल्यावानी!

◆